TAKE NOTHING FOR THE JOURNEY

Hành Trình Không Hành Trang

My Search for Freedom – Hành Trình khám Phá Tự Do

HUAN TRAN HO

Coventry Press
33 Scoresby Road
Bayswater VIC 3153

ISBN 9781922589408

Copyright © Huan Ho 2023

All rights reserved. Other than for the purposes and subject to the conditions prescribed under the Copyright Act, no part of this publication may be reproduced, stored in a retrieval system, or transmitted in any form or by any means, electronic, mechanical, photocopying, recording or otherwise, without the prior permission of the publisher.

Catalogue-in-Publication entry is available from the National Library of Australia
http://catalogue.nla.gov.au

Cover design by Ian James -- www.jgd.com.au
Text design by Coventry Press
Set in Tex Gyre Pagella

Printed in Australia

Dòng đời nổi trôi thuyền viễn xứ
ký ức trào dâng sóng biển gầm
Vòm trời hy vọng vươn lên mãi
mảnh đất quê nhà vẫn trong tim.

Human Life floats like a boat on an uncertain sea,
And heart-memories stir as do waves in the sea
Reaching to the sky they evoke peace and hope
One's homeland is deep in the heart of the adventurer.

                          Huan Tran Ho

My family in happier times
Gia đình tôi trong thời gian hạnh phúc hơn
1970 Saigon tại Sài Gòn

I am the youngest of the four boys.
My mother is carrying my baby sister.
My mother is pregnant with Hien (my brother in this story).
The family was to grow to be seven boys and three girls.

Tôi là đứa trẻ nhỏ trong bốn người con
Mẹ tôi đang bế em gái của tôi
Mẹ tôi đang mang thai Hiển (Em trai trong câu chuyện)
Gia đình tôi có bảy người con trai và ba người con gái.

CONTENTS

Foreword
        Bishop Vincent Long Van Nguyen OFM Conv.   10
Preface
        Rev. Patrick Corbett CSsR   14
Acknowledgments   18
Special thanks, Cover design   20
Chapter 1.   The Echo: 'Can you stay at home with me today?'   26
Chapter 2.   Departure. Take Nothing for the journey.   46
Chapter 3.   A Taste of things to come.   62
Chapter 4.   Drifting. Kenh Te River, June 14, 1989.   70
Chapter 5.   On Board The Fishing Boat. Below Deck.   90
        Seafood Company in District 5, Saigon.   90
Chapter 6.   The Nightmare.   102
        International Waters of the East Sea.   102
Chapter 7.   Man Overboard!   116
        Thunderstorm.   116
        Thirst For God.   128
Chapter 8.   The Temptation.   138
        June 24. The eleventh day at the sea.   138
Chapter 9.   An Answer to Prayer?   156
Chapter 10.   Freedom Island.   174
        Arrival at Kuku Island.   174
Chapter 11.   Crossing to another island.   190
        A Great lunch never to be forgotten.   198
        Illusions.   210
Chapter 12.   The Rules For Refugees.   230
        A Heart Wound.   242
        Another Nightmare.   250
        A miracle.   264

Mục Lục

Lời tựa
    Đức Cha: Vincent Nguyễn Văn Long OFM Conv.   11

Phần Giới Thiệu
    Cha : Rev. Patrick Corbett, C.Ss.R.   15

Chân thành cảm ơn   19

Cảm ơn nhiều lắm, Tranh Bìa sách   21

Chương 1.   Tiếng vọng:"Anh có thể ở nhà với tôi hôm nay?"   27

Chương 2.   Khởi hành: Không đem thứ gì cho cuộc hành trình.   47

Chương 3   Một hương vị của những gì đến.   63

Chương 4.   Nước Ròng. Sông Kênh Tẻ, Ngày 14 tháng 6 năm 1989.   71

Chương 5.   Trên thuyền đánh cá. Dưới boong: 91
    Công ty hải sản đánh bắt cá Quận 5, Sài Gòn   91

Chương 6.   Cơn ác mộng.   103
    Hải phận quốc tế của Biển Đông. Ác mộng.   103

Chương 7.   Người Đàn Ông bị khủng hoảng!   117
    Cơn Dông   117
    Thiên Chúa.   129

Chương 8.   Sự cám dỗ.   139
    Ngày 24 tháng 6. Ngày thứ mười một trên biển.   139

Chương 9.   Một câu trả lời cho lời cầu nguyện?   157

Chương 10.   Đảo Tự do.   175
    Đến đảo Kuku   175

Chương 11.   Băng qua một hòn đảo khác.   191
    Bữa ăn trưa không bao giờ quên.   199
    Ảo tưởng.   211

Chương 12.   Các quy lệ cho người tị nạn.   231
    Vết thương lòng.   243
    Một cơn ác mộng khác.   251
    Một phép lạ   265

Chapter 13.	Blue Angels.	274
	The light of Freedom.	274
	A Silent prayer.	276
	The golden rays of sunlight.	284

Chương 13. Thiên thần xanh. 275
    Ánh sáng của tự do. 275
    Một lời cầu nguyện thầm lặng. 277
    Những tia Nắng Vàng 285

Foreword

When I was appointed a bishop in 2011, I chose the Latin text *"Duc in Altum"*, or *"Launch out into the deep"* as my motto. These words from the Gospel of Luke bring back events that are deep in my memory. In choosing this motto, I wanted to honour the memory of the millions of my compatriots who suffered and died in their search for freedom and basic human values. They were also words spoken by St John Paul ll in the year 2000 as the world entered a new millennium:

> Our hearts ring out with the words of Jesus when one day, after speaking to the crowds from Simon's boat, he invited the Apostle to "put out into the deep" for a catch: *"Duc in altum"* (Lk 5:4). These words ring out for us today, and they invite us to remember the past with gratitude, to live the present with enthusiasm and to look forward to the future with confidence: "Jesus Christ is the same yesterday and today and forever" (*Heb 13:8*).

Duc in Altum describes my journey as a refugee. *Launch out into the deep* captures my escape by boat when from Vietnam we put out into the deep and unknown sea of the Pacific Ocean!

Huan Tran Ho has given his escape from Vietnam the title: *Take Nothing for the Journey*. It is a quote of Jesus found in the Gospel of Mark. It describes the fate of so many Vietnamese who had to leave behind everything to flee their homeland in search of freedom.

His journey touched again the memory of my own escape from Vietnam. For, I, too, was one of the *Boat People,* and our two journeys have so much in common. I know well the experience of being adrift and lost at sea. Huan, tells very graphically the many frightening steps of his remarkable journey. For many Vietnamese the drama of that escape is not easy to put into words. Huan

Lời tựa

Từ khi được chọn làm tân giám mục, tôi đã chọn nguyên bản tiếng Latin *"Duc in altum"*, dịch ra tiếng Việt là *"hãy ra khơi"* như phương châm sống của tôi.

Cụm từ này trích từ Tin Mừng Thánh Lu-ca gợi lại những biến cố sâu thẳm trong ký ức của tôi. Đó là những từ mà thánh Gioan Phaolô II đã trích dẫn vào năm 2000, khi thế giới bước vào một thiên niên kỷ mới:

> Trái tim của chúng ta được đánh động bởi những lời của Chúa Giêsu, sau một ngày nói chuyện với đám đông từ con thuyền của Si-môn, Ngài đã mời các môn đệ *"đưa thuyền ra chỗ sâu"* để bắt cá: *"Duc in altum"* (Lk 5: 4). Những lời này vẫn vang vọng trong chúng ta ngày hôm nay, và mời gọi chúng ta nhớ về quá khứ với lòng biết ơn, để sống hiện tại với sự nhiệt tâm và vững tin hướng về tương lai: "Đức Giêsu Kitô vẫn là một, hôm qua cũng như hôm nay, và như vậy mãi đến muôn đời" (*Hr: 13, 8*).

Duc in Altum, cũng gợi lại hành trình của tôi như một người tị nạn. Là những người bị bắt trong cuộc chạy trốn khỏi Việt Nam bằng thuyền, chúng tôi đã *"đưa ra thuyền chỗ sâu"* trong vùng biển vô tận của Thái Bình Dương!

Hồ Trần Huân đã thoát khỏi Việt Nam với tiêu đề: *"Hành trình không hành trang"*. Đó là một trích dẫn của Chúa Giêsu được tìm thấy trong Tin Mừng Thánh Mác-cô. Nó mô tả số phận của rất nhiều người Việt Nam phải bỏ lại tất cả mọi thứ để chạy trốn khỏi quê hương trên hành trình tìm kiếm tự do. Hành trình của anh ấy lại chạm vào ký ức về sự trốn thoát của chính tôi khi rời khỏi Việt Nam. Vì, tôi cũng vậy, là một trong *những thuyền nhân*, và hai hành trình của chúng tôi có rất nhiều điểm chung.

Tôi biết rõ kinh nghiệm của việc bị đối diện với việc lênh đênh và những mất mát trên biển. Huân đã kể lại rất sinh động những chi tiết kinh hoàng trong hành trình đặc biệt của anh ấy.

wanted to leave his story for his family and, interestingly, he wanted it to be recorded in both Vietnamese and in his adopted language English.

Huan has enhanced his remarkable story with his art, a talent from his days at the Saigon Fine Arts University.

I congratulate Coventry Press for producing this bilingual edition. Many Vietnamese now call Australia 'home'. They have made significant contributions to our nation. This edition offers readers in both languages, as it were side by side: *to remember the past with gratitude, to live the present with enthusiasm and to look forward to the future with confidence: "Jesus Christ is the same yesterday and today and forever" (Heb 13:8).*

+Vincent Long Van Nguyen OFM Conv
Bishop of Parramatta

Đối với nhiều người Việt Nam, bi kịch về sự trốn thoát đó không dễ để diễn tả hết bằng lời. Huân muốn để lại câu chuyện của mình cho gia đình và thật thú vị, anh ta muốn nó được ghi lại bằng cả tiếng mẹ đẻ cũng như tiếng Anh là ngôn ngữ nơi quê hương thứ hai của anh.

Huân đã tự điểm tô cho câu chuyện đặc biệt của mình bằng hội hoạ, một tài năng có từ những ngày còn ở Đại học Mỹ thuật Sài Gòn.

Tôi chúc mừng Coventry Press đã phát hành phiên bản song ngữ này. Nhiều người Việt Nam tị nạn gọi là nước Úc "là nhà của họ". Họ đã có những đóng góp đáng kể cho quê hương mới. Ấn phẩm này cung cấp cho độc giả bằng cả hai ngôn ngữ, song hành bên nhau: *để nhớ quá khứ với lòng biết ơn, để sống hiện tại với sự nhiệt tâm và vững tin hướng về tương lai: "Đức Giê-su Ki-tô vẫn là một, hôm qua cũng như hôm nay, và như vậy mãi đến muôn đời"* (Hr 13, 8).

\+ Vincent Nguyễn Văn Long OFM Conv
Bishop of Parramatta

Preface
Listening to Huan's Story

> *"They told their story of what had happened on the Road..."* Luke 24:35

Australian Story is a compelling series on National Television bringing us incredible and authentic stories told entirely in people's own words. Huan Tran Ho's incredible story would certainly be a worthy subject for this TV program. Huan told me he wanted to leave his story for his children but he wanted it to be written in English!

Huan, like many Vietnamese refugees, has never formally learned English. However, that has not stopped him from attempting to write his story in English.

Huan is both an artist and a poet; so I suggested he could illustrate his story using his art. I mentioned the saying: A picture is worth a thousand words. Huan warmed to the idea but said he still wanted to write his story and would I help correct his English.

As I started to read his English version, I was totally captivated and immediately felt I was part of the story.

It seemed an easy task to find the right English expression for what he was trying to say. In fact, the story is still his story.

My task was to sit with him and by sharing many a morning coffee, we found, what he would call the right 'Ossie' expression. The final question came up. Is it one book or do we print two versions? Huan wanted the story to be in English but why not also include the text in Vietnamese and let the illustrations speak both languages? *"And so it was!"* This biblical verse from the creation story gave us the answer. So, whether in English or Vietnamese, you can be part of this very moving and incredible story.

Câu Chuyện
Hãy nghe câu chuyện của Huân

"Họ kể câu chuyện của họ về những gì đã xảy ra trên đường..."
Luca 24:35

Câu chuyện người Úc là một thể loại hấp dẫn trên truyền hình quốc gia, mang đến cho chúng ta những câu chuyện đáng kinh ngạc và xác thực, được kể hoàn toàn bằng ngôn từ của chính mọi người. Câu chuyện đáng kinh ngạc của Huân Hồ, chắc chắn sẽ là một chủ đề xứng đáng cho chương trình truyền hình này! Huân nói với tôi rằng anh ấy muốn để lại câu chuyện cho các con của mình, vì vậy anh ta đã cố gắng viết câu chuyện bằng Anh ngữ.

Giống như nhiều người Việt Nam tị nạn, anh chưa bao giờ chính thức học tiếng Anh. Tuy nhiên, điều đó đã không ngăn anh ta cố gắng viết câu chuyện bằng tiếng Anh.

Huân là họa sĩ và thi sĩ, vì vậy tôi đề nghị anh ta có thể tự minh họa câu chuyện của chính anh ta bằng hội họa. Tôi đã đề cập đến câu nói: Một bức tranh đáng giá ngàn lời nói. Huân nhiệt tình với ý tưởng, nói rằng anh vẫn muốn viết câu chuyện của mình và tôi sẽ giúp chỉnh lại Anh ngữ của anh ta.

Khi tôi bắt đầu đọc phiên bản Anh ngữ của anh ta, tôi đã hoàn toàn say mê và ngay lập tức cảm thấy mình là một phần của câu chuyện.

Có vẻ như là một công việc dễ dàng để tìm ra sự biểu đạt Anh ngữ chính xác cho những gì anh ta muốn diễn đạt. Thực tế là, câu chuyện vẫn là câu chuyện của anh ta.

Nhiệm vụ của tôi là ngồi với anh ấy và bằng cách chia sẻ cà phê sáng cùng nhau, chúng tôi đã tìm thấy sự thật những gì anh ấy muốn diễn đạt qua "ngôn ngữ Aus". Rồi một thắc mắc cuối cùng xuất hiện. Cùng một cuốn sách chúng ta có thể in thành hai phiên bản chứ nhỉ? Huân muốn diễn tả câu chuyện bằng Anh ngữ nhưng tại sao cũng không bao gồm bản văn bằng Việt ngữ, và để các hình minh họa nói cả hai ngôn ngữ? *"Và nó là như vậy!"* Câu văn kết thúc từ câu chuyện sáng tạo trong Kinh Thánh đã cho chúng ta câu trả lời. Vì vậy, cho dù bằng Anh ngữ hay Việt ngữ, bạn có thể là một phần của câu chuyện rất buồn và vô cùng cảm động này.

Artwork. Huan's early gift of art was recognised when he was admitted to the Fine Arts University in Saigon. His sudden escape put on hold this budding career. In the Refugee camp in Galang, Indonesia run by the UNHCR, he was able to again develop his art. Some of his paintings, mostly landscapes, were purchased by a friend and sold in Western Australia. Since his arrival in this new land, Huan has not given any serious thought to his art. The task of illustrating his journal has allowed him to develop a deep spiritual approach to his art as you will see from the many illustrations that speak to those who have eyes to see and a heart to ponder. The 'heart' like the 'hands' speak to us in each painting.

Huan paints quickly but captures multiple levels of meaning. For Huan, hands dominate his painting. The hand of God is most prominent but also, we feel and see the hand of evil! The illustrations are a meditation that takes the viewer into the world of the imagination. It is for the viewer to find the many hidden meanings, faces, hearts, hands and stories that call to us from Huan's deliberately chosen black-and-white world of art. In painting the cover, Huan has allowed colour to invite the reader to open this amazing world of both beauty and drama.

Rev Patrick Corbett, C.Ss.R.

Tác phẩm nghệ thuật: Món quà nghệ thuật ban đầu của Huân đã được công nhận khi anh được nhận vào Đại học Mỹ thuật ở Sài Gòn. Cuộc trốn thoát đột ngột của anh ấy xảy ra khi sự nghiệp vừa chớm nở. Trong trại tị nạn ở Galang, Indonesia, được điều hành bởi UNHCR, anh đã có thể phát triển hội họa của mình một lần nữa. Một số bức tranh của anh ta, chủ yếu là phong cảnh và hoa, được một người bạn mua và được bán ở Tây Úc. Kể từ khi anh đến vùng đất mới này, Huân đã không đưa ra bất kỳ suy nghĩ nghiêm túc nào cho nghệ thuật của mình. Nhiệm vụ minh họa cuốn sách của mình, đã cho phép anh ta phát triển với cách tiếp cận tâm linh sâu sắc mới đối với nghệ thuật của mình như bạn sẽ thấy từ nhiều minh họa nói với những người có mắt để nhìn và một trái tim để suy gẫm. Trái tim giống như "tay", nói với chúng tôi từ mỗi bức tranh.

Huân vẽ nhanh chóng nhưng nắm bắt được nhiều cấp độ ý nghĩa. Đối với Huân, bàn tay thống trị bức tranh của mình. Bàn tay của Thiên Chúa là nổi bật nhất, nhưng chúng ta cũng cảm thấy và nhìn thấy bàn tay của cái ác! Các minh họa là một thiền định đưa người xem vào thế giới của trí tưởng tượng. Đó là cho người xem tìm thấy nhiều ý nghĩa, khuôn mặt, trái tim, bàn tay và những câu chuyện ẩn giấu là thông điệp mà Huân muốn chuyển tải tới chúng ta, được phác họa bằng nghệ thuật đen trắng. Bức tranh trang bìa, Huân đã dùng màu, xin mời người đọc mở ra thế giới tuyệt vời này của cả vẻ đẹp và kịch tính.

Rev. Patrick Corbett, C.Ss.R.

Acknowledgments

I thought writing my story in two languages and providing illustrations would be the most demanding task; however, that was until I discovered all the complexities involved in the world of publishing and the headache, I was giving to my friends at Coventry Press.

Editor Hugh McGinlay and his colleague in design kindly pointed out some of the problems.

How best to present two languages as a unit, and while typesetting might sound simple, it is trickier than it seems. First and foremost, setting text in fonts that render properly, read legibly, and possess all the characters and accent marks needed for both languages.

Layout. This is where the real complexities begin. Layout styles differ between cultures, so a book laid out by someone of Australian culture will dominate over any potential differences in the layout style of Vietnamese. That may not be an issue, but it is good to bear it in mind. At the very least, the layout/design of an English-Vietnamese publication written by a Vietnamese must be sensitive to the dominant role that image may play. The question of dominance enters immediately... which language comes first and what does that imply?

I took great hope from their final conclusion:

> But, all of that said, the opportunity to produce a bilingual edition of *Take Nothing for the Journey* is an important one that should not be missed. It is a significant contribution to Catholic publishing.

Thank you, Hugh McGinlay and thank you, Coventry Press

Chân thành cảm ơn

Trước đây tôi cứ nghĩ viết chuyện về đời mình bằng hai ngôn ngữ cộng thêm vẽ tranh minh họa là việc khó khăn nhất. Tuy nhiên, khi gửi sách đi in, tôi mới hiểu việc in ấn và xuất bản sách phức tạp và vất vả như thế nào. Ban biên tập của nhà xuất bản Coventry Press đã phải nhức đầu khi nhận in sách của tôi. Chủ biên tập Hugh McGinlay và đội ngũ của anh không quản ngại chỉ cho tôi thấy những vấn đề khó khăn khi in sách của tôi.

Làm thế nào để trình bày tốt nhất hai ngôn ngữ trong một bản văn, và trong khi việc đánh máy nghe có vẻ đơn giản, lại là những vấn đề nan giải hơn tôi nghĩ. Việc trước hết và chính yếu nhất là chọn phông chữ phù hợp cho bản văn, dễ đọc, và các ký tự cũng như dấu trọng âm phải chuẩn cho cả hai ngôn ngữ.

Bố cục bản văn là việc gây ra nhiều vấn đề phức tạp. Phong cách trình bày sẽ khác nhau giữa hai nền văn hoá, vì vậy một cuốn sách được giàn trang bởi một người của văn hoá Úc sẽ có thể lấn át đi những giá trị khác biệt trong phong cách trình bày của ngôn ngữ Việt. Đó có thể không là vấn đề, nhưng ai làm việc in ấn cũng cần ghi nhớ sự khác biệt này. Ít nhất, người bố cục giàn trang cho một ấn phẩm Anh-Việt do một người Việt viết hẳn phải tinh tế, không bị chi phối trong vai trò chủ biên của mình. Vấn đề nan giải đó cụ thể là... ngôn ngữ nào sẽ được đặt trước, và bố cục như thế có ngụ ý gì?

Tôi đã thực sự hy vọng sau quyết định của nhà xuất bản.

Mặc dù có nhiều khó khăn như đã trình bày trên, việc xuất bản tác phẩm song ngữ *Hành Trình Không Hành Trang* này là một cơ hội quan trọng chính đáng không nên bỏ lỡ. Đây là một đóng góp ý nghĩa cho ngành xuất bản Công Giáo.

Chân thành cảm ơn Hugh McGinlay và nhà xuất bản Coventry Press.

Special thanks

The Vietnamese word for thanks is *Cảm ơn*. If it is a very special thank, we add *Cảm ơn nhiều lắm*! Indeed, I wish to add a very special thanks to my friend and spiritual guide Fr Patrick Corbett. Fr Patrick is a member of the Redemptorist Congregation who care for the Holy Eucharist parish in St Albans South. He was with our family for the burial of both my mother and father. He often shared a morning coffee with my father and, although my father only spoke Vietnamese, there was a deep bond between them. My friendship with Fr Patrick has continued and I was surprised and happy when he agreed to help me with my effort to write my story in English. I'm writing this for my family and I wanted a copy to be in English. It was a big surprise when Fr Patrick suggested that I use my art to illustrate my story. Painting has been with me from my days in Vietnam but it has been quite dormant since my arrival in Australia. It surprised me that the illustrations seemed to paint themselves in a quite different medium from my days in Vietnam. Fr Patrick told me: "Huan, you will have to use words to help readers experience your painting."

Cover Design

The beautiful stained-glass windows that adorn the Shrine of *Our Lady of La Vang* in Keysborough, a suburb of Melbourne, has been the inspiration for my cover design. The window depicts the struggle that so many Vietnamese boat people endured in their search for a better life. For many it was also a faith journey for persecuted people seeking to live their faith. For me, my boat journey, despite its strange beginnings, was indeed a journey of learning to pray and believing in God's loving and protective hands. It is a faith that is still with me today. It is a faith story that I am happy to share with my children for whom I am actually writing this part of my life's journey.

Art has allowed me to portray something of my inner soul in the sketches that accompany my story. As you will see my art has

Cảm ơn nhiều lắm

Từ tiếng Việt để cảm ơn là cảm ơn. Nếu đó là một lời cảm ơn rất đặc biệt, chúng tôi sẽ thêm cảm ơn nhiều lắm! Thật vậy, tôi muốn thêm một lời cảm ơn rất đặc biệt đến người bạn và người hướng dẫn tâm linh của tôi, Cha Patrick Corbett. Cha Patrick là một Linh Mục dòng Chúa Cứu Thế, cha chăm sóc giáo xứ Thánh Thể ở St Albans South. Cha đã ở cùng gia đình để cử hành Thánh lễ mai táng mẹ và cha tôi. Cha thường chia sẻ trò chuyện cà phê buổi sáng với cha tôi và mặc dù cha tôi chỉ nói tiếng Việt, có một mối liên kết sâu sắc giữa họ. Tình bạn của tôi với Cha Patrick đã tiếp tục và tôi đã rất ngạc nhiên và vui mừng khi Cha đồng ý giúp tôi với nỗ lực của tôi để viết câu chuyện bằng Anh ngữ. Tôi viết hồi ký này cho gia đình và tôi muốn một bản viết bằng tiếng Anh.

Đó là một bất ngờ lớn khi Cha Patrick đề nghị tôi sử dụng hội họa để minh họa câu chuyện của mình. Vẽ tranh đã gắn liền với tôi từ những ngày tôi ở Việt Nam nhưng nó đã khá im lặng kể từ khi tôi đến Úc. Những bức tranh tôi vẽ làm tôi ngạc nhiên rằng các hình minh họa dường như tôi vẽ bằng vô thức trong một môi trường phương tiện khá khác biệt so với những ngày tôi ở Việt Nam. Cha Patrick nói với tôi: Huân, con sẽ phải ghi chú ý nghĩa để giúp độc giả trải nghiệm bức tranh của con.

Tranh Bìa sách

Bức tranh màu tuyệt đẹp bằng thuỷ tinh tô điểm cho ngôi đền Thánh của nhà Thờ Đức Mẹ La Vang ở Keysborough, tại một vùng ngoại ô của Melbourne, làm nguồn cảm hứng cho vẽ mẫu bìa cuốn sách của tôi. Bức tranh mô tả lại hành trình vượt biển người Việt Nam phải chịu đựng đau khổ tìm một cuộc sống tốt. Đối với nhiều người đó cũng là một hành trình đức tin cho những ai bị đàn áp đang tìm cách được sống với đức tin của mình. Hành trình vượt biên của tôi là một sự lạ lùng, thật sự là một hành trình học cách cầu nguyện và tin tưởng vào bàn tay yêu thương và bảo vệ của Thiên Chúa. Đó là đức tin xác tín vào Thiên Chúa và đã và đang sống với tôi ngày hôm nay. Là một câu chuyện đức tin mà tôi rất muốn viết lại để được chia sẻ với các con của tôi và tất cả mọi người.

developed from my days at the Fine Art University in Saigon where we enjoyed reproducing the beauty of natural scenes. Since my arrival in this new and wonderful land, I have not felt the urge to paint. I'm surprised that trying to tell my story in art has allowed a whole new 'art form' to emerge. While I find it difficult, I have tried to put words around what was happening in my soul in each of these paintings. I see each painting as a type of jigsaw where many differently-shaped pieces fit together to tell a story. There are many levels in each painting. Sometimes the white background is the entrance into the wider picture. Other times one must search for the missing pieces that will reveal the full story.

Faces, my own and others tell a story. As you look closely at the cover, I have painted three faces: the face turned to the heavens is 'my spirit'; the face under the symbolic flag is 'my heart', and the face, looking to the past and connected to the elements, is 'my body'. In all the paintings the protecting, guiding hands of God.

Above the fragile boat, those on board representing the *UNHCR*, I have painted the 'Dove of the Holy Spirit' and the Cross with the Redeeming blood of the Lord.

My hope is that my art will evoke a response in your soul.

Mỹ thuật tạo hình đã cho phép tôi miêu tả một cái gì đó về tâm hồn bên trong của tôi trong các bản phác thảo đi kèm với câu chuyện của tôi. Như bạn sẽ thấy khả năng hội họa của tôi đã phát triển từ những ngày tôi tại Đại học Mỹ thuật ở Sài Gòn, nơi chúng tôi thích tái tạo vẻ đẹp của những cảnh tự nhiên. Kể từ khi tôi đến vùng đất mới và tuyệt vời này, tôi đã không cảm thấy muốn vẽ. Tôi đã ngạc nhiên khi thử dùng thể loại minh họa đã hình ra một trường phái hoàn toàn mới xuất hiện trong hội họa. Dù có khó khăn diễn tả, tôi đã đặt tâm trí tôi vào những gì đã đang xảy ra trong tâm hồn tôi trong mỗi minh họa. Tôi tạo ra mỗi minh họa là một thể loại tạo hình và nối kết lại với nhau với nhiều và hình dạng cho phù hợp với mỗi chương để bổ túc thêm cho câu chuyện. Có nhiều cấp độ trong mỗi minh họa. Đôi khi nền trắng là không gian của và lối vào làm hình ảnh rộng hơn. bằng những cách vẽ, làm cho người xem phải tìm kiếm các phần còn lại và sẽ tiết lộ thêm toàn bộ câu chuyện.

Những Khuôn Mặt, của chính tôi và những người khác diễn tả câu chuyện, Khi bạn nhìn kỹ vào trang bìa, tôi đã vẽ ba khuôn mặt: khuôn mặt hướng lên bầu trời là 'tinh thần của tôi; Khuôn mặt dưới lá cờ tượng trưng là 'trái tim của tôi, và khuôn mặt là cơ thể của tôi nhìn về quá khứ và kết nối với những yếu tố. Trong tất cả các bức tranh tay có bàn tay của Thiên Chúa hướng dẫn và chở che.

Trên chiếc thuyền mong manh là biểu tượng thuyền nhân của cao ủy tị nạn, tôi vẽ 'chim bồ câu hình của Chúa Thánh Thần và thập giá và dòng máu cứu chuộc của Thiên Chúa.

Hy vọng của tôi là nghệ thuật của tôi sẽ gợi lên một phản ứng trong trái tim bạn và chạm vào tâm hồn bạn.

In this first painting, I have drawn my face but allowed my mind to tell you its own story. Hands have their own way of expressing feelings. They hold a central place in each painting. Foremost, they are the hands of God, they are helping hands, healing hands, but they can also be used to hurt and harm – evil hands. Both types of hands are present in each painting representing the duality that is present in our world and the deep desire in each of us for unity. The Asian *Yin & Yang* is part of my Vietnamese heritage, we call it *âm dương* – light and dark, life and death, male and female. We long for the two to be one. This painting has three levels.

The top, a struggle of dark hands to overcome hands of joy! The centre, the fragile boat sailing on dark waters and the joyful hands of freedom seekers! The three figures are the symbol of the UNHCR. They hold both the Bible of hope and a coffin recalling the tragedy of so many who lost their life at sea.

Below, hands form a heart, but within the heart the masked face and forces of good and evil.

Trong thiết kế bìa này, được sao chép ở đây bằng màu đen và trắng, tôi đã vẽ khuôn mặt của mình nhưng cho phép tâm trí của tôi kể cho bạn câu chuyện của chính tôi. Bàn tay có cách riêng để thể hiện cảm xúc. Chúng giữ một vị trí trung tâm trong mỗi bức tranh. Trước hết, đó là bàn tay của Thiên Chúa, bàn tay đang giúp đỡ, chữa lành những bàn tay bị tổn thương, nhưng bàn tay của Ngài cũng có thể trừng phạt những bàn tay làm điều dữ. Cả hai loại bàn tay đều có mặt trong mỗi bức tranh đại diện cho tính hai mặt hiện diện trong thế giới của chúng ta và mong muốn hiệp nhất. Từ triết lý văn hóa và tinh thần của người Việt Nam về âm – dương, ánh sáng và bóng tối, sự sống và cái chết, nam và nữ... Chúng ta khao khát hiệp nhất nên một. Bức tranh này có ba cấp độ. Ở phía trên, một cuộc đấu tranh của bàn tay đen tối để dập tắt bàn tay của hy vọng!

Trung tâm, chiếc thuyền mong manh đi trên vùng nước tối và bàn tay vui mừng của những người tìm kiếm tự do là biểu tượng của UNHCR. Họ giữ cả Kinh thánh của hy vọng và một quan tài gợi lại bi kịch của rất nhiều người đã mất mạng trên biển. Bên dưới, bàn tay tạo thành một trái tim, nhưng trong trái tim, mặt nạ ma lực của ác và thiện.

Chapter 1
The Echo: 'Can you stay at home with me today?'

'Take nothing for the journey.' These words, calling to us from the Gospel of Mark, invite us to live a simple life. For me, however, they seem to touch on something quite different. Just how different you will see as you read my story. Perhaps, the dislocation of the war in Vietnam might help you understand my unorthodox approach to life.

My departure from Vietnam was totally unprepared for and, even these many years later, I find it hard to comprehend.

Tan Thuan, Nha Be, Sai Gon. 13 June 1989.

My older brother, the first child of my parents, carefully planned his escape from Vietnam. From Australia, he was able to send home photos that were beautiful and colourful and so different from when he was still living in Vietnam. Every time a visitor came to our home, my parents showed off his pictures and talked a lot about him as if it were a matter of pride.

My older brother had fallen out with authorities and the same had happened to my younger brother. Hence, the need to escape! Of course, his departure was also carefully planned and my sudden joining him was totally unplanned.

I still hear my younger brother's voice on that morning of 13 June 1989, his last day in Vietnam. As I left the house, he called out, *'Can you stay at home with me today?'* His words felt like a stab in my heart and they stirred something deep in my spirit.

There were a lot of people on the street that day who would not understand my anxiety about my younger brother who was about to escape from Vietnam and find freedom.

To attempt an escape is a violation of the law in Vietnam. Why did my parents allow him to leave? The question kept repeating itself in my mind even though I didn't want to think about it, but it

Chương 1
Tiếng vọng: Anh có thể ở nhà với tôi hôm nay không?

Hành trình không hành trang. Không đem theo một thứ gì cho hành trình, những lời này, gợi lại cho chúng ta từ Tin Mừng Mác- cô, mời gọi chúng ta sống một cuộc sống đơn giản. Tuy nhiên, đối với tôi, nó dường như chạm vào một thứ gì đó khá khác biệt. Bạn sẽ thấy khác biệt như thế nào khi đọc câu chuyện của tôi. Có lẽ sự biến động của cuộc chiến tranh ở Việt Nam có thể giúp bạn hiểu khác và cách tiếp cận từ mỗi góc nhìn khác nhau.

Sự ra đi của tôi từ Việt Nam đã hoàn toàn không chuẩn bị, nhiều năm trôi qua tôi vẫn thấy khó hiểu.

Tân Thuận, Nhà Bè, Sài Gòn. Ngày 13 tháng 6 năm 1989.
Người con thứ nhất của ba mẹ tôi, anh đã lên kế hoạch cẩn thận thoát khỏi Việt Nam. Từ nước Úc, anh đã có thể gửi những bức ảnh rất đẹp, sang trọng và rất khác so với khi anh vẫn còn sống ở Việt Nam. Mỗi khi một vị khách đến nhà chúng tôi, cha mẹ tôi khoe ảnh của anh ấy và nói rất nhiều về anh ta với cả niềm tự hào.

Anh trai tôi đã không thể sống với chính quyền và em trai tôi cũng vậy. Họ cần phải trốn thoát. Tất nhiên, sự ra đi này cũng được lên kế hoạch cẩn thận và tôi bất ngờ tham gia với anh ta hoàn toàn không có kế hoạch.

Tôi vẫn nghe thấy giọng nói của em trai tôi vào sáng ngày 13 tháng 6 năm 1989, ngày cuối cùng của anh ấy ở Việt Nam. Khi tôi rời khỏi nhà, anh ta gọi: "Anh có thể ở nhà với tôi hôm nay được không?" Những lời nói của em trai tôi cảm thấy như một cú đánh động trong trái tim tôi và nó khuấy động thứ gì đó sâu sắc trong tâm trí của tôi.

Có rất nhiều người trong khu phố ngày hôm đó sẽ không hiểu được sự lo lắng của tôi về em trai của tôi, người sắp trốn thoát khỏi Việt Nam để đi tìm tự do.

Bỏ trốn, vượt biên là vi phạm luật pháp tại Việt Nam. Tại sao ba

left me with an anxious feeling in my heart. I had argued with my parents about his illegal escape from Vietnam by boat. The government called it treason.

Such a journey was filled with storms – storms that could involve death from hunger and thirst, not to mention pirates intercepting the boat, or the misfortune of being arrested by police, then tried and detained for a long time. Even if successful in reaching a refugee camp, there is no guarantee they will be declared refugees and then they face being returned to Vietnam!

My parents were Catholic and believed in God's providence. Their first son had escaped from Vietnam to enjoy freedom and settled in Australia. They hoped their sixth son would also have a better future.

30 April 1975 was the day the Northern Communists took over the South and the dictatorship-like policy of the Communist Government meant that people lost all democratic freedom. For many Vietnamese, the only hope was to migrate illegally and escape by boat to faraway lands.

Since my father had worked for the government of South Vietnam, my family was always under the eye of the regional communist government. We had to live in very unsuitable dwellings. Indeed, any sign of antagonistic action would be considered reactionary and hostile to the government.

My life seemed to fit in with the mood of the communist government. By 1987. I had a job at the Cultural and Information Nha Be district. I had worked there for two years and because of my hard work at the agency, I was trusted and supported by them.

I was admitted to Saigon Fine Arts University. I was in my second year preparing for an examination. It had been my dream to become an artist. I had good friends in this school and we studied together and looked for beautiful scenes in the area and outside the city to draw and paint landscapes. Most students had to live away from home and live in the school's dormitory. Our lives were very hard. We often shared food and sat together in coffee shops, smoking cigarettes and chatting about life.

mẹ tôi lại cho phép anh ta rời đi? Câu hỏi cứ lặp đi lặp lại trong tâm trí tôi, mặc dù tôi không muốn suy nghĩ về điều đó, nhưng nỗi lo lắng cứ gợi lên trong tâm trí tôi cách tự nhiên. Tôi đã tranh luận với cha mẹ tôi về việc em trai bỏ trốn khỏi Việt Nam bằng thuyền là bất hợp pháp. Chính phủ gọi điều đó là phản quốc.

Một hành trình như vậy có thể dẫn đến đến cái chết bởi đói khát, cướp biển hoặc đắm thuyền. Nếu bị công an bắt giữ sẽ không được xét xử và bị giam giữ nhiều năm. Khi đến được các trại tị nạn sẽ bị trao trả về Việt Nam vì ra đi sau ngày các trại tỵ nạn đóng cửa.

Cha mẹ tôi là người Công giáo, họ tin vào sự quan phòng của Thiên Chúa. Người con trai đầu lòng của cha mẹ đã trốn thoát khỏi Việt Nam, đang tận hưởng tự do và định cư ở Úc. Cha mẹ tôi hy vọng người con trai thứ sáu của họ cũng sẽ có một tương lai tốt đẹp như vậy.

Ngày 30 tháng 4 năm 1975, là ngày mà những người cộng sản miền Bắc tiếp quản miền Nam và chính sách độc tài độc đoán của nhà cầm quyền Cộng sản đã tước hết quyền tự do dân chủ. Đối với nhiều người Việt Nam, hy vọng duy nhất của họ là di cư bất hợp pháp, trốn thoát bằng thuyền hoặc đường bộ để đến vùng đất có nền dân chủ.

Vì cha tôi đã làm việc cho Chính phủ Miền Nam, Việt Nam Cộng Hòa, nên gia đình tôi luôn ở dưới tầm mắt của nhà cầm quyền Cộng sản khu vực. Chúng tôi phải sống trong một nơi không thuận tiện. Thật vậy, bất kỳ dấu hiệu của hành động đối kháng nào cũng sẽ được coi là phản động và thù địch với chính quyền.

Cuộc sống của tôi dường như quen với tình trạng khắt khe của chính quyền Cộng sản. Đến năm 1987. Tôi đã có một công việc tại phòng văn hóa và thông tin thuộc huyện Nhà Bè. Sau hai năm, tôi đã làm việc chăm chỉ tại cơ quan nên tôi được họ tin tưởng và hỗ trợ.

Tôi đã được nhận vào Đại học mỹ thuật Sài Gòn. Tôi đã học năm thứ hai chuẩn bị cho một kỳ thi. Đó là giấc mơ của tôi để trở thành một hoạ sĩ. Trong ngôi trường này tôi đã có những người bạn tốt để cùng nhau học hỏi và tìm kiếm những cảnh đẹp trong trong thành phố và ngoại thành để vẽ.

We often argued about the communist theory and the injustices and crises in the current life of the Vietnamese people. Many were dissatisfied with the authorities and disagreed with their policies and their economic management.

The Department of Culture did not allow teachers to exhibit paintings about any policy-oriented aspects of the Communist Party. Some teachers in our school felt the need to escape from Vietnam to find freedom.

One friend asked me, 'Have you ever thought of escaping from Vietnam to find freedom?'

I boldly answered: *I am a Catholic and Vietnam is my motherland*!

I was continuing to draw for the second-year test. After six months of work, I had a manuscript and paintings almost ready.

This morning, I walked into the classroom where students were working. I prepared brushes and paints and stood for a long time just watching the painting that I had been drawing for nearly two weeks but had not yet completed.

I did not understand why I could not finish the painting. Even though I tried to draw many times, somehow the painting refused to let me finish! A close friend in the classroom saw my problem and said: *'What was happening to you this morning. Did you lose your soul?'*

We went out of class and inside the alley near the school to a cafe where poor students gathered. Sadly, the taste of tobacco and the aroma of coffee was not enough to change my mood.

The sad face of my younger brother appeared in my mind. My friend said: *'If you are tired and not able to paint it is better to go home rather than return to class'*. I was wondering if my brother's departure had something to do with my inability to paint. We returned to school and went to class. The room had a strangely quiet atmosphere.

Students were focusing on working for the test. I returned to the drawing and stood watching the painting into which I had put in a lot of hard work. I was still standing in front of the drawing when

Hầu hết học sinh phải sống xa nhà và ở lại trong ký túc xá của trường. Cuộc sống của họ rất khó khăn. Chúng tôi thường chia sẻ thức ăn và ngồi cùng nhau trong các tiệm cà phê, cùng chia sẻ một điếu thuốc lá và trò chuyện về cuộc sống hiện tại.

Chúng tôi thường tranh luận về lý thuyết Cộng sản, những bất công và khủng hoảng trong cuộc sống hiện tại của người dân Việt Nam. Nhiều người không hài lòng với chính quyền và không đồng ý với chính sách quản lý kinh tế của họ.

Bộ Văn hóa không cho phép giáo viên triển lãm tranh về bất kỳ khía cạnh định hướng chính sách nào của Đảng Cộng sản. Một số giáo viên trong trường chúng tôi đã phải trốn thoát khỏi Việt Nam để tìm tự do.

Một người bạn đã hỏi tôi: "Bạn đã bao giờ nghĩ đến việc trốn thoát khỏi Việt Nam để tìm tự do chưa?" Tôi mạnh dạn trả lời: *"Tôi là người Công giáo và Việt Nam là quê hương của tôi!"*

Tôi đang tiếp tục vẽ cho bài kiểm tra cuối học kỳ năm thứ hai, sau sáu tháng làm việc, tôi đã có bản thảo và hình ảnh gần như sẵn sàng.

Sáng nay, tôi bước vào lớp học nơi sinh viên đang làm việc. Tôi đã chuẩn bị cọ vẽ, màu sơn và tôi vẫn đứng trong một thời gian dài chỉ để xem bức tranh mà tôi đã vẽ trong gần hai tuần nhưng chưa hoàn thành.

Tôi không hiểu tại sao tôi không thể tiếp tục làm việc được để hoàn thành bức tranh. Mặc dù tôi đã cố gắng vẽ nhiều lần, bằng cách nào đó bức tranh đã từ chối để tôi hoàn thành! Một người bạn thân trong lớp đã nhìn thấy vấn đề của tôi và nói: *"Anh có mất hồn không vậy?" Điều gì đang xảy ra với anh sáng nay?"*

Chúng tôi ra khỏi lớp và men theo hẻm gần trường đến một quán cà phê nơi các sinh viên nghèo tụ tập. Đáng buồn thay, hương vị của thuốc lá và mùi thơm của cà phê là không đủ để thay đổi tâm trạng của tôi.

Khuôn mặt buồn của em trai tôi xuất hiện trong tâm trí tôi. Bạn tôi nói: *"Nếu bạn mệt mỏi và không thể vẽ thì nên về nhà tốt hơn là trở về lớp"*. Tôi đã tự hỏi việc em trai tôi khởi hành có liên quan gì đến việc

the bell rang. The clock told me it was 11:30. We were approaching the noon rest. I went to my friend and said to him, *'I must go home!'*

I quickly rode my bicycle along the familiar roads that I have passed for more than two years; but today, I have another feeling about these roads that are running back behind me. The emotions in my mind seemed to be telling me that while I had left my home some years ago, it was only now that I was coming home.

I hurried into the house. My father was holding a grandchild in his arms. I asked him: *'Why did you give Hien permission to escape to find freedom from Vietnam alone, all alone?'* I looked at my father and waited for his answer, but he did not say a word. His face was worried and sad. My father gave me the baby girl and left the house. I hugged the baby and sat down on the chair and I could feel her warmth. She is the grandchild of my parents, a baby daughter of my parents' second son. Soon, the baby was asleep on my chest. In my heart, I felt peaceful when I heard the soft sound of the baby's breathing and the pleasant aroma of her little body.

The atmosphere in the house was calm and peaceful. A cool breeze was blowing into the house and making me feel sleepy.

I was woken up by my younger brother who was excited and wanted to go and drink beer. He called out: *'Wake up! I want us to drink together and share my last beer'*. I could smell alcohol on his breath.

We went inside a small tent, where there was a table and a pot of beef vermicelli on the stove. Smoke and the fragrance of the soup filled the air. An older brother was sitting at the small table. He is the third child of my parents. On the small table were a bowl, a few pieces of cooked beef, two bottles of beer, fermented fruit, a bottle of white wine, and a box of cigarettes. I sat down and chatted. My older brother took a cup of wine and said: *'Cheers for luck. May this be the right time to escape from Vietnam'*.

I drank some wine and emptied my cup. I thought it was a strange farewell. My younger brother was so full of joy and raised another cup to me and said: *'It is the last time we will be together'*.

Suddenly, he could not speak and was crying. My older brother

tôi không thể vẽ. Chúng tôi trở lại trường và đến lớp, căn phòng có một bầu không khí yên tĩnh kỳ lạ.

Sinh viên đang tập trung vào làm việc cho bài kiểm tra. Tôi trở lại bản vẽ và đứng xem bức tranh mà tôi đã làm rất nhiều công việc khó khăn. Tôi vẫn đứng trước bản vẽ khi tiếng chuông vang lên. Tôi nhìn đồng hồ là 11:30. Chúng tôi đã vào buổi nghỉ trưa.

Tôi đã đến gặp bạn tôi và nói với anh ta: *"Tôi cần phải về nhà!"* Tôi chạy xe đạp thật nhanh, dọc theo những con đường quen thuộc mà tôi đã đi qua hơn 2 năm; nhưng hôm nay, tôi có một cảm giác khác lạ về những con đường đang chạy ngược lại phía sau tôi. Những cảm xúc trong tâm trí của tôi như đang nói với tôi rằng tôi đã rời khỏi nhà nhiều năm trước, chỉ đến bây giờ tôi đang mới trở về.

Tôi vội vã vào nhà. Ba tôi đang bồng một đứa cháu trong tay. Tôi hỏi ba: "Tại sao cha lại cho phép Hiến vượt biển để tìm kiếm sự tự do khỏi Việt Nam một mình?" Tôi nhìn cha tôi và chờ đợi câu trả lời của cha tôi, nhưng ông không nói một lời nào. Khuôn mặt lo lắng và buồn bã. Cha tôi đưa bé gái cho tôi và rời khỏi nhà. Tôi ôm đứa bé, ngồi xuống ghế và cho bé dựa vào vai tôi. Em bé là cháu nội của ba mẹ tôi, con gái của người con trai thứ hai của ba mẹ tôi. Chẳng mấy chốc, đứa bé đã ngủ trên ngực tôi. Trong tâm trí tôi, tôi cảm thấy bình an khi nghe thấy âm thanh nhè nhẹ từ hơi thở và mùi thơm dễ chịu của em bé.

Bầu không khí trong nhà rất thanh khiết và yên bình, một làn gió mát mẻ lần lượt thổi nhẹ vào nhà và đưa tôi vào giấc ngủ.

Tôi đã bị đánh thức bởi em trai tôi, anh ta có vẻ hào hứng cho việc đi uống bia. Anh ta gọi lớn giọng: "Thức dậy! Anh sẽ cùng uống bia lần cuối cùng với em." Tôi có thể ngửi thấy mùi rượu trong hơi thở của anh ta.

Chúng tôi đi vào trong một cái lều nhỏ, nơi có một cái bàn và một nồi thịt bò trên bếp. Khói và mùi thơm từ món súp tràn ngập không gian. Anh trai tôi đang ngồi ở một cái bàn nhỏ. Anh là con thứ ba của cha mẹ tôi. Trên bàn nhỏ là một cái bát, một vài miếng thịt bò viên, hai chai bia, trái cây lên men, một chai rượu và một hộp thuốc lá. Tôi ngồi xuống và trò chuyện. Anh trai tôi lấy một ly rượu và nói: *"Cùng chúc mừng thằng em ra đi được may mắn, thoát khỏi Việt Nam"*.

H- Tr said to him: *'You are such a strong man; I am proud of you'*.

I realised that my brother had changed over the past few days, his face was still innocent at the age of 17. How can I tell my younger brother, it is better not to go? He wore a camouflage outfit like a rural guerrilla but his face was that of a city boy.

It was raining outside and the wind made the rainwater blow into our small tent, the drops making a heavy sound as they fell on our table. These drops seemed to be heaven's tears weeping for my younger brother.

After many cups of wine, and feeling a little drunk, I became sad and really worried for him. I began to think: How can I share my anxious mood? I looked at my older brother and asked him:

'Have you ever thought about going with him?' He was silent for a moment and moved his head to nod but did not say one word.

I looked at my younger brother again. He had a cigarette on his lips and blew smoke into the air, but he did not look like an adult man. How can he live by himself without family in a refugee camp? There were too many dangerous things on the road ahead.

I thought about trying to convince my younger brother not to go. But just then, he called out loudly: 'Brother Tr, brother Tr '.

A young man was riding a bicycle across the road, he and I had worked in the Culture and Information Department two years ago. He was a Communist Party member. We were good friends, although there were many differences in the way we thought.

My parents and Tr are the same native people, they were born in Hue City, so my family sees him as a family member. Mr Tr came inside the small tent to join us. We 'cheered' again for our young brother that he might have a successful crossing over the seas and into freedom.

I began to think about Tr, my old colleague. We worked together two years ago and were good friends in the Cultural and Information Department. It was a good environment for me to study and develop my career. I thought about my future when I would graduate; however, my brother's words made me return to

Tôi uống cạn ly rượu. Tôi thầm nghĩ đó là một lời động viên chia tay khách xáo. Em trai tôi rất mãn nguyện giơ một chiếc ly khác cho tôi và nói: *"Đây là lần cuối cùng chúng ta còn ở bên nhau."*

Bỗng nhiên người em trai không thể nói và khóc. Anh trai tôi nói với anh ta: *"Em là một người đàn ông mạnh mẽ, anh tự hào về mày"*.

Tôi nhận ra rằng em tôi đã thay đổi trong vài ngày qua, khuôn mặt anh ta vẫn khờ khạo tuổi 17. Làm thế nào tôi có thể nói với thằng em, tốt hơn là không nên đi! Anh ta mặc một bộ trang phục ngụy trang như một du kích nông thôn, nhưng khuôn mặt của anh ta là của một cậu bé thành phố.

Bên ngoài trời mưa và gió làm cho nước mưa thổi vào lều nhỏ của chúng tôi. Những giọt nước phát ra âm thanh nặng nề khi chúng rơi xuống bàn của chúng tôi. Một ít nước rơi như để nói với tôi rằng chúng là những giọt nước mắt từ trời cao đang khóc tội nghiệp cho em trai tôi.

Sau nhiều ly rượu và cảm thấy hơi say, tôi trở nên buồn bã và thực sự lo lắng cho anh ta. Tôi bắt đầu suy nghĩ: Làm thế nào tôi có thể chia sẻ tâm trạng lo lắng của mình? Tôi nhìn anh trai tôi và hỏi anh ấy:

"Anh đã bao giờ nghĩ về việc đi cùng với thằng em chưa?" Anh ta im lặng một lúc và di chuyển đầu để lắc đầu nhưng không nói một lời.

Tôi lại nhìn em trai tôi, anh ta có một điếu thuốc trên môi và thổi khói lên không trung, nhưng anh lại trông không giống một người đàn ông trưởng thành. Làm thế nào anh ta có thể sống một mình mà không có gia đình trong một trại tị nạn? Có quá nhiều thứ nguy hiểm trên con đường ra đi phía trước.

Tôi suy nghĩ về việc cố gắng thuyết phục em trai tôi không nên đi. Nhưng ngay sau đó, anh ta đã gọi to ra ngoài đường "Anh Tr, anh trai Tr..".

Một thanh niên đang đi xe đạp qua đường. Tr và tôi đã cùng làm việc trong một bộ phận của phòng văn hóa thông tin 2 năm trước. Anh ta là một đảng viên Cộng sản. Chúng tôi là những người bạn tốt, mặc dù có nhiều sự khác biệt trong cách suy nghĩ.

Ba mẹ tôi và Tr là người cùng sinh trưởng ra tại thành phố Huế.

the present time.

My older brother spoke so loudly: *'Cheers for our brother who will escape from Vietnam and will be successful'*. He drank a lot of alcohol and was not scared that some policeman might be around. I was restless and worried and my brother's words kept echoing in my mind from this morning. *'Can you stay at home with me today?'*

Outside, the rain was stopping, and the sky has returned to blue even though there were still clouds floating in the vastness of its depth. I felt like I'm was a small cloud flying too far from my home. Suddenly, I had the idea to speak again to my father. I hurriedly stood up and said: *'I need to see my father and will come back soon'*.

I went quickly into the alley leading to the house. A breeze, blowing through the wet trees on both sides of the path leading to the house, made me both cold and wet. On the left side of the fish pond, raindrops were still falling; they were like bubbles on the face of the water and fish could be seen near the surface. To the right, there was the fruit garden planted by my father.

I walked into the house and saw the kitchen floor covered with ash from the cooking fire and the floor was wet because the corrugated iron roof was old and damaged.

Why did my family have to live in a small house, and in such a difficult living environment? Before 30 April 1975, we lived in a spacious house. My childhood was filled with beautiful memories of the neighborhood and our house garden beside the river with its green lawns.

After 30 April 1975, the local communist authorities harassed us, they did everything to take over our house and they used the new migration rules and the new economic policies to force my parents to sell the house to them at a very cheap price.

Two years later, my parents bought land near the Catholic church. Our new neighbours were Catholic. In 1954, they escaped from the communist government of North Vietnam. They had settled and now lived in the South.

The history of our present home told of the sweat and tears of my

Vì vậy gia đình tôi xem anh ta như một thành viên trong gia đình. Tr vào bên trong chiếc lều nhỏ để tham gia cùng chúng tôi khích lệ cho em trai của chúng tôi rằng anh ta có thể vượt biển thành công và đến được bến bờ tự do.

Tôi suy nghĩ về Tr, người bạn đồng nghiệp của tôi. Chúng tôi đã làm việc 2 năm trước cùng nhau. Tôi có một số người bạn tốt trong phòng văn hóa thông tin, một môi trường tốt để tôi học tập và phát triển sự nghiệp của mình. Tôi đang suy nghĩ về công việc trong tương lai sau khi ra trường thì những lời của anh trai tôi khiến tôi trở lại thời điểm hiện tại.

Anh trai tôi nói lớn tiếng: "Chúc mừng em trai của chúng ta, người sẽ thành công trốn thoát khỏi Việt Nam!" Anh ấy uống rất nhiều rượu và không còn lo sợ công an có thể ở xung quanh. Tôi không ngừng suy nghĩ và lo lắng về đứa em tôi và lời của em tôi vẫn vang vọng trong tâm trí tôi từ sáng nay. *"Anh có thể ở nhà với tôi hôm nay không?"*.

Bên ngoài cơn mưa đang dừng lại, bầu trời đã trở lại màu xanh mặc dù vẫn còn những đám mây trôi nổi trên bầu trời. Tôi cảm thấy như tôi là một đám mây nhỏ đang bay về một phương trời thật xa xôi. Tự nhiên, tôi đã có một ý tưởng, tôi vội vã đứng dậy và nói: *"Tôi cần đi về nhà gặp ba và tôi sẽ quay lại"*.

Tôi nhanh chóng đi vào con hẻm dẫn đến ngôi nhà, một làn gió thổi qua những cây vẫn còn đọng nước ở hai bên đường khiến tôi vừa lạnh vừa ẩm ướt. Ở phía bên trái của ao cá, những hạt mưa vẫn rơi, có những bong bóng trên mặt nước và những con cá có thể được nhìn thấy chúng đang nổi lên mặt nước. Ở bên phải là khu vườn trái cây do cha tôi trồng.

Tôi bước vào nhà và thấy sàn được cha tôi dùng tro củi rải lên trên nền nhà đất, vì sàn nhà bị ướt vì nước mưa dột, mái nhà đã cũ và hư hỏng.

Tại sao gia đình tôi phải sống trong một ngôi nhà nhỏ, và trong một môi trường sống khó khăn như vậy? Trước ngày 30 tháng 4 năm 1975, chúng tôi sống trong một ngôi nhà rộng rãi. Thời thơ ấu của tôi chứa đầy những ký ức đẹp đẽ về khu phố và ngôi nhà của chúng tôi, có cây xanh bên cạnh dòng sông với những bãi cỏ xanh.

parents' sacrifices. It made me remember how they built that house. My parents did not have permission from the communist authority to build, because they wanted to force us to leave the city to go to poorer areas. My parents had to confront the authorities to have a home for ten young children. Many times the policemen came with a fine and an order to dismantle our home because we did not have a license. My father was very angry but was able to keep his calm. However, my mother often burst into tears. My parents had to give money to them.

Before the war, my father was a secretary of the Government of the Republic of Vietnam at the Saigon Post Office. My mother was a homemaker. After 30 April 1975, the communist appropriated the South, and my father became a labourer. He used his strength to push tricycles and transport goods. His sweat was continually flowing because of this demanding work. My mother sold vegetables. She worked very hard and went to bed late and woke up very early.

I often think – how did my parents nurture ten children in a difficult situation and with a lack of food in a country struggling with an economic crisis? Our parents were always discriminated against by the communist authorities and declared to be bad citizens.

I stepped into our small home or, rather, a small hut made of coconut leaf material; on the right side behind the kitchen was a pig cage, and my father was working on the cage. My father was cleaning the pig stye, the smell making me hold my nose. I decided to go out, so he saw me and asked: 'What do you want, son?' I approached him and asked: 'May I go and escape from Vietnam with Hien?'

My father was very emotional and deeply silent for a long time and said: *'Let me think about it'*. I waited for his permission but he did not say anything and left the house to go somewhere.

I came back to the small shop to be part of the farewell party with my brothers and my friend. I had a few more cups of wine. I felt better after seeing my father and I could feel the wine go to my

Sau ngày 30 tháng 4 năm 1975, chính quyền Cộng sản địa phương đã quấy rối chúng tôi, họ đã làm mọi thứ để chiếm lấy ngôi nhà của chúng tôi và họ đã sử dụng các quy tắc di cư mới và các chính sách kinh tế mới để buộc cha mẹ tôi bán nhà cho họ với giá rất rẻ.

Hai năm sau, ba mẹ tôi đã mua đất gần nhà thờ Công giáo. Hàng xóm mới của chúng tôi là Công giáo. Năm 1954, họ trốn thoát khỏi chính phủ Cộng sản Bắc Việt. Họ đã định cư và hiện sống ở miền Nam.

Lịch sử của ngôi nhà hiện tại của chúng tôi. Tôi kể ra ngôi nhà đã phải xây dựng bằng mồ hôi và nước mắt với sự hy sinh của cha mẹ tôi. Nó làm cho tôi nhớ cách cha mẹ tôi xây dựng ngôi nhà đó. Cha mẹ tôi không có sự cho phép của chính quyền Cộng sản để xây dựng, bởi vì họ muốn buộc chúng tôi rời khỏi thành phố để đến các khu vực hẻo lánh. Cha mẹ tôi đã phải đối đầu với chính quyền để có một ngôi nhà cho mười đứa con. Nhiều lần công an đến phạt tiền và ra lệnh dỡ bỏ nhà của chúng tôi vì chúng tôi không có giấy phép. Cha tôi rất giận giữ nhưng cố gắng kìm nén. Tuy nhiên mẹ tôi thường bật khóc, cha mẹ tôi phải đưa tiền cho họ.

Trước chiến tranh, cha tôi là thư ký của Chính phủ Việt Nam Cộng Hòa tại Bưu điện Sài Gòn. Mẹ tôi làm việc nội trợ. Sau ngày 30 tháng 4 năm 1975, Cộng sản đã chiếm đoạt miền Nam và cha tôi trở thành một người lao công. Ông đã sử dụng sức lực của mình để đẩy xe ba bánh và vận chuyển hàng hóa. Mồ hôi của cha tôi đã tuôn chảy vì phải lao động vất vã. Mẹ tôi tần tạo bán rau. Mẹ tôi làm việc rất cực khổ, phải thức khuya dậy rất sớm.

Tôi thường nghĩ ngợi, làm cách nào cha mẹ tôi nuôi dưỡng mười đứa con trong một hoàn cảnh khó khăn và thiếu thức ăn ở một đất nước đang vật lộn với một cuộc khủng hoảng kinh tế? Cha mẹ tôi luôn bị chính quyền Cộng sản phân biệt đối xử và bị tuyên bố là những công dân xấu.

Tôi bước vào ngôi nhà nhỏ của chúng tôi hay đúng hơn là một túp lều nhỏ làm bằng vật liệu lá dừa, ở phía bên phải là chuồng heo, phía sau là nhà bếp, và cha tôi đang làm việc bên trong chuồng nuôi heo. Cha tôi đang dọn dẹp phân của chúng, mùi hôi khiến tôi phải bịt mũi. Tôi quyết định đi ra ngoài, vì vậy, cha tôi nhìn thấy tôi và

head as I drank and looked at my younger brother. I felt sorrow and pity for him. I looked at my younger brother again and asked him: *'Do you need me to go with you?'* He was so surprised and excited, and without speaking, he held my hand and nodded his head and there was happiness all over his face. My older brother shook hands and said: *'It is very good for Hien'*. I looked at my friend, Tr, who was shocked and did not speak one word. My younger brother hurriedly showed me some of his preparations. He had a golden ring on his index finger, four litres of clean water, a few cassava tubers, and ten cakes prepared by our mother.

hỏi: "Con muốn gì, con trai?" Tôi đã đến gần hơn và hỏi: "Con có thể trốn ra đi khỏi Việt Nam với Hiển không?"

Cha tôi rất xúc động và im lặng trầm tư trong một thời gian dài rồi nói: "Hãy để cha suy nghĩ về việc đó". Tôi chờ đợi sự cho phép của cha, nhưng ông ta đã không nói gì, và rời khỏi nhà để đi đâu đó.

Tôi trở lại quán ăn nhỏ để tham gia bữa tiệc chia tay với anh em và bạn tôi. Tôi đã có thêm một vài ly rượu. Tôi cảm thấy bớt lo lắng sau khi gặp gỡ cha tôi. Tôi đang cảm thấy rượu bốc lên đầu và say, tôi nhìn em trai tôi rất là tội nghiệp và thương hại. Tôi lại nhìn em trai tôi và hỏi anh ta: *Hiển có cần anh đi cùng không?* Anh ta rất ngạc nhiên và cảm động, và không nói nên lời, Hiển nắm tay tôi, gật đầu và rất vui mừng thể hiện trên khuôn mặt. Anh trai tôi bắt tay tôi và nói: *"Vậy là tốt cho Hiển!"* Tôi nhìn bạn tôi, Tr. Anh ta đã bị sốc và không nói một lời nào. Em trai tôi vội vàng cho tôi biết một số sự chuẩn bị của anh ta. Anh ta có một chiếc nhẫn vàng trên ngón trỏ, bốn lít nước sạch, một vài củ sắn và mười chiếc bánh do mẹ chúng tôi chuẩn bị.

I saw more tears in my mother's eyes

Mother's **hands** are hugging her son's silhouette. A silhouette because her sons are departing forever! The prominent **water-bottle**! Soon to be our only hope of survival.

I have captured here our last sad farewell: Here the white background shows both my white face and the dark featureless face and wordless lips of my father

My brother's outline is also white. We are about to disappear forever! The only defined face is that of my mother! Her eyes say it all. She whispers her parting words.

Tôi thấy nhiều nước mắt hơn trong mắt mẹ tôi.

*Hai **bàn tay** rõ nét của mẹ đang ôm hình bóng của con trai, diễn tả khoảnh khắc sau cùng của người mẹ sẽ không còn thấy đứa con. **Chai nước** nổi bật, là niềm hy vọng duy nhất của chúng tôi về sự sống còn sắp tới.*

Tôi đã bắt gặp được khoảnh khắc lần cuối cùng chia tay buồn: Ở phía trước, em trai tôi và tôi. Tôi đã vẽ hình ảnh chúng tôi là không có nét đặc biệt. Chúng tôi có thể ra đi vĩnh viễn! Phía sau tôi là khoảng không vô vọng và không lời.

Tôi vẽ cha tôi không thể nhìn thấy rõ ràng. Tôi vẽ rõ khuôn mặt đau khổ của mẹ tôi rơi nước mắt và thì thầm những lời cuối cùng.

Memory is coming back from the past
it shows visibly in my mother's eyes.
She cradles me still in her arms
Her love is always with me on this road of hope.

Thời gian lắng đọng chuyển mình
rơi vào mắt mẹ thay lời tiễn đưa
đong đưa hình bóng ngày xưa
hành trình hy vọng là tình mẹ cha.

As evening approached, the party came to an end and we went home. I looked at the wall clock; it was 6:37 pm. My mother came home from work and asked: *'Where is Hien?'* My mother hugged Hien. I saw more tears in my mother's eyes when she gave some last instructions to my younger brother.

It was so hard for me to ask her permission. I came to my father and asked him. He called out loudly to my mother, *'Do you want Huan to go together with Hien?'* My mother was shocked and said emotionally: *'No, not you, you have to study'*. I appreciated her concern but I needed to say something stronger from my heart. *'Please let me go with him. How can he go by himself? Even if I graduate, I will not have a good future living here.'* I looked around for all my brothers and sisters to support my request and win over my mother. But no one spoke.

After a moment of silence, I heard my mother say in tears: *'H, you have to give the gold ring to your older brother, please. I will find another one for you'*. My mother said this many times and spoke so loud to my younger sister. She just moved her head and said: *'No, I do not want to, it belongs to me'*. She is my parents' fifth child.

A stranger then came into the house, and my friend Tri took the man outside. Not long after that, Tr returned to my father and said something to him. I looked at all my siblings one last time. I held my mother's hand and told her: *'I have to leave now'*. I heard my mother cry while I walked out of the house.

The sky showed the first signs of that sad evening. As I watched the sky, some clouds turned red in the setting sun. It seemed to be an omen and spoke of the sad eyes of all Vietnamese mothers who are still watching as their children disappear on the distant road of hope. It is so distressing that this search for freedom must begin with an escape under the cover of darkness.

Why are there so many Vietnamese people escaping from Vietnam? Why can't we live in our motherland? That is the question still in my mind and I fear in the minds of the people around the world.

And it is the question of today's world because there are still many people around the world who are living miserably in refugee camps and migrant prisons.

Khi buổi tối đến gần, bữa tiệc đã kết thúc và chúng tôi về nhà. Tôi nhìn vào đồng hồ treo tường, đó là 6:37 chiều. Mẹ tôi đi làm về và hỏi: "Hiển ở đâu rồi? Hiển ở đâu?" Mẹ ôm choàng lấy Hiển, tôi thấy nhiều nước mắt trong mắt mẹ tôi hơn, khi bà dặn dò và hướng dẫn cho em trai tôi.

Thật khó để tôi xin phép mẹ tôi. Tôi đến gặp cha tôi và hỏi ông. Cha tôi gọi to cho mẹ tôi: *"Bà có muốn Huân đi cùng với Hiển không?"* Mẹ tôi đã bị sốc và xúc động mạnh, mẹ nói: *"Không, không được! Con đang đi học"*. Tôi hiểu rõ mức độ quan tâm của mẹ dành cho tôi, tôi cần phải nói mạnh mẽ hơn từ nhiệt tình của tôi: *"Xin hãy để cho con đi với Hiển, làm sao! Hiển không thể một mình ra đi được? Ngay cả khi con tốt nghiệp, con sẽ không có một cuộc sống tương lai tốt ở đây!"* Tôi nhìn xung quanh tất cả các anh chị em của tôi để xin sự ủng hộ của họ, về yêu cầu của tôi, sẽ được mẹ tôi chấp nhận. Nhưng không một ai lên tiếng.

Sau một lúc im lặng, tôi nghe mẹ tôi nói trong nước mắt: *"H.., con phải đưa chiếc nhẫn vàng cho anh trai con, làm ơn, mẹ sẽ trả lại chiếc nhẫn khác cho con."* Mẹ tôi nói lời này nhiều lần và nói rất to với em gái tôi. Cô ta lắc đầu và nói: *"Không, con không muốn, nó thuộc về con."* Cô ta là đứa con thứ năm của cha mẹ tôi.

Vào lúc đó, một người lạ đã bước vào nhà, và bạn tôi, Tr đã đưa người đàn ông ra ngoài. Không lâu sau đó, Tr bước vào nhà gặp cha tôi và nói điều gì đó với cha tôi. Tôi đã nhìn tất cả anh chị em của tôi lần cuối. Tôi nắm tay mẹ tôi và nói với mẹ: *"Con đi nghe mẹ"*. Tôi nghe được tiếng khóc của mẹ tôi khi tôi bước ra khỏi nhà.

Bầu trời cho thấy những dấu hiệu đầu tiên của buổi tối buồn đó. Khi tôi nhìn bầu trời, một số đám mây chuyển sang màu đỏ dưới ánh mặt trời. Nó dường như là một điểm báo và nói về đôi mắt buồn của tất cả các bà mẹ Việt Nam, những người mẹ vẫn đang mong mỏi theo dõi khi con cái họ ra đi và mất dần trên con đường ra đi tìm tự do.

Thật đau khổ đến nỗi tìm kiếm tự do này phải bắt đầu bằng một lối thoát dưới vỏ bọc bóng tối. Tại sao có rất nhiều người Việt Nam trốn thoát khỏi Việt Nam? Tại sao chúng ta không thể sống ở quê hương?

Đó là câu hỏi vẫn còn trong tâm trí tôi và là câu hỏi của thế giới ngày nay vì vẫn còn nhiều người khắp nơi trên thế giới đang phải sống đau khổ trong các trại tị nạn và trại giam người di cư.

Chapter 2
Departure
Take Nothing for the journey

13 June 1989. The first day. Tan Thuan, Nha be.

I become quite emotional as I think of that farewell. I still remember my mother instructing my younger brother as we left home and telling him: *'Do not let your older brother keep the water bottle'*. She knew I could be irresponsible and that I would want to share water with other people.

My friend carried me on his bicycle to find freedom. He was a communist. Why did he help me escape? I looked back at my house for the last time. I felt like a child setting off for the first day at kindergarten! However, it was anything but kindergarten!

I thought again about my younger brother. I did not have a close relationship with him and there were often differences between us as brothers. We are very different. Why was I worried about him? And was I worried about myself? Suddenly, I was feeling bad about my sudden decision and what might happen to me, and, yes, suddenly, it felt like my eyes wanted to cry.

Two bikes, one for my friend to carry me and the other for my older brother to carry my younger brother, left the house and turned left to Tran Xuan Soan Street, passing the Thuan Phat church where my father had gone to pray for us just two hours earlier. The day was Friday and, inside the church, there were a lot of people attending the evening Mass. I have only good memories of the church community of my childhood.

My younger brother had a bag containing the very necessary things for the departure. I suddenly felt bad and guilty. Why did I not bring anything for myself?

Two bikes run across the junction of Tan Quy, Nha Be. On the

Chương 2
Sự khởi hành.
Không có gì cho cuộc hành trình

Ngày 13 tháng 6 năm 1989. Ngày đầu tiên. Tân thuận, Nhà bè.

Tôi trở nên quá xúc động khi nghĩ về buổi chia tay đó. Tôi vẫn còn nhớ mẹ tôi dặn dò em trai tôi khi chúng tôi rời khỏi nhà, mẹ nói với anh ta: *"Đừng để anh con giữ chai nước".* Mẹ tôi biết tôi tất trách, không muốn tôi chia sẻ nước cho người khác.

Bạn tôi là người đưa tôi ra đi. Anh ta cũng là một người cộng sản. Tại sao lại giúp tôi trốn thoát? Trên chiếc xe đạp của anh ta tôi nhìn lại nhà tôi lần cuối. Tôi cảm nhận tôi như một đứa trẻ ngày đầu tiên đến trường mẫu giáo! Tuy nhiên bất cứ điều gì cũng từ lớp vỡ lòng!

Tôi đã suy nghĩ lại về đứa em trai của tôi. Tôi không có mối quan hệ mật thiết với anh ta và có sự khác biệt giữa chúng tôi dù là anh em. Chúng tôi rất khác nhau. Tại sao tôi phải lo lắng cho anh ta? Và, tôi tại sao không có lo lắng cho bản thân mình? Đột nhiên, tôi cảm thấy tồi tệ về quyết định đột ngột của mình và điều gì có thể xảy ra với tôi, và, vâng, tự nhiên cảm giác như đôi mắt của tôi muốn khóc.

Hai chiếc xe đạp, một cho bạn tôi chở tôi và người kia chở em trai tôi, rời khỏi nhà và rẽ trái sang đường Trần Xuân Soạn, đi qua nhà thờ Thuận Phát, nơi cha tôi đã đi cầu nguyện cho chúng tôi 2 giờ trước đó. Hôm đó là ngày thứ sáu, bên trong nhà thờ, có rất nhiều người tham dự Thánh lễ buổi tối. Tôi chỉ có những kỷ niệm đẹp về cộng đồng nơi nhà thờ thời thơ ấu của tôi.

Em trai tôi có một cái túi chứa những thứ rất cần thiết cho sự ra đi. Tôi tự nhiên cảm thấy tồi tệ và có lỗi. Tại sao tôi không mang theo bất cứ thứ gì cho bản thân mình?

Hai chiếc xe đạp chạy qua ngã ba của Tân quy, Nhà bè. Ở phía bên kia của dòng sông là Long Kiểng Ferry, Quận 4, Sài Gòn. Đó cũng là nhà của bạn gái trường trung học, chúng tôi vẫn là bạn tốt.

Cô đã đi học tại Liên Xô hơn hai năm trước. Tại sao người Việt

other side of the river is the Long King Ferry, District 4, Sai Gon. It is also the home of my high school girlfriend; we had remained good friends.

She went to study in the Soviet Union more than two years ago. Why do young Vietnamese aspire to study abroad and work cooperatively with the Communists? They know that atheist communist theory, and what is called dialectical materialism, will never work in my homeland because it is the very opposite of our deep Vietnamese cultural traditions. Are they seeking freedom from this oppressive regime? Why do I have to escape from my motherland to find freedom?

I remember at my University of Fine Arts, there was a foreign delegation organising an art competition with successful students being offered the opportunity to visit and work in Czechoslovakia. Seeing the enthusiasm of students to participate and the attitude of foreign nations to attract students left me with a bitter feeling about such practices.

I know the first son of my parents, already safe in Australia, will be happy to receive a phone call from my parents informing him that two of his younger brothers are also on the path to freedom. I still have with me his farewell letter. In the letter, he wrote: 'Our family is poor in money but rich in love and happiness'. I keep the letter in my wallet even though it is torn and damaged. For me, a link to the past and a hope for the future. I read it again and again.

The road we are on runs along the Kinh Te River. I remember that three months ago, in this river, there was a boat accident involving people trying to escape. 176 bodies were picked up or found drifting along the river banks, and some unclaimed corpses were buried. Somehow, the stench of death was still there even after several days. I sympathised with the souls in that river and thought of my journey. It made me scared

Reaching the high bridge Rach Ong, we had to push the bikes up the slope. Although dark, the electric lights on the road revealed the presence of some policemen. I began to feel scared and uncomfortable. When we went to the Y-bridge, there were a lot of

Nam khao khát du học và làm việc hợp tác với các nước Cộng sản? Họ biết rằng lý thuyết cộng sản là vô thần và cái được gọi là chủ nghĩa duy vật biện chứng sẽ không bao giờ thích hợp ở quê hương tôi, bởi vì nó trái ngược với các truyền thống văn hóa ngàn năm của chúng tôi. Những người trẻ đang tìm kiếm sự tự do khỏi chế độ áp bức này? Tại sao tôi phải trốn thoát khỏi quê hương để tìm tự do?

Tôi nhớ tại Đại học Mỹ thuật của tôi, có một phái đoàn nước ngoài tổ chức một cuộc thi nghệ thuật với các sinh viên thành công được cung cấp cơ hội đến thăm và làm việc tại Tiệp Khắc. Nhìn thấy sự nhiệt tình của các sinh viên tham gia và thái độ hống hách của các quốc gia để thu hút sinh viên để lại cho tôi một cảm giác cay đắng về những hành vi như vậy.

Người con trai đầu lòng của ba mẹ tôi đã an toàn ở Úc, sẽ rất vui khi nhận được một cuộc gọi điện thoại từ cha mẹ tôi thông tin cho anh ta rằng hai em trai của anh ta cũng đang trên con đường đi tìm tự do. Tôi vẫn còn cất giữ bức thư chia tay của anh ta. Trong bức thư, anh viết: "Gia đình chúng ta nghèo về tiền bạc nhưng giàu có về tình yêu và hạnh phúc", tôi giữ bức thư trong ví của mình mặc dù nó bị rách và hư hỏng. Đối với tôi, đó là một sự liên kết đến quá khứ và hy vọng cho tương lai. Tôi đã đọc nó nhiều lần.

Con đường chúng tôi đang chạy dọc theo sông Kênh Tẻ. Ba tháng trước, ở dòng sông này có một tai nạn thuyền bởi vì họ rời bỏ quê hương ra đi tìm tự do, 176 thi thể đã được vớt lên, phát hiện trôi dọc theo bờ sông, và một số xác chết không có người nhận đã được chôn cất. Dù gì đi nữa, mùi hôi thối của cái chết vẫn ở đó ngay cả sau vài ngày. Tôi đồng cảm với những linh hồn trong dòng sông đó và tôi suy nghĩ về hành trình của tôi làm cho tôi khiếp sợ.

Tôi đã linh cảm như linh hồn của họ đang khóc trong dòng sông đó. Đến cây cầu cao Rạch Ông, chúng tôi phải đẩy xe đạp lên dốc. Mặc dù tối, đèn điện trên đường cho thấy sự hiện diện của một số cảnh sát. Tôi bắt đầu cảm thấy sợ hãi và không thoải mái. Khi chúng tôi đến cây cầu chữ Y, có rất nhiều người nghèo ngồi trên vỉa hè. Họ cầu xin giúp đỡ, cả tiền và thức ăn.

Nó khiến tôi nhớ thời gian sau năm 1975 khi hàng chục ngàn người phải chạy trốn, đói và khốn khổ, từ các khu vực kinh tế mới

poor people sitting on the sidewalk. They asked for help, both money and food.

It made me remember the time after 1975 when tens of thousands of people had to flee, hungry and miserable, from the new economic regions back to Saigon and begging on their way. That was the most miserable period in the history of Saigon's development. The authorities' migration policy of moving people from the city to these deserted areas was a failure. People had to live in what had become slums. They lived in small huts under the bridge at Nguyen The Hien Street, District 8, Saigon.

In the darkness, my friend and I lost sight of my brother's bicycle. As we stopped to wait, the more I began to think of home and a further temptation formed in my heart. I hoped that Hien would change his mind and return home.

I feel like their souls are crying in that river!

The road we are on runs along the Kinh Te River. Three months ago, in this river, there was a boat accident... I feel like their souls are crying in that river! I thought of my own journey and it made me scared.

trở lại Sài Gòn và ăn xin trên đường đi. Đó là giai đoạn khốn khổ nhất trong lịch sử phát triển Sài Gòn. Chính sách di cư của chính quyền về việc chuyển người dân từ thành phố sang những khu vực hoang vắng này là một thất bại. Làm một số lớn người phải sống trong những gì đã trở thành khu ổ chuột. Họ sống trong những túp lều nhỏ dưới cây cầu tại Nguyễn Thế Hiển, Quận 8, Sài Gòn.

Trong bóng tối, bạn tôi và tôi đã mất tầm nhìn về chiếc xe đạp của anh tôi. Khi chúng tôi dừng lại để chờ đợi, tôi càng bắt đầu nghĩ về nhà và một sự cám dỗ nữa hình thành trong tâm trí tôi. Tôi hy vọng rằng em trai tôi sẽ thay đổi ý định và trở về nhà.

Tôi cảm thấy như linh hồn của họ đang khóc trong dòng sông đó! Con đường chúng tôi đang chạy dọc theo sông Kênh Tẻ. Ba tháng trước, ở dòng sông này, đã có một tai nạn thuyền. Tôi cảm thấy như linh hồn của họ đang khóc trên con sông đó! Tôi nghĩ về hành trình của riêng mình và nó khiến tôi sợ hãi.

The whirlpools capture the drama of that terrible event. It also reflects the turmoil of many who died fleeing across the border in our own country seeking refuge. Do I have the same fate as them? People just want to live freely.

I have painted God's hands as those of a mother. as if it were my mother, patting my soul to bring comfort and the reassurance to continue my journey. The mother's hair embraces the whirlpools and ends in a tear! The three whirlpools represent the three divisions of Vietnam. North (Hanoi) Central (Hue) South (Saigon). I have included the anchor, an important part of the ship, but in our Christian tradition the Anchor of Hope!

Vòng xoay của thảm kịch thể hiện qua sự kiện khủng khiếp đó. Nó cũng phản ánh sự hỗn loạn của nhiều người đã chết khi chạy trốn qua biên giới của đất nước chúng ta để ẩn náu ở vùng đất tự do! Số phận của tôi có giống như họ không? Mọi người chỉ muốn sống tự do. Tôi đã vẽ bàn tay Chúa như những người mẹ, như mẹ tôi vỗ về tâm hồn tôi để mang lại sự thoải mái và sự trấn an để tiếp tục hành trình của tôi. Tóc mẹ mẹ ôm lấy những vòng xoáy và kết thúc trong một giọt nước mắt!

Ba xoáy nước đại diện cho ba miền của Việt Nam. Bắc (Hà Nội) Miền Trung (Huế) và Nam (Sài Gòn).

 Tôi đã bao gồm mỏ neo, một phần quan trọng của con tàu, nhưng theo truyền thống Kitô giáo của chúng tôi là mỏ neo của hy vọng!

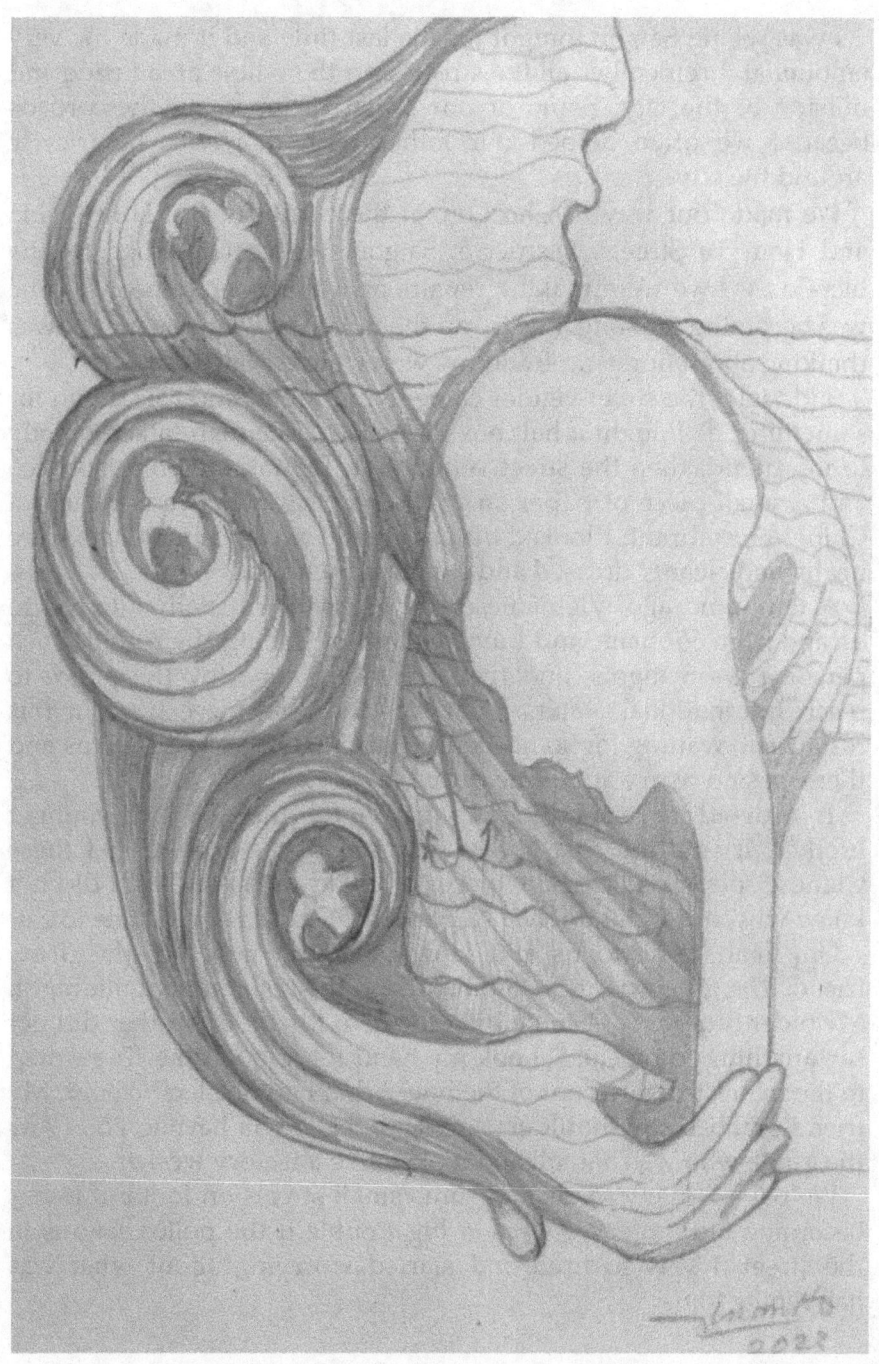

I was seeing Saigon tonight for the last time and it made me very emotional. I remember all the streets and the whole area inside and outside of the city. Some of our sweat dropped on these roads because we often helped our father with deliveries by tricycle around the city.

We made our way to Cho Lon, at the corner of Bui Huu Nghia and Ham Tu Streets, District 5, Saigon. We pretended to fix the bicycle as if we were making repairs or waiting for someone. Time was becoming too long a wait and the more the wait, the more I was thinking about our escape and my worry increased.

Suddenly, the street vendor came to my friend and asked him for something. Tr bought a half box of tobacco. The man talked quietly to my friend, then the street vendor left. Tr took out some tobacco and a small piece of paper and rolled a cigarette. We went into a Chinese restaurant. I looked around inside and the customers were neatly and cleanly dressed and enjoying their food.

A few years ago, Vietnamese Chinese were officially allowed to escape from Vietnam and buy freedom by selling their gold. Each person pays 8 ingots, and they are safely taken by the police to reach International waters. That was the reason we were in this restaurant, waiting for someone to contact us. It was safe for us and there was no worry about the police.

Tr ordered two noodle soup bowls for me and my younger brother. It was the first time in my life that I experienced these Chinese soup noodles. I ate pieces of bread with noodles. I did not know why, but it did not have a good taste and I was not able to eat.

One man came to us and said something very quietly to my friend. The time was at 11:48 pm. We left the restaurant at midnight. My older brother said something to Hien. My older brother did not say anything to me, just shook my hand for a long time. Tr pointed to the man sitting in front of the house that had no electric light. My friend grabbed my shoulders and said: 'Now you have to go'. I saw the guide who was not tall and looked like a factory worker.

We passed many roads and some small streets on foot but it was becoming too dark. We were in big trouble if the police saw us in the street. I was so tired and started worrying about what was happening to us.

Tôi đã nhìn thấy Sài Gòn tối nay là lần cuối cùng và nó khiến tôi rất xúc động. Tôi nhớ tất cả các đường phố, toàn bộ khu vực bên trong và bên ngoài thành phố. Một ít mồ hôi của chúng tôi rơi trên những con đường này vì chúng tôi thường giúp giao hàng bằng xe ba bánh quanh thành phố.

Chúng tôi tìm đường đến Chợ Lớn, góc đường Bùi Hữu Nghĩa và đường Hàm Tử, Quận 5, Sài Gòn. Chúng tôi giả vờ sửa xe đạp như thể chúng tôi đang sửa chữa hoặc chờ đợi ai đó. Thời gian kéo dài để chờ đợi và càng chờ đợi, tôi càng nghĩ về sự trốn thoát của chúng tôi và sự lo lắng của tôi tăng lên.

Đột nhiên, người bán hàng rong đã đến gặp bạn tôi và hỏi anh ta một điều gì đó. Tr đã mua một nửa hộp thuốc lá. Người đàn ông nói chuyện thì thào với bạn tôi, sau khi người bán hàng rời đi. Tr lấy ra một ít thuốc lá và bên trong có một mảnh giấy nhỏ. Chúng tôi đi vào một nhà hàng Trung Hoa. Tôi nhìn xung quanh bên trong, khách hàng mặc quần áo gọn gàng, sạch sẽ đang thưởng thức đồ ăn của họ.

Một vài năm trước, người Hoa đã chính thức được phép rời khỏi Việt Nam và mua tự do bằng cách trao vàng của họ. Mỗi người trả 8 cây vàng, và họ được công an đưa đi một cách an toàn để đến vùng biển quốc tế. Đó là lý do chúng tôi ở trong nhà hàng này, chờ đợi ai đó liên lạc với chúng tôi. Nó an toàn cho chúng tôi và không có lo lắng về công an.

Tr đã đặt mua hai tô hủ tiếu mì cho tôi và em trai tôi, đó là lần đầu tiên trong cuộc đời tôi được ăn món mì súp Trung Hoa này. Tôi đã ăn một số miếng há cảo với mì. Không biết tại sao, nhưng nó không có hương vị ngon và tôi không thể ăn.

Một người đàn ông đến gặp chúng tôi và nói điều gì đó thì thầm với bạn tôi, thời gian là lúc 11:48 tối. Chúng tôi rời khỏi nhà hàng lúc nửa đêm. Anh trai tôi đã nói điều gì đó với Hiến. Anh trai tôi không nói gì với tôi, chỉ bắt tay tôi thật chặt. Tr chỉ cho tôi thấy người đàn ông ngồi trước ngôi nhà không có đèn điện. Bạn tôi nắm lấy vai tôi và nói: "Bây giờ thì đi, đi". Tôi nhìn thấy người hướng dẫn, anh ta không cao và trông giống như một công nhân nhà máy.

Chúng tôi đã đi qua nhiều con đường và một số con đường nhỏ đi bộ nhưng nó trở nên quá tối. Chúng tôi sẽ gặp rắc rối lớn nếu công an nhìn thấy chúng tôi trên đường phố. Tôi đã thấy hồi hộp và bắt đầu lo lắng về những gì đang và sẽ xảy ra với chúng tôi.

A last chance to change my mind.
I saw a Cyclo running without passengers. I planned to call someone to take me home.

I have painted that moment of conflict inside my heart. Looking closely, you will see I have painted in the white background, myself with my hand on my chin and my mouth open to call for help - a moment of decision. On the other side in the white background - the face of my brother.

There are three hands; The strong hand of the cyclo driver represents 'flight'. The firm hand, with a heart between the fingers and the thumb, is a Vietnamese sign for Hope - the call to persevere in the task. The third poorly-formed hand represents doubt and flight.

In the centre of the painting is the face of Decision! The moment of a final decision can change my life. Flee or stay in Vietnam. The Cyclo carries the number '*Saigon*' my hometown. The boat in the distance - the image of freedom.

Cơ hội thay đổi cuối cùng tâm trí của tôi
Tôi thấy một cyclo chạy mà không có hành khách. Tôi dự định gọi ai đó để đưa tôi về nhà.

Tôi đã vẽ khoảnh khắc xung đột trong trái tim tôi. Nhìn kỹ, bạn sẽ thấy tôi đã vẽ trong nền trắng, bản thân tôi bằng tay trên cằm và miệng mở ra để kêu cứu một khoảnh khắc quyết định. Ở phía bên kia trong nền trắng - khuôn mặt của anh tôi. Có ba bàn tay; bàn tay điều khiển cyclo đại diện cho chuyến bay. Bàn tay vững chắc, với một trái tim giữa các ngón tay và ngón tay cái, là một dấu hiệu hy vọng của người Việt Nam - lời kêu gọi kiên trì trong nhiệm vụ. Bàn tay thứ ba đại diện cho sự nghi ngờ. Và gương mặt ở trung tâm bức tranh là đại diện của quyết định! Khoảnh khắc của một quyết định cuối cùng có thể thay đổi số phận của tôi. Chạy trốn hoặc ở lại Việt Nam. Cyclo mang số "Sài Gòn - quê hương tôi". Chiếc thuyền ở xa - hình ảnh của tự do.

Hien walked faster than me and at night it was so hard for me to follow them. My brother sometimes looked back and was not happy. Then I noticed a few drivers of cyclos parked at the junctions waiting for customers. I thought: I can take one and return home. My mother will be happy! I wonder what my father is thinking? If my father undertakes something, he never gives up. I cannot be the one to give up and be a weak, shameful person!

As we walked along, I remembered a time not long ago when I and some friends went out sketching in the area of Ba Chieu's Mausoleum. I heard the sirens of military vehicles carrying prisoners who were guarded by policemen carrying guns and escorting them to the prison at number 4 Phan Dang Luu Street, Binh Thanh District, Saigon. I asked my friend: *'What crime were they arrested for?'* My friend replied: *'These days, being arrested for escaping from Vietnam to find the freedom is enough to make them prisoners'*.

It was well into the night, and we followed the guide, passing by the small marketplace. There are many small tents for homeless people, people sleeping in their stalls, children crying, drunken men uttering gibberish, and a dog barking. Sometimes, I splash through the puddles on the road and, all around, there is the stink of dead fish. We passed streets where a power failure plunged the area into darkness; dogs barked as we passed.

I was afraid of losing the signal from the man who led the way because at night, being in small alleys without electricity, my eyes had to be watching the road in front of me. Suddenly, the guide sat down, pretending to fix his shoe. This was the signal that we were in trouble. I quickly sat down and hid behind a cyclo parked on the sidewalk, I thought quickly: 'If anything happens, I will ask the cyclo man to take me home'; however, the danger, whatever it was, passed and the guide continued walking. On the road, I saw rickshaws running without passengers. I intended to call one to take me back to my house.

We had to follow our guide. I was so worried and scared that we would be caught by the police. My back was getting wet, and my feet were cold. What to do? I began to say to myself: 'I must be

Hiền đi nhanh hơn tôi và vào ban đêm, thật khó để tôi theo kịp họ. Em trai tôi thỉnh thoảng nhìn lại và có vẻ không vui. Sau đó, tôi nhận thấy một vài chiếc xe Cyclo đậu tại các điểm nổi đang chờ khách hàng. Tôi nghĩ, tôi có thể gọi một chiếc và trở về nhà, mẹ tôi sẽ vui mừng! Tôi tự hỏi cha tôi đang nghĩ gì? Cha tôi, nếu ông đảm nhận một cái gì đó, không bao giờ bỏ cuộc. Tôi không thể là người bỏ cuộc và là một người yếu đuối, thật đáng xấu hổ!

Khi chúng tôi đi bộ, tôi nhớ lại một thời gian cách đây không lâu khi tôi và một số người bạn đi ra ngoài phác thảo trong khu vực Lăng Bà Chiểu. Tôi nghe thấy tiếng còi báo động của các phương tiện quân sự chở các tù nhân được công an bảo vệ mang theo súng và hộ tống họ đến nhà tù tại số 4 Phan Đăng Lưu, Quận Bình Thạnh, Sài Gòn. Tôi đã hỏi bạn tôi: "Họ bị bắt vì tội gì?" Bạn tôi trả lời: "Thời điểm này, bị bắt về tội trốn thoát khỏi Việt Nam để tìm sự tự do khiến họ trở thành tù nhân."

Màn đêm thật dần tối hơn, và chúng tôi đã đi theo người hướng dẫn đi qua khu chợ nhỏ. Có rất nhiều lều nhỏ cho những người vô gia cư, những người ngủ trong quầy hàng, trẻ em khóc, những người đàn ông say xỉn thốt lên vô nghĩa, và một con chó sủa. Đôi khi, tôi băng qua những vũng nước trên đường và, xung quanh, có mùi hôi của cá chết. Chúng tôi đi qua những con đường nơi đang có sự cố mất điện nên trời tối om, những con chó sủa khi chúng tôi đi qua.

Tôi sợ mất tín hiệu từ người đàn ông dẫn đường vì vào ban đêm, trong những con hẻm nhỏ không có điện, mắt tôi phải nhìn con đường trước mặt tôi. Đột nhiên, người hướng dẫn ngồi xuống giả vờ sửa giày. Đây là tín hiệu cho thấy chúng tôi gặp rắc rối. Tôi nhanh chóng ngồi xuống và trốn sau một cyclo đậu trên vỉa hè, tôi nghĩ nhanh: "Nếu có bất cứ điều gì xảy ra, tôi sẽ yêu cầu người đàn ông Cyclo đưa tôi về nhà." Tuy nhiên, mối nguy hiểm, bất kể đó là gì, đã qua và chúng tôi tiếp tục đi bộ.

Chúng tôi phải theo anh ta. Tôi đã rất lo lắng và sợ rằng chúng tôi sẽ bị cảnh sát bắt. Lưng tôi bị ướt, và chân tôi lạnh. "Làm gì?" Tôi bắt đầu nói với chính mình: Tôi phải tự tin với quyết định trốn thoát khỏi Việt Nam và cố gắng thoát khỏi những suy nghĩ tiêu cực. Tôi

confident with my decision to escape from Vietnam and try to get rid of negative thoughts'. I have to think positively. Now I need to become a strong man, who can grow in strength and can look after my younger brother.

phải suy nghĩ tích cực. Bây giờ tôi cần phải trở thành một người đàn ông mạnh mẽ, người có thể phát triển nghị lực và có thể chăm sóc em trai tôi.

Chapter 3
A taste of things to come

We continued walking but were always fearful of being stopped by the police. We reached the street, Le Quang Liem Street, District 5, Saigon. On the right is a river called Tau Hu, a breeze blowing from the river makes me feel comfortable. We went to a river wharf. There were so many people working even at night time, and many street vendors had tricycles and cyclos. It was good to feel the fresh air flowing from the river and see lots of boats coming and going. We stood in front of a moored wooden boat.

The distance from the shore to get on board was about five yards. A long narrow wooden plank reached the boat. My younger brother walked on the plank and was standing on the deck. I walked onto the boat; it was very bumpy and difficult for me. In a short time, I was able to get on the boat. We followed the man inside into the boat's hold. A dim light came from a single yellow electric bulb.

I heard a man's voice ask, *'Hard or soft?'* Our guide showed his arm to the boatman. It was a signal for the customer to pay. Apparently, there were a few people unable to pay trying to escape from Vietnam. We went to the side of the boat.

It was dark below and the dinghy was covered in coconut leaves. My younger brother had jumped off the boat and was standing in the dinghy. I was still hesitant because it looked too far and I did not dare to jump down. The man shouted in a loud voice, *'Hurry down, hurry, hurry jump!'* I jumped down and started to slip but the man below in the dinghy boat pulled me back. I said: *'I have lost one of my slippers!'* He did not answer and began cursing me: *'Running away with a white shirt... you are an idiot!'* and pushed me inside the dinghy. The stinking smell from the dinghy hit me. I just poked my head out to make it easier to breathe, and then I was cursed by the man, he whispered *'Do you want us to be arrested by the police?'*

Inside the dinghy was very dark and humid. I saw people sitting

Chương 3
Một hương vị của những thứ đến

Chúng tôi tiếp tục bước đi, tôi luôn lo sợ công an và dân phòng tuần tra chặn lại. Chúng tôi đến đường Lê Quang Liêm, Quận 5, Sài Gòn. Bên phải là một dòng sông tên là sông Tàu Hủ. Một làn gió mát thổi từ dòng sông khiến tôi cảm thấy dễ chịu hơn. Chúng tôi đã đi đến một bến sông. Có rất nhiều người làm việc ngay cả vào ban đêm, và nhiều người bán hàng rong có nhiều xe ba bánh và cyclos. Tại bãi sông không khí trong lành hơn, nhìn từ dòng sông có thể thấy rất nhiều thuyền đến và đi. Chúng tôi đứng trước một chiếc thuyền gỗ đang thả neo.

Khoảng cách từ bờ đê lên chiếc thuyền là khoảng năm thước. Một tấm ván gỗ hẹp dài được nối dài đến thuyền. Em trai tôi đi trên tấm ván và đang đứng trên boong thuyền. Tôi bước lên thuyền, nó rất gập ghềnh và khó khăn với tôi. Sau một lúc, tôi cũng có thể lên thuyền. Chúng tôi đi theo người đàn ông vào bên trong thuyền. Một ánh sáng từ một bóng đèn điện màu vàng duy nhất.

Tôi nghe thấy một người đàn ông hỏi cứng hay mềm? Người dẫn đường của chúng tôi đã đưa cánh tay của anh ta cho người trên thuyền thấy. Đó là một tín hiệu cho khách hàng trả tiền. Rõ ràng, có một vài người ra đi không trả tiền, vì mọi người đều muốn để trốn thoát khỏi Việt Nam. Chúng tôi đã đi đến một bên của chiếc thuyền.

Trời tối, và bên dưới chiếc xuồng đầy lá dừa. Em trai tôi đã nhảy khỏi thuyền và đang đứng trong chiếc xuồng. Tôi vẫn còn do dự vì nó trông quá xa và tôi không dám nhảy xuống. Người đàn ông hét lên bằng một giọng nói lớn: *"Nhanh lên.! Nhảy xuống.!"* Tôi nhảy xuống bị trượt ra phía ngoài chiếc xuồng, người đàn ông bên dưới trên chiếc xuồng đã kéo tôi trở lại. Tôi nói: *"Tôi đã mất đôi dép rồi! Anh ta không trả lời và bắt đầu chửi rủa tôi: "Chạy trốn với một chiếc áo sơ mi trắng, mày là một thằng ngu!".* Và đẩy tôi vào trong chiếc xuồng. Mùi hôi thối từ chiếc xuồng làm cho tôi khó chịu, tôi chỉ thò đầu ra để thở dễ dàng hơn và người đàn ông nói thì thầm: *"Mày có muốn*

on both sides. They were looking like black shadows, and there were a few sobbing sounds from children and some women.

The dinghy was about seven metres long, two metres wide, and the top of the roof was coconut leaves as a disguise. A few sobbing children, a few sad hours of frustration, and my eyes were getting used to the darkness. My younger brother sat down next to me. He was complaining about something, but I did not listen and was looking around at everyone sitting as though glued together. They were wearing dark clothes, disguised as people from the countryside. There were more than fifty people inside. It was stuffy and there was an eerie silence, a kind of silent lament – the silent crying of women and children.

The stench made me uncomfortable. The natural reaction was to poke my head out again. But this caused a big upset. A man used quite impolite language to tell me to keep my head inside! I never thought I would be in such a situation. After a few minutes, I hear my younger brother's words, his voice emotional: 'If I knew all this, I would not have gone'. I did not know what to say to him. I thought to myself. We are together in the darkness.

I sat in the back of the dinghy to have the opportunity to look outside. to see what might happen to us on our departure. Outside the dinghy, the small waves seemed to run backward. On the other side of the river, dim lights from the rows of houses in District 8, Saigon also seemed to be receding backward! Was this an omen?

The dinghy did not leave the pier and time seems to be at a standstill! I was suddenly aware of the cramped conditions within the narrow dinghy and the mood of people aware of the threat of arrest and six or more years in prison! Thinking about all this, I was even more scared.

When I looked through the gap from the inside, I could see a boat transporting fruit, and in the distance, a few more boats were parked. The more I waited, the more I worried about what would happen to me if I was caught by the police. There were a lot of things that made me scared about my future. We had already been too long in the dinghy. My feet were numb, and my wet trousers

chúng ta bị công an bắt giữ không?"

Bên trong chiếc xuồng rất tối và ẩm. Tôi thấy mọi người ngồi ở hai bên. Họ trông giống như bóng đen, và có một vài âm thanh nức nở từ trẻ em và một số phụ nữ.

Chiếc xuồng dài khoảng bảy mét, rộng hai mét, và đỉnh của mái xuồng là lá dừa như một sự ngụy trang. Một vài đứa trẻ khóc thút thít, thời gian trôi qua thật buồn. Đôi mắt tôi đã quen dần với bóng tối. Em trai tôi ngồi xuống cạnh tôi, anh ta phàn nàn về điều gì đó, nhưng tôi không nghe rõ và nhìn xung quanh mọi người ngồi như thể dán mắt vào nhau. Họ mặc quần áo màu tối sẫm, ngụy trang thành người ở nông dân. Có hơn năm mươi người bên trong, thật ngột ngạt và có một sự im lặng kỳ lạ, một sự than thở bị dồn ép im lặng - tiếng khóc thật nhỏ của phụ nữ và trẻ em.

Mùi hôi thối làm cho tôi không thể chịu đựng. Phản ứng tự nhiên là thò đầu ra ngoài chiếc xuồng một lần nữa. Một người đàn ông đã sử dụng ngôn ngữ khá bất lịch sự để bảo tôi là đưa đầu của tôi vào bên trong chiếc xuồng! Tôi chưa bao giờ nghĩ rằng tôi ở trong tình huống như vậy. Sau vài phút, tôi nghe thấy những lời của em trai tôi, giọng anh ta thật xúc động: "Nếu tôi biết tất cả những điều này, tôi sẽ không đi". Tôi không biết phải nói gì với anh ta. Tôi nghĩ đến thân phận của mình. Chúng ta đang ở bên nhau trong bóng tối.

Tôi ngồi ở phía sau của chiếc xuồng để có cơ hội nhìn ra ngoài. Để xem những gì có thể xảy ra với chúng tôi về sự ra đi của chúng tôi. Bên ngoài chiếc xuồng, những con sóng nhỏ dường như chạy ngược. Ở phía bên kia, ánh sáng mờ của dòng sông từ những ngôi nhà ở Quận 8, Sài Gòn dường như cũng đang mờ dần về phía xa chân trời.Đây có phải là điềm báo không?

Chiếc xuồng đã không rời khỏi bến tàu và thời gian dường như ở trong tình trạng bế tắc! Tôi đột nhiên nhận thức được điều kiện chật chội trong chiếc xuồng hẹp và tâm trạng của mọi người nhận thức được mối đe dọa bị bắt giữ và sáu năm trở lên phải ở trong tù! Suy nghĩ về tất cả những điều này, tôi cảm thấy sợ hãi hơn.

Khi nhìn qua khoảng trống từ bên trong ra bên ngoài, tôi có thể thấy một chiếc thuyền vận chuyển trái cây, và ở đằng xa, một vài chiếc thuyền nữa đã đậu. Càng chờ đợi, tôi càng lo lắng về những gì

made my legs itchy. I thought to myself, why am I doing this? If I had not decided to go, I would be resting in bed.

There was a baby crying, the mother had to cover the child's mouth with her hand. Some people murmured, looking at the mother and baby.

My mother who goes to the market to sell homegrown vegetables often told us stories she had heard from parents whose children had escaped from Vietnam to find freedom, but with whom they had lost all contact. Even after many years, they still have no information and it begins to affect their mental health. Some go around the streets looking for their children.

How would my mother cope if something bad happened to me and my younger brother? As I thought about it, tears were running from my eyes. How many parents had lost children whose misfortune it was to die at sea in their effort to seek freedom in faraway countries?

sẽ xảy ra nếu tôi bị công an bắt giữ. Có rất nhiều điều khiến tôi sợ hãi về tương lai của mình.

Chúng tôi phải ở quá lâu trong chiếc xuồng. Bàn chân tôi bị tê, và quần ẩm ướt làm cho chân tôi ngứa. Tôi tự nghĩ, tại sao tôi lại làm điều này? Nếu tôi không quyết định đi, giờ tôi sẽ nghỉ ngơi trên giường.

Có một đứa bé khóc to, người mẹ phải che miệng đứa trẻ bằng tay. Một số người thì thầm khi nhìn người mẹ và em bé.

Mẹ tôi thường kể cho chúng tôi những câu chuyện mà bà đã được nghe từ những người mua hàng, bà kể: "Cha mẹ có con đã trốn vượt biển rời khỏi Việt Nam để tìm tự do, nhưng họ đã bị mất hết liên lạc sau nhiều năm, họ vẫn không có thông tin làm ảnh hưởng đến sức khỏe tinh thần của họ. Một số người bị loạn trí loanh quanh ngoài đường phố để tìm kiếm con cái của họ."

Làm thế nào mẹ tôi chịu đựng nổi nếu điều gì đó xấu xảy ra với tôi và em trai tôi? Khi tôi nghĩ về điều đó nước mắt tôi trào ra. Có bao nhiêu bậc cha mẹ đã mất con bởi vì con của họ bị mất tích hoặc chết trên biển đang khi cố gắng đi tìm kiếm tự do ở các nước xa xôi.

A moment of drama

There was a baby crying, the mother had to cover the child's mouth with her hand. Some people murmured looking at the mother and baby.

I have painted a mother's hands. One hand holds her baby with the other she covers her child's mouth. The face of the mother is calm as if nothing was happening. A tear falls from the baby's eye.

I have painted four hands. The leaf cover is also in the shape of a hand! The right hand of the mother trying to silence her crying baby. Her left-hand offers shelter and security to her bewildered child. Then I added the supporting hand of the river- the hand of God who created the sea and all within it. The fourth hand reaching up to the coconut leaves represents the supporting hand of nature – the wind, the land, and the sky.

Một khoảnh khắc của kịch tính

Có một em bé khóc, người mẹ phải che miệng đứa trẻ bằng tay. Một số người thì thầm khi nhìn người mẹ và em bé.

Tôi đã vẽ bàn tay người mẹ. Một tay ôm em bé với tay kia, cô che miệng con. Khuôn mặt của người mẹ bình tĩnh như thể không có gì xảy ra. Một giọt nước mắt rơi từ mắt bé. Tôi đã vẽ bốn tay. Vỏ lá cũng nằm trong hình một bàn tay! Tay phải của người mẹ cố gắng vỗ về đứa con đang khóc. Tay trái của cô cung cấp nơi trú ẩn và an toàn cho đứa con hoảng sợ. Sau đó, tôi đã thêm bàn tay hỗ trợ của dòng sông -

Bàn tay của Thiên Chúa đã tạo ra biển và tất cả trong đó. Bàn tay thứ tư vươn tới lá dừa đại diện cho bàn tay hỗ trợ của thiên nhiên - gió, đất và bầu trời.

Chapter 4
Drifting

Kenh Te River, 14 June 1989

Time had moved past the middle of the night. The boat was slowly leaving the wharf, bringing some relief after a long time of worry and fear. I breathed a sigh of relief. The rowers needed to wait for the right time for the dinghy to drift along the river. This wait gave me an understanding of how important were the tides that make our escape possible. Looking at our dinghy covered with coconut leaves, would any farmer rowing alongside realise that inside were more than 50 people running away from their country to find freedom?

I sat behind the tail of the dinghy so I could watch outside and see the river when other boats passed by. A few dinghies had motors so they ran faster than ours, leaving behind waves and bubbles, blending into the fading light. Some broke down and were stranded, lost in the black night. There were many smaller waves left behind when other dinghies passed. The only other signs of life were the lights flickering in the houses on both sides of the river.

The dinghy slipped quietly through the Y-bridge. Some lights on the bridge were shining into the river. Above the bridge, there was always a police guard, and under the bridge a patrol boat. The man whispered: *'Don't let children cry'*. Our dinghy passed under the bridge, happily ignored by the police.

On our approach to the Rach Ong Bridge, there was again a police station and headlights shining on the river. The rower repeated his previous words: *'Caution... do not let children cry'*; however, the dinghy did not pass under the bridge but turned left into the Ong Lon Rach River.

Everyone was very silent; only the sound of the paddle touching the water and the sound of motorboats far away along the river broke the silence.

The dinghy had travelled for a long time; everyone inside has caught some sleep and the atmosphere is a bit quieter. However, I

Chương 4
Trôi theo Sông Kênh Tẻ,
ngày 14 tháng 6 năm 1989

Thời gian đã dần trôi qua giữa đêm. Chiếc thuyền đang dần rời khỏi bến mang lại sự khuây khỏa sau một thời gian dài lo lắng và sợ hãi. Tôi thở phào nhẹ nhõm. Người chèo thuyền phải chờ đợi thời điểm thích hợp để chiếc xuồng trôi dọc theo dòng sông. Hình ảnh này cho tôi sự hiểu biết về các đợt thủy triều quan trọng như thế nào, làm cho lối thoát của chúng tôi có thể. Nhìn vào chiếc xuồng của chúng tôi được phủ đầy lá dừa, liệu có người nông dân nào chèo thuyền bên cạnh nhận ra rằng bên trong có hơn 50 người chạy trốn khỏi đất nước của họ để tìm tự do không?

Tôi ngồi phía đằng sau của chiếc xuồng, nhờ vậy tôi có thể nhìn ra bên ngoài và nhìn thấy dòng sông khi những chiếc thuyền khác đi qua. Một vài thuyền máy chạy qua nhanh hơn thuyền chúng tôi, để lại sau những gợn sóng và bong bóng, pha trộn vào ánh sáng đang mờ dần. Một số bong bóng bị vỡ và bị mắc kẹt, bị lạc trong đêm đen. Có rất nhiều con sóng nhỏ bị bỏ lại khi những chiếc thuyền khác đi qua. Dấu hiệu duy nhất của cuộc sống về đêm trên dòng sông là ánh đèn chiếu vào những ngôi nhà ở cả hai bên bờ sông.

Chiếc xuồng ba lá trượt lặng lẽ qua cây cầu chữ Y. Một số đèn trên cây cầu đang chiếu xuống sông. Phía trên cây cầu, luôn có công an bảo vệ và bên dưới sông một chiếc thuyền tuần tra. Người đàn ông chèo thuyền thì thầm: *"Đừng để trẻ em khóc."* Chiếc xuồng ba lá của chúng tôi đi qua dưới cây cầu. Chúng tôi mừng thầm vì không bị công an phát hiện.

Mọi người đều rất thing lặng, chỉ có tiếng mái chèo chạm vào nước và âm thanh của những chiếc ghe máy ở xa dọc theo dòng sông phá vỡ sự im lặng.

Chiếc xuồng đã đi trong một thời gian dài, mọi người bên trong hình như đã ngủ, tôi không thể ngủ vì lo sợ. Bầu không khí yên tĩnh hơn một chút, quần của tôi bị ướt làm cho tôi ngứa và khó chịu. Tôi dành thời gian suy nghĩ và tự hỏi. Tại sao tôi lại ở trong chiếc thuyền chết tiệt này! Có lẽ tôi sẽ kết thúc điên rồ vì quyết định liều

was worried most of the time because my pants were still wet and it made me itchy and uncomfortable. Why was I in this damn dinghy! Maybe I would end up crazy for my reckless and foolish decision. I was bored, tired, and wanted to sleep but I could not lie down and had to try to sit on the floor even though the water made my pants even wetter.

As time went on, people started to panic and lose their temper. The rowing man said loudly: *'Everyone must calm down and sit still'*. Then came a moment of fear and dread! A siren alarm broke the silence of the river. Everyone knew it was the River Police. While this fear was to pass, we all breathed a deep sigh and realised the need for silence.

From inside the narrow and wet dinghy. I was able to move some coconut leaves to look outside at the sky sparkling with stars. It was a message of hope for my escape from my country, the whispering wind, touching the flowing water, seemed to send a message of love. I could hear the sound of my mother's voice and the voice of many mothers. There came a whiff of wind that was perhaps a painful cry for their children who were on the dangerous road to freedom.

The only sounds now were the cries of the children, and the attempts of adults to do something to bring back calm. I was sorry for my younger brother. If he had not left home, it would be better for him and for me. In this sad situation, I hoped he understood the love and concern of our parents.

It took us both a few hours to regain some peace of mind and accept our situation. It was a dangerous and miserable adventure to try to escape from Vietnam.

I asked a young woman, 'Why did the child sleep so easily? 'She answered: 'Because I gave him sleeping pills!'

On both sides of our leaf-covered boat were forests of coconut trees. In the dark of night, their black shadows seemed to draw us deeper into darkness and lostness.

The morning sunlight illuminated an area flanked by fields and rows of coconut trees. It was early morning and a more comfortable atmosphere seemed to prevail. I had gone through a very weary and tense night and many inside the boat shared the same mood. I

lĩnh và ngu ngốc của mình. Tôi chán nản, mệt mỏi và muốn ngủ nhưng tôi không thể nằm xuống và phải cố gắng ngồi trên sàn mặc dù nước làm cho quần của tôi càng ẩm ướt hơn.

Thời gian trôi qua, mọi người bắt đầu hoảng loạn và mất bình tĩnh. Người chèo thuyền nói to: *"Mọi người phải bình tĩnh và ngồi yên."* Trong khoảnh khắc của sự sợ hãi và kinh hồn xảy ra! Một tiếng còi báo động vang lên đã phá vỡ sự im lặng của dòng sông. Mọi người đều biết đó là công an đường sông. Trong khi nỗi sợ này đã bao trùm tất cả, chúng tôi thở dài và nhận ra sự cần thiết phải im lặng.

Từ phía bên trong chiếc xuồng ba lá chật hẹp và ẩm ướt, tôi đã có thể di chuyển một số lá dừa để nhìn ra ngoài bầu trời lấp lánh với những ngôi sao. Đó là một thông điệp hy vọng cho việc tôi trốn thoát khỏi đất nước của tôi. Cơn gió thì thầm, chạm vào dòng nước chảy, dường như gửi một thông điệp về tình yêu. Dường như tôi có thể nghe thấy tiếng của mẹ tôi và giọng nói của những bà mẹ trong luồng gió, như là một tiếng nguyện cầu khóc thương cho những đứa con của họ đang trên con đường nguy hiểm để tìm tự do.

Âm thanh duy nhất bây giờ là tiếng khóc của trẻ em, và những cố gắng của người lớn đang làm điều gì đó để mang lại sự bình tĩnh. Tôi thấy tội nghiệp cho em trai tôi. Nếu em trai tôi không rời khỏi nhà, sẽ tốt hơn cho anh ta và cho tôi. Trong hoàn cảnh khốn khổ đáng buồn này, tôi hy vọng rằng anh ta hiểu được tình yêu và sự quan tâm của cha mẹ.

Chúng tôi đã mất cả vài giờ để lấy lại bình tĩnh và chấp nhận đó là một cuộc phiêu lưu đầy nguy hiểm và khốn khổ, phải cố gắng trốn thoát khỏi Việt Nam.

Tôi hỏi một phụ nữ trẻ, tại sao đứa trẻ ngủ dễ dàng như vậy? Cô ta trả lời: "Bởi vì cô ấy đã cho con trai uống thuốc ngủ."

Ở phía trước con thuyền ba lá, hai bên là những khu rừng lá dừa, hình ảnh vào ban đêm như những bóng đen nhiều hình dạng, như chiếc xuồng bị lạc phương hướng.

Ánh sáng mặt trời buổi sáng chiếu sáng một khu vực bên cạnh những cánh đồng và hàng cây dừa. Đó là sáng sớm và một bầu không khí thoải mái hơn dường như thắng thế. Tôi đã trải qua một đêm rất mệt mỏi và căng thẳng và nhiều người trong thuyền có cùng tâm trạng.

was able to see each person's face. Looking at their clothes reminded me of exiles whose determination and energy helped them accept such circumstances.

It was at the first breakfast that I had the feeling of being grateful to my younger brother; he shared his cake and water with me. Looking at a few children who were able to eat breakfast made me less worried and stressed.

The sunlight shone on the river, the two banks were very far apart and the houses were mixed with coconut trees and rice fields. The countryside of our homeland at the dawn of the morning was so beautiful but my heart belonged to a very gloomy child who was leaving his country.

The dinghy continued to go to Long Kieng canal, on the left of Phuoc Kieng, and on the right is the district Nha Be. The sun was up and there was more heat. Some people complained because the number of people on board was too crowded for such a small dinghy. The odour was also rising from under floor boards. I looked down at the black puddle running back and forth under my feet. I shivered a little. The stagnant water was very dirty because some people could not control themselves for a long time, so they had to urinate on the spot. I borrowed a container from a man, flipped the boards over, and emptied the murky water into the river.

The heat in the month of June was always the hottest, plus the cramped conditions made it difficult to breathe and I felt exhausted. The sweat seemed to soak into my body. I had to drink a lot of water because my body was sweating all over and making me itchy. Nevertheless, we had to stay in this very bad and dirty environment. There were many lamenting voices and crying children, and women trying to comfort them.

Having experienced such trials, I understood the misery of boat people who must cross the dangerous seas. Suddenly, the rowing man called loudly: '*River Police*'. Everyone inside seemed to hold their breath. After a while, their ship also went away. I whispered a 'thank you' to God.

After that event, we were more aware of the danger, so we tried to endure our poor situation. The atmosphere in the dinghy settled

Tôi đã có thể nhìn thấy khuôn mặt của mỗi người. Nhìn vào quần áo của họ nhắc nhở tôi về những người có quyết tâm và nghị lực giúp họ chấp nhận hoàn cảnh như vậy để ra đi. Đó là vào bữa ăn sáng đầu tiên trong cuộc đời, tôi có cảm giác biết ơn em trai tôi, anh ấy đã chia sẻ chiếc bánh và nước của mình với tôi. Nhìn vào một vài đứa trẻ có thể ăn sáng khiến tôi bớt lo lắng và căng thẳng.

Ánh sáng mặt trời chiếu sáng trên sông, hai bờ cách nhau rất xa và những ngôi nhà trộn lẫn với cây dừa và cánh đồng lúa. Vùng nông thôn của quê hương chúng tôi vào buổi bình minh của buổi sáng rất đẹp, nhưng trái tim tôi thuộc về một đứa trẻ mang trong lòng nỗi buồn rất ảm đạm đang rời khỏi mảnh đất quê hương của mình.

Chiếc xuồng ba lá tiếp tục đi đến Rạch Ông nối dài Kênh Tẻ, bên trái của xã Phước Kiển, và bên phải là Huyện Nhà Bè. Mặt trời đã lên và có nhiều hơi ấm hơn. Một số người phàn nàn vì số lượng người trên tàu quá đông đúc trong một chiếc xuồng nhỏ như vậy. Mùi hôi cũng tăng từ những tấm ván dưới sàn, tôi nhìn xuống vũng nước đen chạy qua lại dưới chân tôi. Tôi rùng mình một chút, nước đọng rất bẩn vì một số người không thể kiểm soát bản thân trong một thời gian dài, vì vậy họ phải đi tiểu tại chỗ. Tôi mượn một cái thùng từ một người đàn ông, lật các tấm ván và đổ nước dơ bẩn xuống sông.

Sức nóng vào tháng 6 mùa hè luôn là nóng nhất, cộng với điều kiện chật chội khiến nó khó thở và tôi cảm thấy kiệt sức. Mồ hôi dường như ngấm vào cơ thể tôi. Tôi đã phải uống rất nhiều nước vì cơ thể tôi đổ mồ hôi khắp nơi và khiến tôi ngứa. Tuy nhiên, chúng tôi phải ở trong môi trường rất tồi tệ và bẩn thỉu này, có nhiều tiếng nói than thở và những đứa trẻ khóc, và phụ nữ cố gắng an ủi chúng.

Đã trải qua những thử thách như vậy, tôi hiểu sự khốn khổ của những thuyền nhân phải vượt qua những vùng biển nguy hiểm. Đột nhiên, người chèo thuyền gọi to: *"Công an đường sông"*. Mọi người bên trong dường như nín thở. Sau một thời gian, con tàu của họ cũng biến mất, tôi thì thầm lời cảm ơn đến Chúa.

Sau sự kiện đó, chúng tôi nhận thức rõ hơn về mối nguy hiểm, vì vậy chúng tôi đã cố gắng chịu đựng tình hình tồi tệ của chúng tôi. Bầu không khí trong chiếc thuyền đã lắng xuống, tôi chỉ nghe thấy

down. I heard only the whispering of some mothers using wet towels to clean their children.

It was now a matter of endurance and counting the hours. Time passed so slowly in our voluntary prison floating on the river. I looked at the wristwatch of a man I knew it was four o'clock in the afternoon. It was nearly evening when the dinghy turned into the Muon Chuoi River. This river is connected to the Nha Be River. It connects to the beach.

I had time to chat with some people. One man was a pilot of the Republic of Vietnam. He studied in the United States. He has short hair, dark skin, and an austere face but his eyes and voice told the story of his need to escape. After the turmoil of April 1975, he was arrested by the communists and put in prison for more than 10 years. He had hopes of going to the United States. He did not believe in the communist way of life.

The Communist Party wants to monopolise political control, so it does not allow any party to participate in the political system. A democratic nation must be multi-party so that the opposition can challenge the decisions of those running the country.

He made clear his views about the country of Vietnam being controlled by a Single Party – legislative, judicial, and executive. The political foundations had been destroyed. There were no multi-parties who could block the bills that made wrong decisions and allowed corruption and evil to occur. In this system, delegates were not voted for by the people, but appointed by the ruling Communist party. Listening to him, I understand so much more about our sad political system.

After a while, the dinghy drifted into tidal waters and was moving inch by inch to the rendezvous point. It was afternoon and a cool breeze would sometimes blow inside the dinghy so that we had fresh cool air to make us feel a little more comfortable. Our rowers guided the dinghy into an area surrounded by mangrove trees where the scenery felt like we were in an enclosed forest; so it is quite safe. The water ducks flying around spoke of the freedom I longed for.

tiếng thì thầm của một số bà mẹ sử dụng khăn ướt để làm sạch con của họ.

Vấn đề bây giờ chỉ là chịu đựng và đếm số giờ. Thời gian trôi qua rất chậm trong "nhà tù tự nguyện" của chúng tôi trôi nổi trên sông. Tôi nhìn đồng hồ đeo tay của một người đàn ông, và biết rằng đó là bốn giờ chiều. Trời đã gần tối khi chiếc xuồng đã đến gần Mương Chuối. Dòng sông này được kết nối với Nhà Bè là con sông lớn chạy ra biển.

Tôi đã có thời gian để trò chuyện với một số người. Một người đàn ông là phi công của Việt Nam Cộng hòa. Ông học ở Hoa Kỳ. Anh ta có mái tóc ngắn, làn da sẫm màu và khuôn mặt khắc khổ, thể hiện qua đôi mắt và giọng nói của anh ta khi kể câu chuyện về sự cần thiết phải trốn thoát. Sau cuộc biến cố của tháng 4 năm 1975, anh ta bị Cộng sản bắt giữ và tống vào tù hơn 10 năm, anh ta đã hy vọng sẽ đến Hoa Kỳ. Ông không tin vào chính sách Cộng sản.

Đảng Cộng sản muốn độc quyền kiểm soát chính trị, vì vậy nó không cho phép bất kỳ đảng nào tham gia vào hệ thống chính trị. Một quốc gia dân chủ phải đa đảng để phe đối lập có thể thách thức các quyết định của những người điều hành đất nước.

Ông ta đã nói rõ quan điểm của mình về đất nước Việt Nam bị kiểm soát bởi một thế lực duy nhất - lập pháp, tư pháp và hành pháp. Các nền tảng chính trị đã bị phá hủy. Không có nhiều bên có thể chặn các dự luật đưa ra quyết định sai trái hoặc để ngăn chặn tham nhũng và xấu xa xảy ra. Trong hệ thống này, các đại biểu không được người dân bầu chọn, mà được bổ nhiệm bởi Đảng Cộng sản cầm quyền. Lắng nghe anh ấy, tôi hiểu nhiều hơn về hệ thống chính trị buồn của chúng tôi.

Sau một thời gian, chiếc xuồng trôi vào vùng nước thủy triều, di chuyển từng đoạn và đã đến điểm điểm hẹn. Đó là buổi chiều và một làn gió mát thỉnh hoảng thổi vào trong chiếc xuồng, để chúng tôi có không khí mát mẻ thoải mái hơn một chút. Các tay chèo của chúng tôi đã hướng dẫn chiếc xuồng vào một khu vực được bao quanh bởi những cây rừng ngập mặn, nơi khung cảnh cảm thấy như chúng ta đang ở trong một khu rừng rậm. Vì vậy, nó khá an toàn. Những con vịt nước bay xung quanh nói về sự tự do mà tôi mong muốn.

An Unseen hand
There were hands that protected the dinghy so that we were not discovered and arrested by the police...

I have painted the skillful hand of the rowing man at the centre. Hands have become very much a part of my paintings. Here, the strong protecting hand of God holds our fragile boat. On the left, as part of the white background, my own anxious face. I look at the very anxious eye and face representing my fellow refugees.

The palm leaves, our only protection from discovery, are also in the shape of a hand.

Bàn tay vô hình
Có những bàn tay bảo vệ vô hình để chúng tôi không bị cảnh sát phát hiện và bắt giữ. Tôi đã vẽ bàn tay khéo léo của người chèo thuyền ở trung tâm.

Bàn tay đã trở thành một phần trong các bức tranh của tôi. Ở đây, bàn tay bảo vệ mạnh mẽ của Thiên Chúa giữ chiếc thuyền mong manh của chúng tôi. Bên trái khuôn mặt lo lắng của riêng tôi là một phần của nền trắng. Tôi nhìn vào con mắt và khuôn mặt rất lo lắng đại diện cho những thuyền nhân tị nạn. Lá cọ, sự bảo vệ duy nhất của chúng tôi khỏi phát hiện, cũng có hình bàn tay.

After this already long journey, and with the cooler air allowing me to breathe more easily, I felt my anxiety level decrease a little. This vast body of water is called Xoai Rap Canal, connecting us to the Nha Be River. On the left side of the forest area, the dinghy was inside a large lake covered with coconut and mangrove trees.

A few people in the boat picked fresh coconut leaves and dipped their hands in the water to wash their faces and soak some towels. I breathed a sigh of relief because everyone could take turns going out to get some fresh air. I soaked my arms in the river where the water was cool and clean. I also brought my cupped hands to my mouth to taste the water. It had a slightly salty taste but was drinkable.

I heard the boatman telling someone: *'Luckily, the dinghy has been able to keep up with tides so we will rendezvous at the right time!'*

We then ate all the buns for dinner that my younger brother brought. I said to him: *'You drank all the water in the bottle; let me put river water in the bottle and bring it with us'*. Hien disagreed, saying: *'How could we drink river water?'* Raising my voice, I replied: *'If you do not dare to drink river water, we will have no water. I've had a drink of water from the river, so pass me the bottle!'* I pushed the bottle deep into the river.

The afternoon sun had gone and the blue sky was obscured by dark clouds that were slowly coming in. I don't know why, but looking at the river, sea and sky, in my heart there rose again feelings for my family. The hope that our escape going well would be a gift to make my parents happy and would give meaning to my own life. Even if we failed, I could still find joy in having the opportunity to help my parents.

The time spent in the dinghy had helped me understand something about communism and that the communist government in Vietnam was leading the whole nation on the wrong path. They use political posters and propaganda that, while flamboyant, hide a dark secret. Thanks to spending time in the dinghy, I had the opportunity to talk to people who had lived before 30 April 1975. I was able to compare life in the two regimes: liberal democracy and Vietnamese communism.

Sau hành trình dài này, không khí đã mát mẻ cho phép tôi thở dễ dàng hơn, tôi cảm thấy mức độ lo lắng của mình giảm đi một chút. Không gian rộng lớn của vùng nước này được gọi là kênh Rạp Xoài, kết nối với sông Nhà Bè. Phía bên trái của khu vực rừng nước, chiếc xuồng ba lá đang ở bên trong một hồ nước lớn được bao phủ bởi những cây dừa nước và cây đước.

Một vài người trong thuyền nhặt lá dừa tươi và nhúng tay xuống nước để rửa mặt và ngâm một ít khăn. Tôi thở phào nhẹ nhõm vì mọi người có thể thay phiên nhau ra ngoài để hít thở không khí trong lành. Tôi ngâm tay xuống sông nơi nước mát và sạch sẽ. Tôi cũng đưa bàn tay của tôi lên miệng để nếm nước. Nó có một hương vị hơi mặn nhưng có thể uống được.

Tôi đã nghe người chèo thuyền nói với ai đó: "*May mắn là chiếc xuồng ba lá đã có thể theo kịp thủy triều nên chúng tôi sẽ gặp thuyền đúng thời điểm!*"

Sau đó chúng tôi đã ăn tất cả những chiếc bánh cho bữa tối mà em tôi mang theo. Tôi nói với anh ta: "*Hãy uống tất cả nước trong chai, để anh cho nước sông vào chai và mang nó theo*". Em trai tôi không đồng ý, nói rằng: "*Làm thế nào chúng ta có thể uống nước sông?* Tôi đã trả lời với giọng nói to hơn: "*Nếu không dám uống nước sông, chúng ta sẽ không có nước uống cho thời gian sắp tới, vì vậy! hãy đưa cái chai đây!*" Tôi ra ngoài và đẩy chai sâu xuống sông.

Mặt trời buổi chiều đã biến mất và bầu trời xanh bị che khuất bởi những đám mây đen đang dần xuất hiện. Tôi không biết tại sao, nhưng nhìn vào dòng sông, biển và bầu trời, trong trái tim tôi, đó lại là cảm xúc với gia đình tôi. Hy vọng rằng lối thoát của chúng tôi diễn ra tốt đẹp sẽ là một món quà để làm cho cha mẹ tôi hạnh phúc, và sẽ mang lại ý nghĩa cho cuộc sống của chính tôi.

Ngay cả nếu chúng tôi thất bại, tôi vẫn tìm thấy niềm vui khi có cơ hội cộng tác với cha mẹ tôi. Thời gian ở trong chiếc thuyền đã giúp tôi hiểu điều gì đó về Chủ nghĩa Cộng sản và Chính quyền Cộng sản ở Việt Nam đang dẫn đầu cả quốc gia trên một con đường sai lầm.Họ sử dụng áp phích chính trị và tuyên truyền, trong khi lòe loẹt, che giấu một bí mật đen tối. Nhờ thời gian trong chiếc xuồng ba lá, tôi đã có cơ hội nói chuyện với những người sống trước

What did I see on this little dinghy? Besides the men both young and old, there were also women and children. Why did they have to leave like this? Were they reactionaries? No. Of course not! Mothers and fathers who sent their children were wanting their children to have a future, to have a free life.

The sky was getting dark; tiny rows of electric lights were shining on land far from the horizon, and the winds were blowing in the direction of the mainland. I wanted to ask the wind to transfer my feelings back to where my loved ones lived. It was dinner time then with the family meal cooked by my mother. Sure, she was worried about us. I wondered if she could eat. When I was thinking about it, tears came to my eyes. Did the people in the dinghy have the same feelings?

Was I looking at my hometown for the last time? It was with heartfelt sadness that I waited for a fishing boat to take me away to a place that I did not know and from which I might never return. The boat driver informed us that a fishing boat would come to pick us up in a few hours. Some people were happy and they spoke about relatives living in Australia, the USA, and Canada. There was joy on their faces.

I thought about my older brother C. H., the first child of my parents. He sent his photographs from Australia. The photos were so beautiful and luxurious and so different from when he was still living in Vietnam. As I mentioned, every time a visitor came to visit, my parents showed his pictures and talked a lot about him as if it were a matter of pride.

Suddenly, the sound of a ship's engine and the light from a boat still far away. A few people, rejoicing in the sound, began to move, causing the dinghy to wobble and sway. It caused everyone inside to panic. The rowing man shouted: *'Must not! ... moving will turn out to be very dangerous. Everyone must sit still!'* It did not take much time for the light of the boat and its engine noise to disappear; it was just a fishing boat running across the river.

We waited for more hours but no sign of our boat. I looked at the rowing man who was very worried, his hands clenched, muttering a few oaths. He kept looking at the faint horizon between the river and the sky.

ngày 30 tháng 4 năm 1975.

Tôi đã có thể so sánh cuộc sống trong hai chế độ. Dân chủ Tự do và Cộng sản tại Việt Nam.

Tôi đã thấy gì trên chiếc xuồng nhỏ này? Bên cạnh những người đàn ông và thanh niên, còn có phụ nữ và trẻ em. Tại sao họ phải rời đi như thế này? Họ có phản động không? Tất nhiên là không rồi! Các bà mẹ và những người cha mang con đi đang muốn con cái họ có một tương lai, có một cuộc sống tự do.

Bầu trời tối dần, những hàng đèn điện nhỏ đang chiếu sáng trên vùng đất cách xa đường chân trời, và những cơn gió đang thổi về theo hướng đất liền. Tôi muốn yêu cầu gió chuyển cảm xúc của tôi trở lại nơi những người thân yêu của tôi. Bây giờ là giờ ăn tối với bữa ăn của gia đình do mẹ tôi nấu. Chắc chắn, mẹ đang lo lắng cho chúng tôi. Tôi tự hỏi liệu mẹ có thể ăn không. Khi tôi đang nghĩ về điều đó, nước mắt đã rơi. Có phải những người trong chiếc thuyền có cùng cảm xúc không?

Có phải tôi đã nhìn vào quê hương của tôi lần cuối cùng?

Đó là với nỗi buồn chân thành, tôi đã chờ đợi một chiếc thuyền đánh cá đưa tôi đến một nơi mà tôi không hề biết, và từ đó tôi có thể không bao giờ trở về. Người lái thuyền thông báo với chúng tôi rằng một chiếc thuyền đánh cá sẽ đến đón chúng tôi trong vài giờ. Một số người rất mừng vui khi nói về những người thân sống ở Úc, Hoa Kỳ và Canada. Niềm vui thể hiện trên khuôn mặt của họ.

Tôi nghĩ về người anh trai thứ nhất, đứa con đầu lòng của cha mẹ tôi. Anh ta đã gửi những bức ảnh của mình từ Úc. Những bức ảnh rất đẹp, sang trọng và rất khác so với khi anh vẫn sống ở Việt Nam. Mỗi khi một vị khách đến thăm, cha mẹ tôi thường xem hình ảnh của anh ấy và nói nhiều về anh ấy với cả niềm tự hào.

Đột nhiên, âm thanh của một động cơ tàu và ánh sáng của một chiếc thuyền từ xa. Một vài người, vui mừng trong âm thanh, bắt đầu di chuyển khiến chiếc xuồng bị chao đảo và lắc lư. Nó khiến tất cả mọi người bên trong hoảng loạn. Người chèo thuyền hét lên: "Không được ...Di chuyển sẽ trở nên rất nguy hiểm. Mọi người phải ngồi yên!" Không mất nhiều thời gian, ánh sáng của thuyền và tiếng ồn động cơ của nó biến mất, nó chỉ là một chiếc thuyền đánh cá chạy qua sông.

Some people removed the sheaths of coconut leaves. He shouted: *'Do not take it off! We must return if the fishing boat does not come'*. One person asked him: *'Will the fishing boat pick us up tonight?'* He curtly replied: *'Not sure tonight or tomorrow night. If it does not appear, I'll take you back to where we started!'* Now I understood why he was worried and angry. Everyone understood what could happen if the fishing boat did not come to pick us up. A few curses and complaints continued to break the silence.

Thanks to the cool breeze, the children were not aware of the drama, and being tired, they just fell asleep. I looked at Hien, and I asked him: *'Have you been like this before?'* Hien replied: *'If I knew what was ahead, I would not have left'*. Looking at Hien through the dim light, I saw tears flowing out. I had to turn my face away. Now I felt sorry for both of us.

I thought about the dangerous difficulties if we had to return home. The police would surely find out. I remember my military uncle telling me what to do if we could not be picked up by the fishing boat and what I needed to do to get home safely. Looking at myself, with my lost slipper and dirty, smelly clothes, I wondered what should I do? I wish I had thought to bring clean clothes and proper shoes. It was a bit late to realise that, if I did something with preparation, it would be much better. Anxiety always makes me nervous. What to do? It had come to this point – to hope the fishing boats would come.

It was darker now and time drifted slowly; my mood and everyone's was bewilderment and fear. A few people mumbled. We absolutely must not use gas lighters or flashlights because we would attract the attention of patrol boats. The rowing man sat down, angrily cursed and said to the assistant rower: *'If I bring the dinghy back, I will be caught by the police and imprisoned. Who will take care of my wife?'* I understood his dilemma; he was the one directly responsible for sending people across the sea. His pregnant wife was in the dinghy with him.

In the dark of midnight, I could see a corner of the sky, the pale blue and white twinkling stars. The wind blew stronger and the boat was swayed by the incoming waves. On the right side but far

Chúng tôi đợi thêm giờ nhưng không có dấu hiệu con thuyền của chúng tôi. Tôi nhìn người đàn ông chèo thuyền rất lo lắng, hai tay nắm chặt cây chèo, lẩm bẩm vài lời chửi thề. Anh ta cứ nhìn vào chân trời mờ nhạt giữa dòng sông và bầu trời.

Một số người vứt bỏ những cành lá dừa. Anh hét lên: *"Đừng cởi nó ra! Chúng ta phải trở về nếu thuyền đánh cá không đến."* Một người hỏi anh ta: *"Thuyền đánh cá sẽ đón chúng tôi tối nay không?"* Anh ta trả lời một cách tự nhiên: *"Không chắc tối nay hay tối mai. Nếu nó không xuất hiện, tôi sẽ đưa các người trở lại nơi khởi hành!"* Bây giờ tôi đã hiểu tại sao anh ấy lo lắng và tức giận. Mọi người đều hiểu những gì có thể xảy ra nếu thuyền đánh cá không đến đón chúng tôi. Một vài lời nguyền rủa và khiếu nại tiếp tục phá vỡ sự im lặng.

Nhờ gió mát, trẻ em không biết về nguy kịch và sự mệt mỏi, chúng chỉ ngủ thiếp đi. Tôi đã nhìn vào Hiển, và hỏi anh ta: "Em đã chịu đựng như vậy trước đây chưa?" Nhìn Hiển, qua ánh đèn lờ mờ tôi thấy những giọt nước mắt chảy ra. Tôi phải quay mặt đi. Bây giờ tôi cảm thấy tội nghiệp cho cả hai chúng tôi.

Tôi đã nghĩ về những khó khăn nguy hiểm nếu chúng ta phải trở về nhà. Công an chắc chắn sẽ tìm ra. Tôi nhớ người chú quân nhân nói với tôi phải làm gì, nếu chúng tôi không thể được tàu đánh cá đón. Chúng tôi phải làm những gì cần thiết để về nhà an toàn. Nhìn vào bản thân tôi, dép bị mất, quần áo bị dơ bẩn, bốc mùi, tôi tự hỏi nên phải làm gì? Tôi tiếc nuối là phải chi tôi đã mang quần áo sạch và giày phù hợp. Quá muộn màng để tôi nhận ra rằng nếu tôi có sự chuẩn bị sẽ tốt hơn nhiều. Lo lắng luôn khiến tôi trằn trọc. Làm gì? Đã đến thời điểm này chỉ còn hy vọng những chiếc thuyền đánh cá sẽ đến.

Trời mỗi lúc tối hơn và thời gian trôi thật chậm. Tâm trạng của tôi và mọi người đã bị hoang mang và lo sợ. Một vài người lẩm bẩm. Chúng tôi hoàn toàn không được sử dụng bật lửa gas hoặc đèn pin vì nó sẽ tạo ra sự chú ý của các thuyền tuần tra. Người đàn ông chèo thuyền ngồi xuống, giận dữ nguyền rủa và nói với người chèo thuyền trợ lý: "Nếu tôi mang chiếc xuồng trở lại, tôi sẽ bị công an bắt và bị cầm tù. Ai sẽ chăm sóc vợ tôi?" Tôi hiểu vấn đề nan giải của anh ấy. Anh ta là người chịu trách nhiệm trực tiếp trong việc

away, a patch of light; the left side was so dark, with a wild forest engulfing everything, and in front the endless arch of the sky that looked like an entrance to nowhere!

A little boy woke up crying. His father just let him cry. The boy's face seemed very stressed and mirrored my own contorted spirit. I asked the man: *'Why didn't you let the boy stay home?'* He pondered for a moment and then said: *'Actually, letting the boy stay home was not possible. I brought my son to ease the burden on my wife'*. He introduced himself as a lecturer at a university. He was very critical of the current way of education in Vietnam.

The education system is not interested in educating people about true humanity and about our culture dating back to ancient times. It only followed communist ideology and aroused anti– American hatred.

He said: *'I am very worried that it will affect my children"*. His family lived in District 3, Saigon. After 30 April 1975, the communist government took over 17 provinces in the South and in Saigon. The policy allowed for the confiscation of houses of urban residents, forcing victims to go to a new economic sector to live. His parents were victims of this policy.

He escaped to find freedom, and his wife and two children returned to his hometown to live with his parents. He had tried to cross many times but was arrested and imprisoned twice. This was his final attempt as his family would not be able to cover the cost of escaping. Now I understood why he was so calm, not worried or scared. I often asked questions and talked to him during my time in the dinghy. I also learned a lot of good things from him.

It looked like this was to be the night the ship would not come to pick us up. The anxiety level was growing, I could hear peoples' groans and sighs. Some people had been on the boat for nearly three days before we joined it. I closed my eyes for a moment, trying not to think. I muttered a few prayers to myself but they stayed in my mouth, inside my heart I was still nervous and afraid.

Our little dinghy swayed with each gust of wind, the water billowed and the wind changed direction. The rowing man was waiting for the water to rise so the dinghy could return to the

đưa người trốn vượt biển. Người vợ mang thai của anh ấy đang ở trong chiếc xuồng với anh ta.

Trong bóng tối của nửa đêm, tôi có thể nhìn thấy một góc của bầu trời, những ngôi sao lấp lánh màu xanh nhạt. Gió thổi mạnh hơn và chiếc thuyền bị lắc lư bởi những con sóng đến. Ở phía bên phải nhưng xa, một mảng ánh sáng, bên trái rất tối, một khu rừng hoang dã nhấn chìm mọi thứ. Trông thật hoang dã và phía trước là vòm trời vô tận trông giống như một lối vào hư không!

Một cậu bé thức dậy khóc. Cha của nó để cho nó khóc. Khuôn mặt của cậu bé thật căng thẳng khiến tôi cảm thấy tội nghiệp cho nó. Tôi hỏi người đàn ông: *"Tại sao chú không để cậu bé ở nhà?"* Ông ta suy tư một lúc rồi nói: *"Thật ra, để cậu bé ở nhà là không thể. Tôi đã đưa thằng nhỏ đi là muốn giảm bớt gánh nặng cho vợ tôi."* Ông tự giới thiệu mình là một giảng viên tại một trường đại học. Ông đã phê phán cách giáo dục ở Việt Nam hiện tại rất tệ.

Hệ thống giáo dục không quan tâm đến việc giáo dục về nhân bản, sự thật về văn hóa dân tộc của chúng tôi có từ hàng ngàn năm. Họ chú trọng theo chủ thuyết hệ tư tưởng Cộng sản và khơi dậy sự thù hận đối với Mỹ.

Anh ta nói: *"Tôi rất lo lắng rằng nó sẽ ảnh hưởng đến các con tôi."* Gia đình anh ấy sống ở Quận 3, Sài Gòn. Sau ngày 30 tháng 4 năm 1975, chính phủ Cộng sản đã chiếm hơn 17 tỉnh ở miền Nam và Sài Gòn. Chính sách cho phép tịch thu nhà của cư dân đô thị, buộc nạn nhân phải đến một vùng kinh tế mới để sống. Cha mẹ anh ta là nạn nhân của chính sách này.

Anh ta đã trốn để tìm tự do nhiều lần, đã bị bắt và bị cầm tù hai lần. Vợ và hai đứa con của anh ta phải trở về quê nhà để sống với cha mẹ cô ta. Đây là nỗ lực cuối cùng của anh, nếu không thành, gia đình anh ta sẽ không thể trang trải chi phí trốn đi thêm một lần nữa. Bây giờ tôi đã hiểu tại sao anh ta bình tĩnh, không lo lắng hay sợ hãi. Tôi thường đặt câu hỏi và nói chuyện với anh ấy trong thời gian tôi ở trong chiếc thuyền. Tôi cũng đã học được rất nhiều điều tốt từ anh ấy.

Có lẽ đêm nay, chiếc thuyền sẽ không đến đón chúng tôi. Mức độ lo lắng đang gia tăng, tôi có thể nghe thấy tiếng người rên rỉ và thở

wharf. I and the people on the boat were now both worried and scared. The dangers that would happen on the way back made my heart heavy. I felt depressed because if the dinghy returned to the wharf, I would be caught by the police, with such a dirty appearance, and accused of escaping my homeland. What hope would I have? I did not yet know how to pray to God in times like these. This whole journey was to be a new way of learning how to pray!

dài. Một số người đã ở trên thuyền gần ba ngày trước khi chúng tôi tham gia. Tôi nhắm mắt một lúc, cố gắng không suy nghĩ. Tôi lẩm bẩm một vài lời cầu nguyện cho chính mình nhưng nó chỉ ở trong miệng tôi, trong lòng tôi vẫn còn lo lắng và sợ hãi.

Chiếc xuồng nhỏ của chúng tôi lắc lư với từng cơn gió, nước chảy và gió đổi hướng. Người chèo thuyền đang chờ nước dâng lên để chiếc thuyền có thể trở lại bến. Tôi và những người trên thuyền bây giờ vừa lo lắng vừa sợ hãi. Những nguy hiểm sẽ xảy ra trên đường trở về làm cho trái tim tôi nặng nề. Tôi cảm thấy chán nản vì nếu chiếc thuyền trở lại bến, tôi sẽ bị công an bắt với vẻ ngoài bẩn thỉu như vậy và bị buộc tội thoát khỏi quê hương tôi.

Tôi sẽ có hy vọng gì? Tôi chưa biết cách nào cầu nguyện với Chúa cho mọi thứ xảy ra tốt đẹp.

Chapter 5
On Board The Fishing Boat

Below Deck: *Seafood Company fishing in District 5, Saigon*

Suddenly, the sound of an engine and the light of the fishing boat still far away broke the darkness and silence of the night. The rower was happy and yelled, *'The fishing boat has arrived. No one is to stand up, you must sit still!'* He quickly took out from his bag a flashlight to communicate with the flashing light and quickly turned it off. Unexpectedly, the fishing boat has arrived.

I thought to myself: 'Hopefully, this time I will be successful and not end up in the hands of the Water Police'.

I heard a whisper from someone, thanking God. People began to remove the coconut branches above the dinghy, and the air became cool and cleaner than before.

We had waited for a long time for the boat, now I had a good feeling that my hopes will come true. However, there were still great obstacles to this becoming a reality.

Our dinghy was getting closer and closer to the ship and in that black night on the big river, there was only one bright yellow light guiding us to the boat. Our dinghy began to wobble in the strong wind and rain began to fall. The rowers had to try their best to attach the boat to one side of the fishing boat.

The ship's name was *Seafood Company in District 5, Saigon*. On the side of the ship was a painted face with wide-open eyes! There were tires mounted on both sides of the ship. The transfer of passengers happened quickly; one by one we climbed onto the fishing boat. My younger brother went up and, as I stepped on a tire on the side of the boat, a hand pulled me onto the boat, then another hand pushed me below deck. I slipped down a small ladder. Just as quickly, I was inside the bunker. It felt like being in a fish tank!

There was a single light bulb and just enough light to see what

Chương 5
Trên thuyền đánh cá.

Dưới boong: Công ty hải sản đánh bắt cá ở Quận 5, Sài Gòn

Đột nhiên, âm thanh của một động cơ và ánh sáng của chiếc thuyền đánh cá từ phía đằng xa phá tan bóng tối và im lặng của màn đêm đen. Người chèo thuyền rất mừng vui, hét lên: *"Chiếc thuyền đánh cá đã đến! Không ai đứng lên, tất cả phải ngồi yên!"* Anh ta nhanh chóng lấy ra khỏi túi một đèn pin để giao tiếp với ánh sáng nhấp nháy và nhanh chóng tắt nó đi. Thật bất ngờ! Chiếc thuyền đánh cá đã đến.

Tôi tự suy nghĩ: "Hy vọng, lần này tôi sẽ ra đi thành công, sẽ không bị bắt bởi công an đường sông."

Tôi nghe những lời thì thầm cảm ơn Chúa từ ai đó. Mọi người bắt đầu loại bỏ các cành dừa phía trên chiếc xuồng, không khí mát mẻ và sạch hơn trước.

Chúng tôi đã chờ đợi chiếc thuyền trong một thời gian dài, bây giờ tôi có một cảm giác tốt, hy vọng của tôi sẽ trở thành sự thật. Tuy nhiên, vẫn còn những trở ngại lớn cho việc trở thành hiện thực.

Chiếc xuồng ba lá của chúng tôi càng lúc tiến dần đến với con thuyền, trong màn đêm đen của khu vực sông nước chỉ có một ánh sáng màu vàng hướng dẫn chúng tôi lên thuyền. Chiếc xuồng của chúng tôi bắt đầu chao đảo trong cơn gió mạnh và mưa bắt đầu rơi. Người chèo thuyền đã phải cố gắng hết sức để buộc chiếc thuyền vào một bên của chiếc thuyền đánh cá.

Tên của con tàu là Công ty hải sản Quận 5, Sài Gòn. Ở bên cạnh con tàu là một khuôn mặt được sơn với đôi mắt mở to! Có lốp xe được gắn ở cả hai bên của con thuyền. Việc chuyển người đã xảy ra nhanh chóng, từng người một chúng tôi leo lên thuyền đánh cá. Em trai tôi đi lên và khi tôi bước lên một chiếc lốp xe ở bên cạnh thuyền, một bàn tay kéo tôi lên thuyền, rồi một bàn tay khác đẩy tôi xuống dưới boong tàu. Tôi trượt xuống một cái thang nhỏ. Cũng nhanh

was around. There were many people sitting in a row, in a miserable state and looking like criminals who had to hide. I heard noises from the top of the boat, hurried footsteps, mixed with swearing and loud arguing about not enough space, and children crying wanting to go back home. The many groans created a noise that sounded like a sonic bomb exploding inside the boat. I looked around. There was no place to sit; so I retreated to the back of the 'fish tank' near the engine.

Inside the boat, people had to form two levels just like a box with two layers, just enough room to sit. I leaned against the side of the boat, looked around, and realised my younger brother was next to me. A voice announced that when the ship was in International Waters, we would be allowed to walk on the deck. It had passed midnight and the fishing boat was still at anchor.

Why not run? The question kept repeating itself in my mind. The atmosphere below the deck was very stifling. The heat from the motor, the smell of oil, and the odour from so many sweating bodies were almost unbearable. A few women fainted. Some men shouted and began banging on the cover over the exit: '*Some people are unconscious! Open the tunnel cap!*'

After a while, the deck cap was opened, but then the rain only added to our discomfort. The falling rains, in the light of the single yellow electric bulb, looked more like tears coming from the crying sky above.

I began to feel nauseous because the smell was so intense. My younger brother drank some water and I drank too because I was so thirsty. The river water in the bottle was less than half. The bottle was shared with some people but I was feeling sorry for us because we did not have enough for ourselves. I told my brother: '*You must keep the water bottle, and not share it; if you do not want to die of thirst. When you run out of water, try asking if anyone can give it to you. We cannot survive without food and drink*'.

On this journey, I came to understand more about people, especially their self-defences and survival skills. They would still ask for drinking water from others even though they already had water. These were very smart people who used plastic bags of

chóng, tôi đã ở trong hầm. Cảm giác như tôi đang ở trong một bể cá!

Có một bóng đèn duy nhất và chỉ đủ ánh sáng để xem những gì xung quanh. Có nhiều người ngồi nối tiếp nhau trong một trạng thái khốn khổ, trông giống như những tên tội phạm đang chạy trốn. Tôi nghe được những tiếng động từ đỉnh thuyền, bước chân vội vã, pha trộn với lời chửi thề và tranh cãi lớn về việc dành chỗ, và trẻ em khóc muốn trở về nhà. Nhiều tiếng ồn ào đã tạo tiếng động nghe giống một vụ phát nổ bên trong thuyền. Tôi nhìn xung quanh, không có nơi nào để ngồi. Vì vậy, tôi rút lui về phía sau 'bể cá' gần hầm máy.

Bên trong con tàu, mọi người phải tạo thành hai cấp độ giống như một hộp có hai lớp, chỉ đủ chỗ để ngồi. Tôi dựa vào một bên của chiếc thuyền, nhìn xung quanh và nhận ra em trai tôi ở bên cạnh tôi. Một giọng nói thông báo rằng khi con tàu đến hải phận quốc tế, chúng tôi sẽ được phép đi lên trên boong tàu, đã qua nửa đêm và thuyền đánh cá vẫn còn neo.

Tại sao không chạy? Câu hỏi cứ lặp đi lặp lại trong tâm trí tôi. Bầu không khí bên dưới boong rất ngột ngạt. Nhiệt từ động cơ, mùi dầu và mùi từ rất nhiều cơ thể đổ mồ hôi gần như không thể chịu đựng được. Một vài phụ nữ bị ngất. Một số người đàn ông hét lên và bắt đầu đập vào nắp hầm trên lối ra: "*Có người bất tỉnh! Mở nắp hầm! Mở nắp hầm nhanh lên.*"

Sau một thời gian, nắp sàn được mở ra, nhưng sau đó mưa chỉ làm tăng thêm sự khó chịu của chúng tôi. Những hạt mưa rơi, dưới ánh sáng của bóng đèn điện màu vàng duy nhất, trông giống như những giọt nước mắt từ bầu trời khóc rơi từ trên xuống.

Tôi bắt đầu cảm thấy buồn nôn vì mùi hôi rất nồng nặc. Em trai tôi uống một ít nước và tôi cũng uống, vì tôi quá khát. Nước sông trong chai ít hơn một nửa. Chai nước được chia sẻ với một số người nhưng tôi cảm thấy tiếc cho chúng tôi vì chúng tôi không có đủ cho chính mình. Tôi nói với em trai tôi: "*Hiển! Em phải giữ chai nước, và không cho một ai! Nếu không muốn chết vì khát. Khi hết nước, hãy thử hỏi xem có ai có thể cho em uống không*"? Chúng ta không thể sống mà không có thức ăn và nước uống."

drinking water and put them in a hat or under their shirts to hide the water from others.

We were still in the area of Nha Be River, an area near the estuary, so there were many checkpoints by the Border Police and even by the Boat Patrol Police. A few more hours passed, and the Fishing Boat still anchored with the engine running. I was feeling like poor fish that were lacking water to swim. Every minute my anxiety and fear increased about the bad things that could still happen to us. I felt hopeless and depressed and in a maze.

Then, just as suddenly, the engine exploded into life and became faster, then stronger and stronger and we were heading for the sea. I heard that they could not wait any longer for machine oil and drinking water.

Trên hành trình này, tôi đã hiểu thêm về mọi người, đặc biệt là các phương thức tự vệ và sinh tồn của họ. Họ vẫn muốn xin nước từ những người khác mặc dù họ có nước. Họ là những người rất thông minh sử dụng túi nhựa uống và đặt chúng vào mũ hoặc dưới áo để giấu nước và xin nước uống từ người khác.

Chúng tôi vẫn đang ở trong khu vực của Nhà Bè, một khu vực gần cửa sông, vì vậy có nhiều trạm kiểm soát của công an biên phòng và thậm chí bởi tàu thuyền công an tuần tra đường biển. Một vài giờ nữa trôi qua, chiếc thuyền đánh cá vẫn còn neo với động cơ chạy. Tôi cảm thấy như những con cá mắc cạn đang thiếu nước để bơi. Mỗi phút lo lắng và sợ hãi của tôi tăng lên vì những điều tồi tệ vẫn có thể xảy ra với chúng tôi. Tôi cảm thấy thất vọng, chán nản như trong một vực thẳm không lối thoát.

Sau đó, đột nhiên động cơ phát nổ vào cuộc sống và trở nên nhanh hơn, sau đó mạnh mẽ hơn, và chúng tôi đang hướng ra biển. Tôi nghe nói rằng họ không thể chờ đợi thêm dầu máy và nước uống.

We were, indeed, like fish that were put in this cellar to be sold in the market.

In this painting, I'm inspired by the parable of the loaves and fishes. "Here is a boy with five small barley loaves and two small fish, but how far will they go among so many?" (Jn 6:1-14). How to feed so many remains an unsolvable question.

Again, 'Protecting Hands' in the shape of a heart. We are held in the 'Hands of God'. Also, less obvious hands at the base of the painting calm the anxious faces of those who feel like fish caught in a net! Conscious of our predicament, I have painted in the lower left of the painting myself and my younger brother.

húng tôi, thực sự, giống như những con cá được đặt trong hầm này để được bán trên thị trường.

Trong bức tranh này, tôi đã lấy cảm hứng từ câu chuyện ngụ ngôn về những chiếc bánh và cá. Đó là một cậu bé có năm chiếc bánh lúa mạch và hai con cá nhỏ, nhưng chúng sẽ được hóa ra nhiều biết bao? (Gioan 6: 1-14). Làm thế nào để thiết đãi nhiều người, câu hỏi không thể giải quyết được. Một lần nữa, bảo vệ bàn tay trong hình dạng của một trái tim. Chúng tôi được chở che trong "bàn tay của Chúa". Ngoài ra, đôi bàn tay ít rõ ràng hơn dưới chân bức tranh làm dịu khuôn mặt lo lắng của những người đang cảm thấy như cá bị bắt trong lưới! Ý thức về tình trạng khó khăn của chúng tôi, tôi đã vẽ ở phía dưới bên trái của bức tranh chính tôi và em trai tôi.

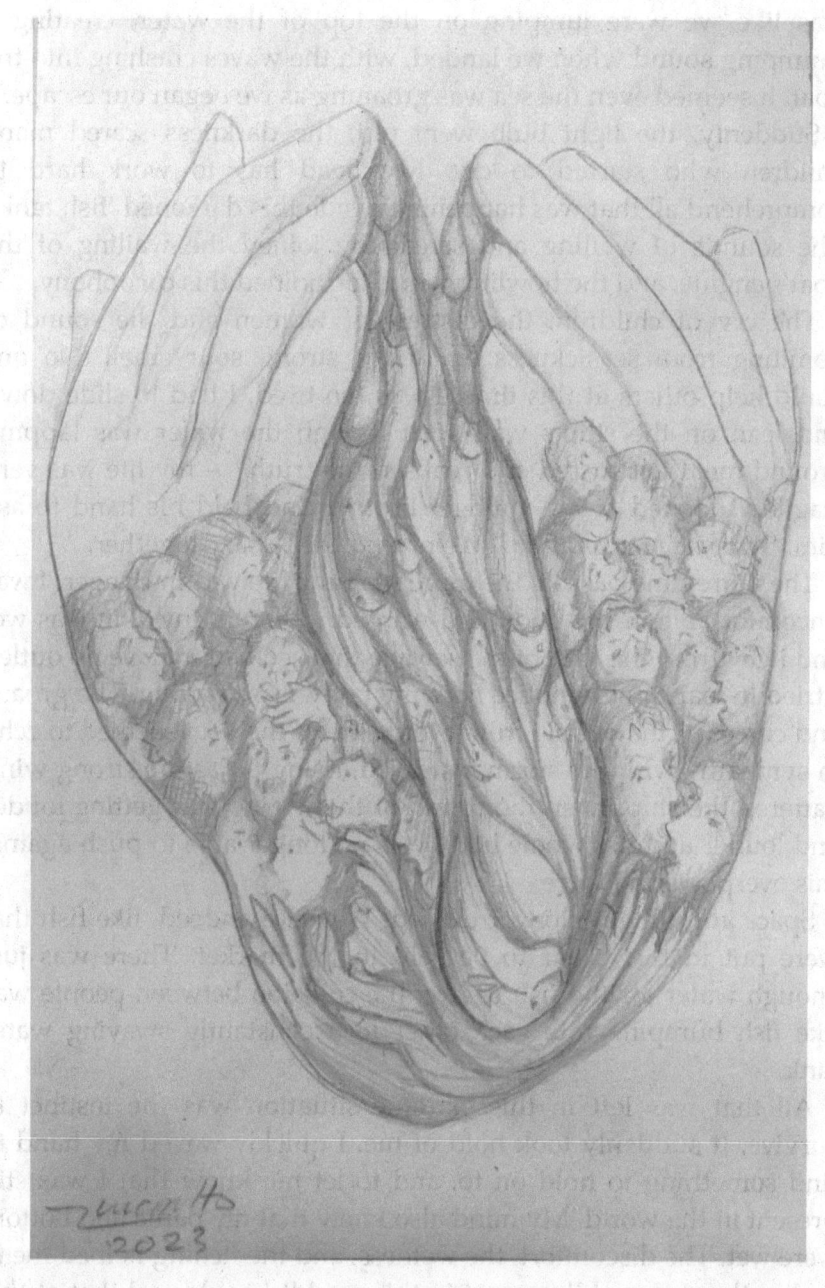

We were swaying as the fishing boat needed to pick up speed. It was like we were jumping on the top of the water, creating a thumping sound when we landed, with the waves crashing into the boat. It seemed even the sea was groaning as we began our escape.

Suddenly, the light bulb went out; the darkness scared many children who started to cry. My head has to work hard to comprehend all that was happening inside this darkened 'fish tank'. The sounds of wailing and screaming joined the wailing of the boat's engine; and the howling wind, too, joined this cacophony.

The cry of children, the distress of women and the sound of vomiting from seasickness emitted a strong sour smell. No one could help others at this time. I was too tired. I had to slide down and lean on the ship's wall even though the water was lapping around me. I felt scared and realised the truth – my life was very fragile. I looked at my younger brother and held his hand to ask him: *'Will you pray with me?'* We prayed the Rosary together.

The more time passed, the more I felt my life was in danger. I was uncomfortable in my body and wanted to vomit, my skin was wet and itchy from the filth of the sewage that seemed to have no outlet. I tried to learn not to notice how my body was reacting. The groans and curses of the people from every side of the boat seemed to echo in sympathy with the storm. I swayed, rising up as the strong wind battered the ship. Even the sound of the engine was getting louder and louder and my whole body was no longer able to push against this overpowering force.

Space and time no longer existed. We were, indeed, like fish that were put in this cellar to be sold in the market. There was just enough water for the fish to live, the collision between people was like fish bumping into each other in a constantly swaying water tank.

All that was left in this extreme situation was the instinct to survive. It suddenly took hold of me. I quickly waved my hand to find something to hold on to, and to let me know that I was still present in the world. My mind also knew that my pants and bottom were wet. The discomfort, the wetness, and the itching helped me to realise that I was still present in this world! I could feel that at this

Chúng tôi đã lắc lư khi chiếc thuyền đánh cá chuẩn bị để tăng tốc. Chúng tôi như đang nhảy lên khỏi mặt nước, tạo ra một âm thanh đập khi chúng tôi hạ cánh với những con sóng đâm vào thuyền. Dường như ngay cả biển nước cũng rên rỉ khi chúng tôi bắt đầu ra đi trốn thoát.

Đột nhiên, bóng đèn tắt, bóng tối khiến nhiều trẻ em bắt đầu khóc. Đầu của tôi phải làm việc chăm chỉ để hiểu tất cả những gì đang xảy ra bên trong "bể cá" tối tăm này. Những âm thanh của tiếng khóc lóc và la hét trộn lẫn vào tiếng gầm của động cơ thuyền, và gió hú cũng tham gia vào âm thanh này.

Tiếng khóc của trẻ em, sự đau khổ của phụ nữ và âm thanh nôn mửa vì say sóng phát ra mùi chua nồng nặc. Không ai có thể giúp đỡ người khác tại thời điểm này. Tôi đã quá mệt mỏi. Tôi phải trượt xuống và dựa vào mạng thuyền mặc dù nước đang vỗ quanh tôi. Tôi cảm thấy sợ hãi và nhận ra sự thật, cuộc sống của tôi rất mong manh. Tôi nhìn em trai tôi, nắm tay Hiền và hỏi: *"Có muốn cầu nguyện với anh không?"* Chúng tôi đọc kinh mân côi cùng nhau.

Thời gian càng trôi qua, tôi càng cảm thấy cuộc sống của mình đang gặp nguy hiểm. Tôi không thoải mái trong cơ thể và muốn nôn, da tôi ướt sũng và ngứa vì sự bẩn thỉu của nước thải dường như không có lối thoát. Tôi cố gắng học cách không nhận thấy cơ thể của tôi đã phản ứng như thế nào, dù có bị ngứa ngáy, phải cố gắng suy nghĩ chuyện đến chuyện khác. Những tiếng rên rỉ và chửi rủa của mọi người từ nhiều phía phía của chiếc thuyền dường như hòa trộn với cơn bão. Tôi lắc lư, nổi lên khi gió mạnh đập vào con tàu. Ngay cả âm thanh của động cơ cũng càng lúc càng to và toàn bộ cơ thể tôi không còn có thể chống lại lực đẩy áp đảo này.

Không gian và thời gian dường như không còn tồn tại. Chúng tôi, thực sự, giống như những con cá được đặt trong hầm này để được bán trên thị trường. Có đủ nước để cá sống, sự va chạm giữa mọi người giống như cá va vào nhau trong một bể nước liên tục lắc lư.

Tất cả những gì còn lại trong tình huống khốn đốn này là bản năng tồn tại. Tay tôi đột nhiên quơ tay và nhanh chóng tìm thứ gì đó để nắm giữ, và để cho tôi biết rằng tôi vẫn có mặt trên thế giới. Tâm trí tôi cũng biết rằng quần và áo của tôi bị ướt. Sự khó chịu, ẩm

moment of adversity, my life was beyond fragile!

I was like a leaf falling into the vortex of a whirlwind deep in my body and mind and yet it seemed to awaken my soul, allowing the prayers in my head to take turns in searching for hope. A hope that would cross the boundary of death that was lurking outside our small boat, alone on this vast sea.

ướt, ngứa ngáy giúp tôi nhận ra rằng tôi vẫn có mặt trong thế giới này! Tôi có thể cảm thấy rằng tại thời điểm nghịch cảnh này, cuộc sống của tôi đã vượt quá sự mong manh!

Tôi giống như một chiếc lá rơi vào cơn lốc của một cơn lốc sâu trong cơ thể. Tâm trí của tôi dường như đã đánh thức tâm hồn tôi, cho phép những lời cầu nguyện trong đầu tôi thay phiên nhau để tìm kiếm hy vọng. Một hy vọng sẽ vượt qua ranh giới của cái chết đang rình rập bên ngoài chiếc thuyền nhỏ của chúng tôi một mình trên biển rộng lớn này.

Chapter 6
The Nightmare

International Waters of the East Sea

I woke up after many hours had passed, feeling tired and cold from my wet clothes. The wind outside was no longer howling and the sound of the waves now quietly lapped the ship.

The electric light had come on and the storm had passed but still many people were lying down because they were exhausted and the children were too tired even to continue crying. My brother was also lying by my side. There's nothing I could do to help him. I lay down again because I was so tired.

I was woken up by my brother, and still half awake, I heard his voice: *'Wake up! You can go onto the deck, you go up first'*. I tried to sit up, and in my wet clothes, I crawled to avoid dirty puddles. In the tunnel, many people were still vomiting. I looked around, trying to see my brother, but could not see him. There were now seating gaps in the cellar, as many people were already on deck.

I understood and was happy that our boat had entered international waters. We had left the territory of Vietnam! I tried to hold on to one side of the ship, then sat up and tried to stand. I felt drunk, and I lay down again. I couldn't get up, I wanted to vomit. My throat was dry and bitter, my abdomen and hips aching. I felt dizzy and intoxicated.

How many times had I tried to vomit but could not, seasickness seemed to inhabit my whole body. It was not long before the contents of my stomach filled my two hands! My vomit smelled sour and fishy. I lay struggling in the puddles of water that I couldn't do anything about. I vomited many times and the contents of my stomach overflowed on the floor of the boat.

I had never experienced anything like this before. My body no longer wanted to obey my will. I still heard all kinds of noises around me in the ship's hold, but then I ceased to be present in this

Chương 6
Cơn ác mộng,
Hải phận Quốc Tế của Biển Đông.

Tôi thức dậy sau nhiều giờ trôi qua, cảm thấy mệt mỏi và lạnh lẽo từ quần áo ẩm ướt của tôi. Gió bên ngoài không còn hú lên và tiếng sóng bây giờ lặng lẽ đập vào con tàu.

Ánh sáng điện đã bật sáng và cơn bão đã trôi qua nhưng vẫn còn nhiều người đang nằm vật vã vì họ đã kiệt sức, và những đứa trẻ quá mệt mỏi thậm chí không thể tiếp tục khóc. Em trai tôi cũng đang nằm bên cạnh tôi. Không thể làm gì hơn để giúp anh ta, tôi lại nằm xuống vì quá mệt.

Tôi đã bị em tôi đánh thức, và còn chập chờn nửa tỉnh nửa mê, tôi nghe thấy giọng nói của Hiển: "Thức dậy! Anh có thể đi lên boong tàu, tôi lên trên boong tàu trước". Tôi cố gắng ngồi dậy, trong bộ quần áo ẩm ướt, tôi trườn qua để tránh vũng nước dơ bẩn, trong hầm thuyền nhiều người vẫn bị nôn mửa.

Tôi đã hiểu được và vui mừng là vì chiếc thuyền của chúng tôi đã vào vùng biển quốc tế. Chúng tôi đã rời khỏi lãnh thổ của Việt Nam. Tôi cố gắng nắm giữ một bên thành của con tàu, sau đó ngồi dậy và cố gắng đứng lên. Cảm giác như tôi đã say và tôi lại nằm xuống. Tôi không thể đứng dậy, tôi muốn nôn. Cổ họng tôi khô và đắng, bụng và hông đau. Tôi cảm thấy chóng mặt và say sẩm.

Đã bao nhiêu lần tôi cố gắng không ói mửa ra nhưng không thể, sự say sóng dường như sống trong toàn bộ cơ thể tôi. Không lâu trước khi những gì trong dạ dày của tôi phủ lấp đầy hai bàn tay của tôi! Khi tôi nôn mửa ra. Tôi không biết nó là gì. Nó chỉ có mùi chua và tanh. Tôi nằm vật lộn trong những vũng nước mà tôi không thể làm bất cứ điều gì. Tôi nôn mửa nhiều lần và những thứ bẩn thỉu trong bao tử của tôi tràn trên sàn thuyền.

Tôi chưa bao giờ trải nghiệm bất cứ điều gì như thế này trước đây. Cơ thể tôi không còn muốn tuân theo ý muốn của tôi. Tôi vẫn

world. When I became conscious again, I was aware that the light from the electric bulb had dimmed and darkness filled the ship's hold. I was drenched from lying in a puddle and I tried to sit up but couldn't. My whole being was almost a corpse, but a corpse that still breathed. It was as if there was a force gripping me. Groans resounded from the people sitting around me. We were packed inside the hold like sardines in a tin!

... I opened my eyes to see everyone was wearing white clothes. Water was still coming out of their clothes and also coming out of their eye sockets and their nostrils. They seemed to want to say something to me but they could not because their mouths were full of water. They sat motionlessly, their heads resting on their shoulders, their long hair falling, and their faces green and emaciated. I felt chills all over my body, the sweat making me shiver with fear. Was I already dead? Did the ship sink and everyone died?

nghe thấy tất cả các loại tiếng ồn xung quanh tôi trong con tàu, sau đó tôi không còn có mặt với thế giới này. Tôi thức dậy. Ánh sáng từ bóng đèn điện mờ dần trong bóng tối của con tàu. Tôi ướt đẫm vì nằm trong vũng nước. Tôi đã cố gắng ngồi dậy nhưng không thể, toàn bộ con người tôi gần như là một xác chết, như một xác chết không thể di chuyển. Như thế có một ma lực nắm bắt tôi. Những tiếng rên rỉ vang lên từ những người ngồi quanh tôi. Chúng tôi như những con cá mòi được đóng gói trong một hộp thiếc!

Tôi mở mắt ra và thấy tất cả họ đều mặc quần áo trắng. Nước vẫn chảy ra khỏi quần áo và cũng ra khỏi hốc mắt và lỗ mũi của họ. Họ dường như muốn nói điều gì đó với tôi nhưng họ không thể vì miệng của họ đầy nước. Họ ngồi bất động, đầu họ nằm trên vai, mái tóc dài của họ ủ rũ, và khuôn mặt của họ xanh xao và hốc hác. Tôi cảm thấy ớn lạnh khắp cơ thể, mồ hôi khiến tôi rùng mình vì sợ hãi. Tôi đã chết? Con tàu đã chìm và mọi người đã chết?

105

The Nightmare

...I opened my eyes to see that everyone was wearing white clothes... their long hair falling, and their faces were green and emaciated.

Capturing this experience is an almost impossible task. I am trying to express the feeling behind the mystery that is death. Am I already dead? Did the ship sink and everyone die?

The truth is no one alive can know what happens after death!

Drawing from distant memories, I have painted the many faces of despair. In the white background on the right, I have painted myself with my eye wide open! Although the nightmare happened 33 years ago, in my mind the images are there as though it all happened yesterday!

A prayer: As you ponder this painting, please remember the suffering of the many 'crying souls' of Vietnamese boat people who died in their effort to find freedom. May they rest in peace.

Ác mộng

Tôi đã mở mắt ra để thấy tất cả họ mặc quần áo trắng, mái tóc dài của họ ủ rủ, và khuôn mặt của họ có màu xanh lá cây và hốc hác.

Nắm bắt trải nghiệm này là một nhiệm vụ gần như không thể. Tôi đang cố gắng thể hiện cảm giác đằng sau bí ẩn đó là cái chết. Tôi đã chết? Con tàu đã chìm và mọi người đã chết? Sự thật là không ai còn sống có thể biết những gì xảy ra sau khi chết! Vẽ từ những ký ức xa xôi, tôi đã vẽ nhiều khuôn mặt tuyệt vọng. Trong nền trắng ở bên phải, tôi đã vẽ mình bằng mắt mở! Mặc dù cơn ác mộng đã xảy ra 33 năm trước, trong tâm trí tôi, những hình ảnh vẫn còn đó như thể tất cả vừa xảy ra ngày hôm qua!

Một lời cầu nguyện: Khi bạn suy gẫm về bức tranh này, xin hãy nhớ sự đau khổ của nhiều "linh hồn than khóc" của người Việt Nam, những người đã chết trong nỗ lực tìm kiếm tự do. Họ có thể nghỉ ngơi trong an bình.

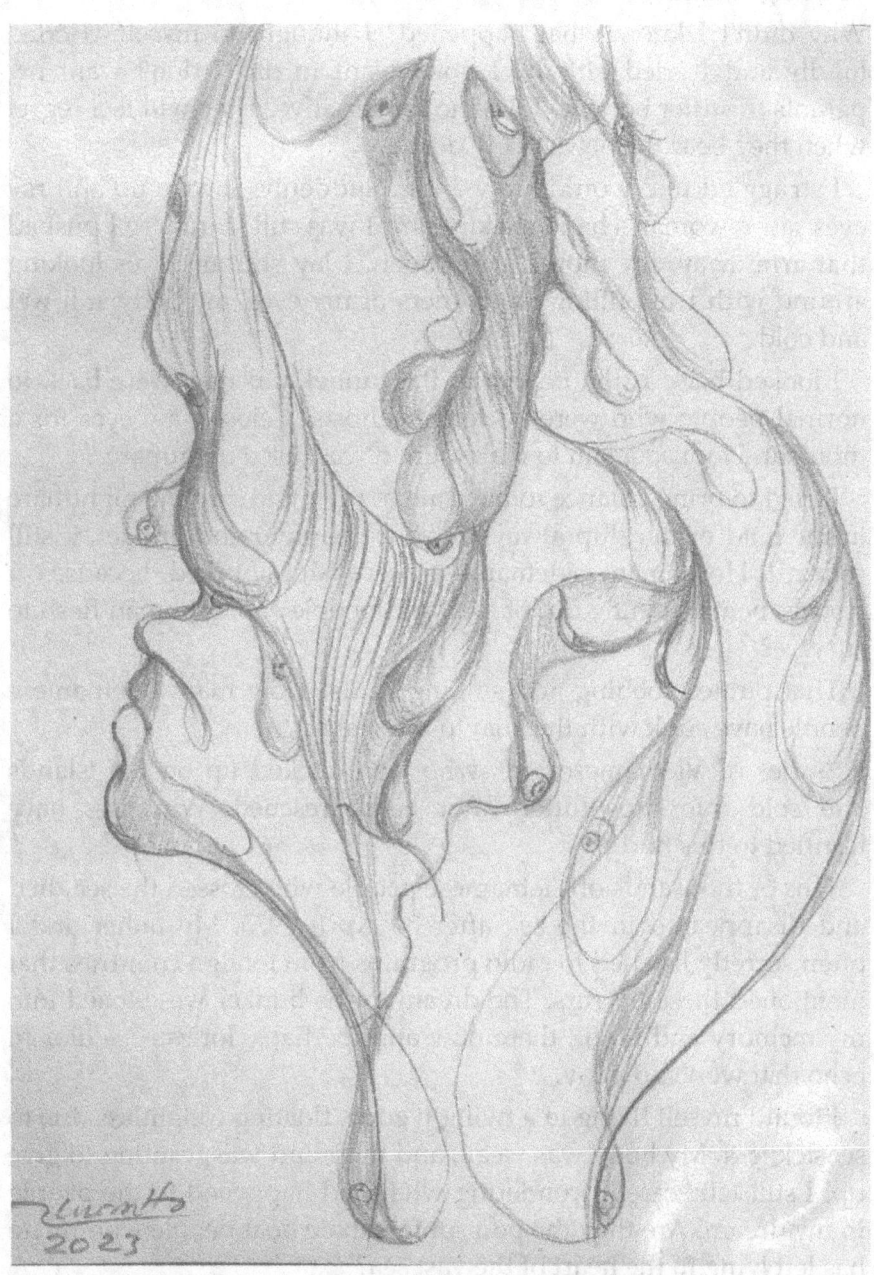

The Nightmare

Why didn't I know what happened? I thought to myself. I cried loudly and I cried bitterly. I don't want to die, I don't want my parents to suffer because I was no longer alive. They will feel regret when they hear the news of my death.

I struggled to cry out loudly and... Suddenly, I woke up and my eyes saw a woman's hand shaking me. I was still scared, so I pushed that arm away, my mouth wide open. I lay still, my eyes looking around with tears filling the corners of my eyes, my body still wet and cold.

I looked back at the people in the tunnel and they were back to normal people who were no longer ghosts. I closed my eyes for a moment. I looked again to make sure it was just a nightmare.

I tried to bring balance to the state of my mind, but the nightmare in the hold of the ship always returned to my mind. In fact, it still returns! How many Vietnamese were shipwrecked because of storms, boats running out of fuel, and people eating human flesh to survive?

Thai pirates robbing and sinking boats. How many Vietnamese people have sunk with the boat to the seabed?

Stories of Vietnamese girls who were locked up on the islands and sold into prostitution after being rescued. Witnesses have testified to this horror.

Tens of thousands of Vietnamese people who crossed the sea died and disappeared in the sea after 30 April 1975. My father and I often secretly listened to radio programs from foreign countries that mentioned these horrors. The dream in the bunker was etched into my memory and is still there now and, perhaps, forever — like an echo that won't go away.

I found myself living in a twilight zone, floating weightless due to seasickness. My body was weak, and my mind was wanting to give up. I still felt scared, wondering what had happened to the people in my dream. Are they the poor unfortunate boat people whom fate has left lying in the heart of the vast sea?

Ác Mộng

Tại sao tôi không biết chuyện gì đã xảy ra? Tôi nghĩ đến bản thân mình. Tôi đã khóc to và tôi khóc một cách cay đắng. Tôi không muốn chết, tôi không muốn cha mẹ tôi đau khổ vì tôi đã không còn sống. Họ sẽ cảm thấy hối tiếc khi nghe tin tức về cái chết của tôi.

Tôi vật vã, khóc tức tưởi và đột nhiên, tôi bị lay mạnh, tôi tỉnh dậy và thấy một người phụ nữ tay lắc tôi. Tôi vẫn còn sợ, vì vậy tôi đẩy cánh tay đó ra, miệng mở to. Tôi nằm yên, đôi mắt nhìn xung quanh với những giọt nước mắt lấp đầy khóe mắt, cơ thể tôi vẫn ướt và lạnh.

Tôi nhìn lại những người trong hầm và họ đã trở lại thành người bình thường không còn là hồn ma. Tôi nhắm mắt một lúc. Tôi nhìn lại một lần nữa để chắc chắn rằng đó là ác mộng.

Tôi đã cố gắng tìm lại sự cân bằng cho trạng thái tâm trí của tôi, ác mộng trên con thuyền vượt biển nó luôn quay trở lại với tâm trí tôi. Trong thực tế, nó vẫn trở lại! Có bao nhiêu người Việt Nam đã bị đắm tàu vì bão, thuyền hết nhiên liệu và người ăn thịt người để sống sót?

Cướp biển Thái Lan cướp và chìm thuyền. Có bao nhiêu người Việt Nam đã chìm xuống xuống đáy biển?

Sau đó, những câu chuyện về những cô gái Việt Nam bị nhốt trên các hòn đảo và được bán vào ổ mại dâm sau khi được giải cứu. Các nhân chứng đã làm chứng cho nỗi kinh hoàng này.

Hàng chục ngàn người Việt Nam đã vượi biên, đã chết và biến mất trên biển sau ngày 30 tháng 4 năm 1975. Cha tôi và tôi thường bí mật nghe các chương trình phát thanh từ nước ngoài đề cập đến những điều kinh hoàng này. Giấc mơ trong hầm được khắc sâu vào trí nhớ của tôi và bây giờ vẫn còn đó và có lẽ, mãi mãi, giống như một tiếng vọng không bao đánh mất.

Tôi thấy mình sống trong một khu vực không trọng lượng nổi do say sóng. Cơ thể tôi yếu đuối, và tâm trí tôi muốn từ bỏ. Tôi vẫn cảm thấy sợ hãi, tự hỏi chuyện gì đã xảy ra với những người trong giấc mơ của tôi. Có phải họ là những người đáng thương mà số phận đã để lại nằm trong trái tim của biển rộng lớn?

I had lost all sense of balance. I tried to open my eyes and I knew I needed to drink water. I was living in a vague land, for my dream made me feel I was in front of a door into the world of the dead.

I had already spent days in a difficult and cramped and bad environment. The ship, too, was moaning because the hull had been damaged in several places by the storm. Such sounds let me know I must challenge myself to face the truth of what was happening both inside and outside the boat. I estimated that for more than two days I had been lying down in the 'fish cellar'. My life seemed so fragile and so small in comparison with the vast ocean. Although I had not stepped on the deck, the sounds of the sea only increased my fear.

I thought how foolish it was not to bring something, at least, to drink, I looked around but did not see my brother. I needed to drink water, my tired body, my mouth dry and bitter, but where to find water to drink?

I started to think of my mother. My mother was always taking care of me when I was sick, I wouldn't even have to get out of bed & a warm towel, a glass of hot milk, and a bowl of hot porridge. But these are distant memories far from the dark present.

Now, I must drink just even a little water. Where was my brother? I looked around, my dry mouth muttering: *'Hien! Hien'*, I could not see him. I asked those nearby to give me some water to drink but no one answered. I tried to crawl and touch the people lying in the 'fish cellar' but they angrily cursed me.

I was able to crawl to the stairs leading to the deck. They were not so high but I could not go up because I was so exhausted & tired, dizzy, and cold. I tried to sit on each step, even though It was hard enough just to breathe. Impatiently, there was a young man who needed to go down the tunnel. Hurriedly, he pulled me up, muttering and shaking his head.

I took a deep breath and looked for some place to find a seat. My mind was disturbed and I thought I was dreaming but this was not a dream. My aching body and the stench from my clothes and my unquenchable thirst told me otherwise. I tried to move by asking people for help. No one helped. No one answered. I had to find

Tôi đã mất hết cảm giác cân bằng. Tôi đã cố gắng mở mắt và tôi biết tôi cần uống nước. Tôi đang sống trong một vùng đất mơ hồ, vì giấc mơ của tôi khiến tôi cảm thấy mình đang ở trước một cánh cửa vào thế giới của người chết.

Tôi đã trải qua nhiều ngày trong một môi trường khó khăn và chật chội. Chiếc thuyền cũng vậy, đang rên rỉ vì thân tàu đã bị hư hại ở một số nơi bởi cơn bão. Những âm thanh lạch cạch của nó cho tôi biết tôi phải cố gắng vượt qua thử thách bản thân để đối mặt với sự thật về những gì đang xảy ra cả trong và ngoài thuyền. Tôi ước tính rằng trong hơn hai ngày, tôi đã nằm trong hầm cá. Cuộc sống của tôi có vẻ rất mong manh và quá nhỏ so với đại dương rộng lớn. Mặc dù tôi đã không bước lên boong tàu, nhưng âm thanh của biển chỉ làm tăng nỗi sợ hãi của tôi.

Tôi nghĩ lại thật ngu ngốc khi không mang theo thứ gì đó, ít nhất, để uống, tôi nhìn xung quanh nhưng không thấy em trai tôi. Tôi cần uống nước, cơ thể mệt mỏi, miệng khô và đắng, nhưng tìm nước ở đâu?

Tôi bắt đầu nghĩ về mẹ tôi. Mẹ tôi luôn chăm sóc tôi khi tôi bị bệnh, tôi thậm chí không phải ra khỏi giường, một chiếc khăn ấm, một ly sữa nóng và một tô cháo nóng. Nhưng đây là những ký ức xa xôi, xa hiện tại đen tối.

Bây giờ, tôi phải uống chỉ một ít nước. Em trai tôi ở đâu? Tôi nhìn xung quanh, miệng khô của tôi lẩm bẩm: "Hiển Hiển! Hiển." Tôi không thể nhìn thấy anh ta. Tôi khẩn cầu những người gần đó cho tôi uống nước nhưng không ai trả lời. Tôi đã cố gắng bò và chạm vào những người nằm trong hầm cá, nhưng họ giận dữ nguyền rủa tôi.

Tôi đã có thể bò lên cầu thang dẫn đến boong tàu. Nọ không quá cao nhưng tôi không thể đi lên vì tôi quá kiệt sức, mệt mỏi, chóng mặt và lạnh cóng. Tôi đã cố gắng ngồi sau mỗi bước, dù tôi cố gắng hít thở. May mắn là có một thanh niên cần phải xuống hầm. Vội vàng, anh ta kéo tôi lên trên và lẩm bẩm thở dài, lắc đầu.

Tôi hít một hơi thật sâu và tìm một nơi nào đó để tìm chỗ ngồi. Tâm trí tôi bị xáo trộn và tôi nghĩ rằng tôi đang mơ nhưng đây không phải là một giấc mơ. Cơ thể đau đớn của tôi, mùi hôi thối từ

water. This was the only command in my mind and the driving force urging me to act.

I walked slowly step by step near the engine room. Inside this cabin, I saw two electric light bulbs and two men; one was holding the steering wheel, the other person was asleep but in a sitting position. I took slow steps, one hand clutching the roof of the cabin. If I slipped, I could fall into the sea and no one would know.

A young man was sitting in the corner of the engine room. I looked at him but he did not want to look at me. I waited but could not see any reaction on his face. I politely said to him: *'Could you give me a glass of water, please? I am very thirsty, dehydrated, seasick from vomiting ...'* I was still mid-sentence when I heard screaming: *'Get out of here ... Go Away! this area is only for staff'*.

I tried to be patient. I sat down and lowered my voice very low, almost begging for him to have mercy on me, and then I continued: *'Please! I have been lying down for two days in the fish cellar!'* I waited but he did not answer me. My head was bent down from exhaustion. I looked up, and saw that he was eating but not looking at me. Instinctively, I opened the lid of the steam boiler. The water was not boiling, I touched the pot and it felt warm. I quickly picked up the kettle to drink. All I could hear was his cursing and screaming, He stood up still holding a bowl of noodles, the other hand holding chopsticks that seemed to share his anger. I moved back. I tried to finish drinking while he shouted: *'This is not your water! It is not for the people in the boat'*.

I looked straight at him and put my hand straight out in front and another hand was still holding the steam boiler. I continued to drink the water.

Another man came out from the engine room, and asked: 'What's the reason for all this noise?' I still held up my hand, looking straight ahead. I took a step back, still hearing screaming and cursing from both of them.

I took a deep breath to regain my composure. I felt less tired and more confident after the incident happened. I thought to myself: 'Life or death is due to fate, but I still have the will and confidence

quần áo và cơn khát không thể chối cãi nói với tôi rằng tôi khát nước. Tôi đã cố gắng di chuyển bằng cách yêu cầu mọi người giúp đỡ. Không ai giúp. Không có ai trả lời. Tôi phải tìm nước. Đây là mệnh lệnh duy nhất trong tâm trí tôi và động lực để buộc tôi phải hành động.

Tôi đi chậm từng bước gần phòng máy. Bên trong cabin này, tôi thấy hai bóng đèn điện và hai người đàn ông, một người đang giữ tay lái, người kia đang ngủ nhưng ở tư thế ngồi. Tôi bước những bước chậm, một tay nắm chặt mái nhà của cabin. Nếu tôi trượt, tôi có thể rơi xuống biển mà không ai biết.

Một thanh niên đang ngồi ăn thứ gì đó trong góc. Tôi nhìn anh ấy nhưng anh ấy không muốn nhìn tôi. Tôi chờ đợi nhưng không thể nhìn thấy bất kỳ phản ứng trên khuôn mặt của anh ấy. Tôi lịch sự nói với anh ấy: *"Bạn có thể cho tôi một ly nước được không? Tôi rất khát, mất nước, say sóng vì nôn ....,"* Tôi vẫn chưa dứt lời khi tôi nghe thấy tiếng la hét: *"Hãy ra khỏi đây, hãy tránh xa! Khu vực này chỉ dành cho nhân viên."*

Tôi đã cố gắng kiên nhẫn. Tôi ngồi xuống và hạ giọng rất thấp, gần như cầu xin anh ta thương xót tôi, và sau đó tôi tiếp tục: "Hãy làm ơn! Tôi đã nằm xuống hai ngày trong hầm cá!"

Tôi đã đợi nhưng anh ấy không trả lời tôi. Đầu tôi bị gục xuống vì kiệt sức. Tôi nhìn lên, thấy anh ta đang ăn mà không nhìn tôi. Theo bản năng, tôi mở nắp nồi nước ấm, nước không sôi, tôi chạm vào nồi và nó cảm thấy ấm áp. Tôi nhanh chóng lấy ấm đun nước để uống. Tôi nhìn thẳng vào anh ta và đưa tay thẳng ra phía trước và trong khi vẫn cầm nồi nước ấm, tôi tiếp tục uống nước. Tất cả những gì tôi có thể nghe thấy là anh ta chửi rủa và la hét, anh ta đứng dậy vẫn cầm một bát mì, tay kia cầm đũa đánh vào không khí vì tức giận. Tôi di chuyển trở lại. Tôi đã cố gắng uống xong trong khi anh ta hét lên: Đây không phải là nước của mày! Nó không dành cho những người trên thuyền."

Tôi nhìn thẳng vào anh ta, đặt một tay đưa thẳng ra phía trước và một tay vẫn cầm bình nước, tôi tiếp tục uống nước.

Người đàn ông khác bước ra từ phòng máy, và hỏi: "Chuyện gì mà ồn ào như vậy?" Tôi vẫn giơ tay lên, nhìn thẳng về phía trước,

to survive'. I went back toward the front of the boat. My thirst was quenched, and I was feeling better, but still nervous about all that has happened.

I was looking for a seat and searching to find my brother. Then I heard a small voice, barely audible: *'You can sit here!'* The electronic lights in the cabin were enough to illuminate the smiling face of a young girl. Her small body was moving to the side to make room for me. I said: *'Thank you very much'*. I sat next to the little girl. I leaned my back against the wall of the cabin and fell asleep.

I was awakened by loud voices of people quarrelling over the use of water that was to be shared by everyone. The water was for drinking only but they had used it to brush their teeth and wash their face. They claimed to be relatives of the owner of the boat, so they should be given priority.

It was now breakfast time but I had nothing to eat. People were eating what they had brought with them. I was watching them. It was hoping someone might have compassion and share a little bit of their food. It was the first time in my life that I remembered ever being hungry. I felt mad at myself for not preparing and bringing food. I tried to close my eyes and imagine myself eating, but inside my mind, there was only the reality of the present.

tôi lùi lại một bước, vẫn nghe thấy tiếng la hét và chửi rủa cả hai.

Tôi hít một hơi thật sâu để lấy lại bình tĩnh. Tôi cảm thấy bớt mệt mỏi, và cảm thấy tự tin hơn sau khi sự cố xảy ra. Tôi tự nghĩ: "Sống hay cái chết là do số phận, nhưng tôi vẫn phải cần có ý chí và sự tự tin để sống còn." Tôi quay trở lại phía trước của chiếc thuyền, cơn khát của tôi đã bị dập tắt, và tôi cảm thấy tốt hơn. Nhưng tôi vẫn lo lắng về tất cả những gì đã xảy ra.

Tôi đang tìm một chỗ ngồi và để tìm em trai tôi. Sau đó, tôi nghe thấy một giọng nói nhỏ, hầu như không thể nghe được: "Bạn có thể ngồi ở đây!". Đèn điện tử trong cabin đủ để chiếu sáng khuôn mặt tươi cười của một cô gái trẻ. Cơ thể nhỏ bé của cô ấy đang di chuyển sang một bên để nhường chỗ cho tôi. Tôi nói: *"Cảm ơn bạn rất nhiều."* Tôi ngồi cạnh cô bé. Tôi dựa lưng vào tường của cabin và ngủ thiếp đi.

Tôi đã bị đánh thức bởi những tiếng nói lớn của những người cãi nhau về việc sử dụng nước đã được chia sẻ bởi mọi người. Nước chỉ để uống nhưng họ đã sử dụng nó để đánh răng và rửa mặt. Họ tuyên bố là người thân của chủ sở hữu của chiếc thuyền, và vì vậy họ nên được ưu tiên.

Bây giờ là giờ ăn sáng nhưng tôi không có gì để ăn. Mọi người đang ăn những gì họ đã mang theo. Tôi đã xem họ ăn và hy vọng ai đó có lòng trắc ẩn có thể chia sẻ cho tôi một chút thức ăn của họ. Đó là lần đầu tiên trong đời tôi nhớ là rất đói. Tôi cảm thấy giận bản thân vì không chuẩn bị và mang theo thức ăn. Tôi đã cố gắng nhắm mắt và tưởng tượng mình đang ăn, nhưng trong tâm trí tôi, chỉ có thực tế của hiện tại.

Chapter 7
Man Overboard! Thunderstorm

Another morning came again at sea, another day without food or water. The sea and sky told us all was normal as if nothing was happening to our ship. The stark reality was that we had used all our drinking water. In the dark of last night, people were like ghosts fluttering in front of me. The morning sun showed people as they really were. After many days of the hot sun and waves, people were emaciated and looked like people awaiting death. Was all their sacrifice and hardships to gain freedom all in vain? The plastic container with drinking water for all of us was now dry. I had to face the next few days of my life without a drop of water. My throat was feeling bitter and dry and my tongue felt more like a piece of wood. There was little protection from the sun radiating its heat and making many people dehydrated and exhausted. Most people seem to have made this crossing without hats, they lay down everywhere on the boat even though they were scorching their bodies in the sun.

I watched the sky and the vast blue dome above us. I was imagining that invisible eyes were looking at our boat, wondering why people were crossing the sea without enough food and drinking water? Why did the boat look like a floating leaf on the endless sea of water with no shoreline in sight?

Suddenly, people were yelling: 'Someone has jumped into the sea'. I looked back to see a young man alone, battling the waves. People quickly requested the boat drivers to return to save him. It took a long time for the boat to return and bring him back on board.

I was still in my unreal world and close to despair when I heard my younger brother calling: *'Brother Huan...Brother Huan'*. My brother took my hand and whispered: *'Follow me. I have drinking water! I still have a little water left in the bottle. I asked my teacher to look after it for me'*. I was surprised when I heard that his teacher was in the boat. I asked him: ' *Is your teacher really in the boat?*' Hien said: 'Yes, yes'.

Chương 7
Người Đàn Ông bị khủng hoảng! Cơn Dông

Một buổi sáng lại đến trên biển, thêm một ngày đến không có thức ăn và nước uống. Biển và bầu trời nói với tất cả chúng tôi là bình thường như thể không có gì xảy ra với con thuyền của chúng tôi. Thực tế khắc nghiệt, chúng tôi đã sử dụng tất cả nước uống của chúng tôi. Trong bóng tối của đêm qua trong màn đêm mọi người giống như những con ma rung lên trước mặt tôi. Mặt trời buổi sáng cho mọi người thấy con người của họ thực sự. Sau nhiều ngày trời nóng và bị say sóng, mọi người đã hốc hác và trông giống như đang chờ chết. Chẳng lẽ những hy sinh vất vả của họ để tìm kiếm tự do là trở thành vô ích? Các thùng nhựa chứa nước uống cho tất cả chúng tôi giờ đã khô. Tôi phải đối mặt với vài ngày tiếp theo của cuộc đời mình mà không có lấy một giọt nước. Cổ họng tôi cảm thấy cay đắng, khô ráo và lưỡi tôi cảm thấy giống như một mảnh gỗ khô. Có rất ít sự bảo vệ khỏi mặt trời tỏa ra sức nóng của nó khiến nhiều người mất nước và kiệt sức. Hầu hết mọi người trải qua trên hành vượt biển không một ai có mũ, họ nằm xuống khắp mọi nơi trên thuyền mặc dù họ đang thiêu đốt cơ thể của họ dưới ánh mặt trời.

Tôi nhìn bầu trời và mái vòm màu xanh rộng lớn phía trên chúng tôi. Tôi đang tưởng tượng rằng đôi mắt vô hình đang nhìn vào chiếc thuyền của chúng tôi và tự hỏi tại sao mọi người lại băng qua biển mà không có đủ thức ăn và nước uống? Tại sao chiếc thuyền lại như chiếc lá trôi nổi trên biển nước vô tận mà không nhìn thấy bờ biển?

Đột nhiên, mọi người đang la hét: "Một người nào đó đã nhảy xuống biển". Tôi nhìn lại để thấy một chàng trai trẻ một mình chiến đấu với sóng. Mọi người nhanh chóng yêu cầu các tài xế thuyền trở về để cứu anh ta. Phải mất một thời gian dài để thuyền quay trở lại và đưa anh ta trở lại trên tàu.

Tôi vẫn còn trong thế giới ảo ảnh của mình và đang gần gũi với sự tuyệt vọng khi nghe người em trai tôi gọi: "*Anh Huân ...Anh trai... Huân.*" Em trai tôi nắm lấy tay tôi và thì thầm: "*Hãy theo tôi, tôi có nước uống!*" Tôi vẫn còn một ít nước còn lại trong chai. Em đã nhờ giáo viên của em cất giữ nó cho em. Tôi đã rất ngạc nhiên khi nghe nói rằng giáo viên của anh ta đang ở trên thuyền. Tôi hỏi anh ta: "*Có thực sự giáo viên của em ở trên thuyền không?*" Hiển nói: "*Có Có*".

I looked back to see a young man alone battling the waves

This painting hardly needs any explanation.

I have captured the desperate act of a young man faced with a hopeless situation. His one weak hand becomes the strong hands of hope. I am thinking of Saint Peter when he sank beneath the waves and cried out: "Jesus save me" At once Jesus reached out his hand and held Peter.

The overpowering waves look like monsters! They represent all the dangers facing those whose only crime is seeking freedom!

Tôi nhìn phía sau thấy một thanh niên một mình với những con sóng.

Bức tranh này hầu như không cần thêm bất kỳ lời giải thích.

Tôi đã nắm bắt được hành động tuyệt vọng của một chàng trai trẻ phải đối mặt với một tình huống vô vọng. Một bàn tay yếu đuối của anh trở thành bàn tay mạnh mẽ của hy vọng. Tôi đang nghĩ về St Peter khi anh ta chìm xuống dưới những con sóng và khóc lóc: Chúa Giêsu cứu tôi, ngay lập tức Chúa Giêsu đưa tay ra và cầm Phê-rô.

Những con sóng áp đảo trông giống như quái vật! Chúng đại diện cho tất cả những nguy hiểm là mối đe dọa những người tìm kiếm tự do!

I automatically stood up and walked with him, but my footsteps were not strong or steady. The past few days were telling me that my physical strength had weakened. I was wondering why a teacher would escape from Vietnam to seek meaning and truth somewhere else. Teaching is a beautiful career according to our Vietnamese culture and is the foundation on which both society and our country grow and develop. What had communism done to my country to make some teachers want to leave their homeland?

There was a sense of hopelessness and a lot of sobbing and screaming from some people. I closed my eyes but still heard the sound of the wind blowing and the echo of the waves beating into the boat. The darkness of impending death had extinguished even the small fire of hope in my heart. I was thirsty, hungry, and I could no longer control my mind. All my thoughts now were about water and food — nothing else! My head was spinning and keeping in time with the motion of the waves. My lips were dry, burning, and painful whenever my tongue touched them. If I closed my eyes, I could see a cup of water! The image of the cup of water even penetrated my soul and made me desire to quench my thirst. My younger brother was the same. I was so sorry for him because if I did not go with him, the water he brought would have been enough for him.

Time no longer seemed to have any meaning; it was just one long present. Day and night were no longer important to me. The sound of the waves, the blue sky and the wind give me little hope for rain. I was in a state of half dreaming and half awake, the voices around me seemed to be the voices of my family...

... I was back home and I hurried to the kitchen, a pot full of green tea was within reach. I poured the tea into a cup and put it in my mouth but my mouth remained dry and my throat parched and thirsty. My father was standing and looking at me; he said nothing!

I felt sorrow at seeing my father's kind eyes, causing me great regret. I remembered two months ago a big argument between my father and me about his decision to let Hien escape from Vietnam. I

Tôi tự động đứng dậy và bước đi theo anh ta, bước chân của tôi không được mạnh mẽ như những ngày qua, cho tôi biết về thể lực của tôi đã yếu dần theo thời gian.

Tôi đã tự hỏi tại sao một giáo viên chạy trốn khỏi Việt Nam để tìm kiếm ý nghĩa và sự thật ở một nơi khác. Dạy học là một nghề cao quý theo văn hóa Việt Nam của chúng tôi và là nền tảng xã hội đưa đất nước chúng tôi phát triển. Chủ nghĩa cộng sản đã làm gì với đất nước của tôi khiến một số giáo viên cần phải rời khỏi quê hương của mình?

Một khung cảnh vô vọng, rất nhiều tiếng nức nở và than vãn từ một số người. Tôi nhắm mắt nhưng vẫn nghe thấy tiếng gió thổi và tiếng vang của những con sóng đập vào thuyền. Bóng tối của cái chết sắp xảy ra đã dập tắt ngay cả ngọn lửa nhỏ của hy vọng trong trái tim tôi. Tôi khát nước, đói và tôi không còn kiểm soát tâm trí. Tất cả những suy nghĩ của tôi bây giờ là về nước và thực phẩm-không có gì khác! Đầu tôi quay cuồng và theo nhịp chuyển động của sóng. Môi tôi khô ráo, nóng rát và đau đớn mỗi khi lưỡi tôi chạm vào chúng. Nếu tôi nhắm mắt lại, tôi có thể nhìn thấy một cốc nước! Hình ảnh của nó thâm nhập vào tâm hồn tôi và khiến tôi mong muốn làm dịu cơn khát của tôi. Em trai tôi cũng vậy. Tôi rất xin lỗi anh ấy, bởi vì nếu tôi không đi cùng anh ấy, nước anh ấy mang theo sẽ đủ cho anh ấy.

Thời gian dường như không còn có ý nghĩa gì, đó chỉ là một hiện tại dài, ngày lẫn đêm không còn quan trọng đối với tôi. Âm thanh của những con sóng, bầu trời xanh và gió cho tôi rất ít hy vọng về một cơn mưa. Tôi đang ở trong tình trạng nửa tỉnh nửa mơ, những giọng nói xung quanh tôi dường như là giọng nói của gia đình tôi.

Tôi đã trở về nhà và tôi vội vã vào bếp, một nồi trà xanh nằm trong tầm tay. Tôi rót trà vào một cái cốc và cho vào miệng nhưng miệng tôi vẫn khô và cổ họng tôi bị khô và khát. Cha tôi đang đứng và nhìn tôi, ông không nói gì.

Tôi cảm thấy có lỗi khi bắt gặp ánh mắt đầy nhân ái của cha, đã làm cho tôi hối hận. Tôi nhớ lại hai tháng trước kia một cuộc tranh cãi lớn giữa hai cha con tôi về quyết định của ba cho Hiển trốn thoát

told him: *'Don't let him go. It is a dangerous journey'*. My words make my father sad. I walked to my father and apologised. I did not know why I could not speak! I tried to say many words but I could not. After a while, my father disappeared. I tried to find him. I went around the house and could not see him nor could I see my brothers and sisters. Where did they go? Where were they going?

I went to the marketplace and wanted to see my mother. Why could I not find her? She would give me a glass of water and a very hot bowl of porridge with lots of green onions. A lot of people were selling food and drink. I stood and watched some people, I tried to ask for help. No one said a word; it was as if I did not exist!

I was watching a group of people in the shop enjoying lunch. There was so much food on the long table. I was so excited and happy to see my friend Tr and my third older brother. I came to them and said something to them but they also did not see me. I even touched them and spoke loudly. I was so angry I began to yell. Why did you not want to see me? And I cried in sadness.

I was woken up by a girl and heard her voice: 'What was happening to you?' Her hand was still holding me. I did not say anything to her so I just shook my head. I found some words: *'Give me drinking water please!'* No one answered. I tried to calm down, I could still hear the sound of the engine, the sound of the waves beating on the boat and the wind was still blowing in my face. And I did not know anything. I could only feel a tiny bit of light in the abyss of the shadows.

I did not know how long I had been unconscious, but I woke to hear the joyful cries: *'Rain! Rain!'*

For me, the rain was a miracle. I was ecstatic and I stretched open my dry lips as these pearls kept falling into my mouth. drops of water exploding in my mouth and cleansing my spirit. The rain lasted for quite a long time, the drops of water taking turns to bathe me. I was purified in rainwater!

The new feeling in my heart was gently restoring my mind and body. The rain, like a healing medicine, soaked into my body. My mouth softened and my throat was able to swallow The words

khỏi Việt Nam. Tôi nói với ông ấy: "Đừng để nó đi. Đó là một chuyến đi nguy hiểm." Lời nói của tôi đã làm cho cha tôi buồn. Tôi đi đến chỗ cha tôi và xin lỗi. Tôi không biết tại sao? Tôi không thể nói! Tôi đã cố gắng nói nhiều từ nhưng không thể. Sau một thời gian, cha tôi biến mất. Tôi đã cố gắng tìm ông ấy. Tôi đi quanh nhà và không thể nhìn thấy ông ấy và anh chị em của tôi. Họ đã đi đâu? Họ đã đi đâu?

Tôi đã đi đến chợ và muốn gặp mẹ tôi. Tại sao tôi không thể tìm thấy cô ấy? Cô ấy sẽ cho tôi một ly nước và một bát cháo rất nóng với nhiều hành lá. Rất nhiều người đang bán thức ăn và đồ uống. Tôi đứng và xem một số người, tôi cố gắng nhờ giúp đỡ. Không ai nói một từ, như thể tôi không tồn tại!

Tôi đang xem một nhóm người trong cửa hàng thưởng thức bữa trưa. Có rất nhiều thức ăn trên bàn dài, tôi đã rất phấn khích và hạnh phúc khi thấy bạn tôi Tr và người anh trai thứ ba. Tôi đến và nói điều gì đó với họ nhưng họ cũng không nhìn thấy tôi. Tôi thậm chí đã chạm vào họ và nói to. Tôi đã rất tức giận, tôi bắt đầu hét lên. Tại sao bạn không muốn gặp tôi? Và tôi đã khóc trong nỗi buồn.

Tôi đã bị đánh thức bởi một cô gái. Tôi nghe thấy một giọng nói: "Chuyện gì đang xảy ra với bạn?" Tay cô ấy vẫn đang giữ tôi. Tôi không nói gì với cô ấy nên tôi chỉ lắc đầu. Tôi đã tìm thấy một số từ: "Hãy cho tôi nước uống.!" Không có ai trả lời. Tôi cố gắng bình tĩnh lại, tôi vẫn có thể nghe thấy tiếng động cơ, tiếng sóng đập trên thuyền và gió vẫn thổi vào mặt tôi. Và tôi đã không còn biết gì. Tôi chỉ còn thấy lờ mờ một chút xíu ánh sáng trong vực thẳm của bóng đen.

Tôi không biết mình đã bất tỉnh bao lâu, nhưng tôi thức dậy khi nghe tiếng khóc vui vẻ: *"Mưa.Mưa! Trời mưa!"*

Đối với tôi, mưa là một phép lạ. Tôi ngây ngất và mở rộng đôi môi khô ráo của mình khi những viên ngọc này tiếp tục rơi vào miệng. Những giọt nước bùng nổ trong miệng và làm sạch tinh thần của tôi. Mưa kéo dài trong một thời gian khá dài, những giọt nước thay phiên nhau tắm cho tôi. Tôi đã được tinh chế trong nước mưa!

Cảm giác mới trong trái tim tôi đang nhẹ nhàng khôi phục tâm trí và cơ thể của tôi. Mưa, giống như một loại thuốc chữa bệnh, ngâm

'waters of life' were muttering themselves in my mouth: O God, thanks for the rain! Thanks! In my heart, a tiny seed of hope had sprung up.

I could not forget the miraculous rain that saved my life, and even now, whenever it rains, I remember that moment.

vào cơ thể tôi. Miệng tôi mềm mại và cổ họng tôi có thể nuốt những lời nói. Nước của cuộc sống, đang lẩm bẩm trong miệng tôi: "Lạy Chúa. Cảm ơn vì mưa!" Cảm ơn! Trong trái tim tôi, một hạt giống hy vọng nhỏ bé đã mọc lên.

Tôi không thể quên được cơn mưa kỳ diệu đã cứu mạng tôi, và ngay cả bây giờ bất cứ khi nào trời mưa, tôi nhớ về khoảnh khắc đó.

'Waters of life' was muttering in my mouth: "O God, thanks for the rain!"

Here my hands are raised to actually let the rain fill them. A most joyous moment.

I have drawn the more prominent hands of God holding our tiny boat and the souls of all on board.

However, my mind is still unsettled. The dead of my nightmare are still with me. Will they ever go away?

My mind also takes on the shape of the Buddha's head. In Buddhist culture, he is portrayed with 108 short and tight ringlets. There is the story of a snail who saw the Buddha's head exposed to the sun while in deep meditation. The snail and his companions tried to protect the Buddha's head. Hence the 108 snail-like ringlets.

After many days of not drinking water, my body was exhausted, my thoughts were only of water. In the end, thirst has rendered my whole body comatose.

The raindrops saved my life bringing joy to my soul. This experience makes me realise life is a miracle.

Nước của sự sống, đã lẩm bẩm trong miệng tôi: "Chúa ơi, cảm ơn vì mưa!"

Ở đây, bàn tay của tôi được nâng lên thực sự để mưa lấp đầy chúng. Một khoảnh khắc vui vẻ nhất. Tôi đã vẽ bàn tay nổi bật hơn của Chúa cầm chiếc thuyền nhỏ bé của chúng tôi và linh hồn của tất cả thuyền nhân trên tàu. Tuy nhiên, tâm trí của tôi vẫn còn bất ổn. Cái chết của cơn ác mộng vẫn còn trong tôi. Liệu họ có bao giờ biến mất không?

Sau nhiều ngày không uống nước, cơ thể tôi kiệt sức, suy nghĩ của tôi chỉ là nước, cảm giác khát nước đến tận cùng khiến tôi hôn mê. Mưa rơi đã cứu mạng tôi, cho tôi trải nghiệm thực sự hữu ích cho linh hồn tôi. Trải nghiệm về ký ức trên khiến cuộc sống của tôi nhận thức cuộc sống là một phép lạ.

A thirst for God

A light rain was still falling and I was able to quench my thirst. I was becoming conscious of another thirst, and, for the first time in my life, beginning to understand prayer. There was growing a desire ◦- I like to think of it as a thirst ◦- that I needed to pray to God.

With this thought I fell asleep. I was woken by my brother and by the sound of an enormous wind. There were many black clouds in the skies and even the waves looked black and big enough to swallow our boat.

My brother and everyone went down to the boat tunnel because a thunderstorm was coming. The sound of the sea roared when the wind blew stronger and stronger and the waves continued crashing over the boat. I gripped a pillar and grabbed the rope with both hands and pulled it tight around me. I was in the whirlpool of the thunderstorm. I was dripping wet, and could no longer hear the sound of the engine. After each wave washed over the ship, I felt the water and the howling wind and waves would take me down to the bottom of the sea. I heard a breaking sound as if the boat itself was breaking up.

People were yelling below the deck. The boat swayed and wobbled as if in a whirlpool with the ship rising up and down on the dark sea. It was a terrible time, so hard for me to go below and I tried to get closer to the tunnel of the boat, but the tunnel cover was closed. I had to yell many times but nobody opened the hatch.

I can still remember the terrible scene of that thunderstorm and wonder at the miracle that our boat was not sunk.

Khát khao Thiên Chúa

Một cơn mưa nhẹ vẫn rơi và tôi có thể làm dịu cơn khát của mình. Tôi đang trở nên ý thức về một cơn khát khác, và lần đầu tiên trong đời, tôi bắt đầu hiểu cầu nguyện. Có một mong muốn đang phát triển - Tôi muốn nghĩ về nó như một cơn khát mà tôi cần cầu nguyện với Chúa.

Với suy nghĩ này tôi đã ngủ thiếp đi. Tôi đã được em trai tôi thức dậy cùng với âm thanh của một cơn gió lớn. Có nhiều đám mây đen trên bầu trời và thậm chí những con sóng trông đen và đủ lớn để nuốt thuyền của chúng tôi.

Em trai tôi và mọi người đi xuống đường hầm thuyền. Bởi vì một cơn giông đã đến. Âm thanh của biển gầm lên khi gió thổi càng lúc càng mạnh và sóng tiếp tục đâm vào thuyền. Tôi nắm chặt một cây cột và một sợi dây bằng cả hai tay và kéo nó thật chặt quanh tôi. Tôi đã ở trong vòng xoáy của giông bão. Tôi đã ướt sũng, và không còn có thể nghe thấy tiếng động cơ. Sau mỗi lần sóng trôi trên con tàu, tôi cảm thấy nước, gió hú và sóng sẽ đưa tôi xuống đáy biển. Tôi nghe thấy một âm thanh phá vỡ như thể chiếc thuyền đang tan rã.

Mọi người đang la hét dưới boong tàu. Chiếc thuyền lắc lư và chao đảo như thể trong một vòng xoáy với con thuyền ngụp lặn lên xuống trên biển tối. Đó là một thời gian khủng khiếp, rất khó để tôi đi xuống dưới hầm và tôi đã cố gắng đến gần nấp hầm của thuyền, nhưng nấp hầm đã bị đóng lại. Tôi đã phải hét lên nhiều lần nhưng không ai mở nấp hầm của thuyền.

Tôi vẫn có thể nhớ cảnh khủng khiếp của cơn giông ngày đó và tự hỏi về phép màu rằng thuyền của chúng tôi không bị chìm.

The boat swayed and wobbled as if in a whirlpool...I had to yell many times but nobody opened the hatch...

I have tried to embrace this moment. There are three faces capturing this terror. As part of the white background, the silent cry of my heart. Within the painting, at the top, my face cries for help, and at the bottom, my anguished face and hands struggle to open the hatch...The woman's face captures the cry for help of those locked below.

In my life, there have been storms, storms such as losing faith in the relationship between brothers and sisters. The mystery of life itself ... when relatives die ... where is my soul?

Tôi đã cố gắng nắm lấy khoảnh khắc này. Có ba khuôn mặt diễn tả nỗi kinh hoàng này. Là một phần của nền trắng, tiếng khóc im lặng của trái tim tôi. Trong bức tranh, ở phía trên, khuôn mặt tôi khóc để được giúp đỡ, và ở phía dưới, khuôn mặt và bàn tay đau khổ của tôi đang vật lộn để mở cửa hầm, và khuôn mặt của người phụ nữ đang khóc lóc vì sợ hãi trong cơn giông bão.

Trong cuộc đời tôi, đã có những cơn bão, những cơn bão như mất niềm tin vào mối quan hệ giữa anh chị em. Bí ẩn của cuộc sống chính nó khi người thân chết, tâm hồn tôi ở đâu?

I could hear the cries and screams of women calling for help from the cargo compartment of the boat. The boat was nearly half full of water and the rising water was making people in the basement fearful of drowning. The cry from children and women together with the sound of waves crashing into the boat created some sounds that could only come from hell.

All the men were down into the bowels of the boat, bailing water out of the boat with buckets or anything we could find to hold water. The water continued to rise and children and women needed to be hoisted onto the deck. The light from the single bulb is bright enough to show the dirty black water coming from the engine, together with oil and human waste – the stench was like the smell from a sewer.

I was very weak, and the water buckets just fell from my hand because my hands were not strong enough to hold them. There was nothing I could do to help. The boat was shaken by waves hitting the boat, seawater still leaking from some holes, and people taking turns bailing water out of the boat tunnel.

Some young people have an unhappy attitude towards me. My younger brother tried to work and replace me! I was back to where I was sitting for four days ago. It is a place to hide from time! Time is no longer meaningful. My whole body stopped and I didn't dare to think about what could happen to us. I was no longer crying about what had happened to me. The thunderstorm eventually passed, and an occasional deep and far away roar of thunder with a flash of lightning was all that remained. Deep inside me, I could still hear thunder and even with my eyes, I could see the flashes of lightning even though the storm had passed.

After such a stormy night, the shining sun was a welcome relief. The dawn light created a beautiful blue horizon. I could see bright lines between the sky and the sea.

Our daily activities were nothing more than what was repeated over and over in the cramped boat. We had to take turns scooping water into buckets. I rubbed off tiny grains of salt that were on my arms and my skin was dry and peeling.

Tôi có thể nghe thấy tiếng khóc và tiếng hét của phụ nữ kêu gọi giúp đỡ từ đáy thuyền. Chiếc thuyền đầy một nửa nước và nước dâng lên khiến mọi người trong tầng hầm sợ chết đuối. Tiếng khóc của trẻ em và phụ nữ cùng với âm thanh của những con sóng đâm vào con tàu đã tạo ra một âm thanh như chỉ có thể đến từ địa ngục.

Tất cả đàn ông đã xuống bên dưới hầm thuyền, họ múc nước đổ ra khỏi thuyền bằng xô hoặc bất cứ thứ gì chúng tôi có thể. Nước tiếp tục dâng cao và trẻ em và phụ nữ cần được nâng lên boong tàu. Ánh sáng từ bóng đèn đơn đủ sáng để đủ nhìn thấy được nước đen bẩn phát ra từ động cơ cùng với dầu nhớt và chất thải của con người- mùi hôi thối giống như mùi từ cống nước thải.

Tôi rất yếu, và những thùng nước rơi ra khỏi tay tôi vì tay tôi không đủ mạnh để giữ chúng. Tôi không thể làm gì để giúp. Chiếc thuyền bị rung chuyển bởi những con sóng đâm vào thuyền, chiếc thuyền vẫn bị rò rỉ từ một số lỗ hổng và người trên thuyền thay phiên nhau múc nước đổ ra khỏi hầm thuyền.

Một vài thanh niên nhìn tôi với thái độ bực tức em trai tôi đã cố gắng làm việc và thay thế tôi! Tôi đã trở lại nơi tôi đang ngồi 4 ngày qua. Đó là một nơi để trốn tránh thời gian! Thời gian không còn có ý nghĩa. Toàn bộ cơ thể tôi dừng lại và tôi không dám nghĩ về những gì có thể xảy ra với chúng tôi. Tôi đã không khóc về những việc đã xảy ra. Cơn giông cuối cùng đã trôi qua và một tiếng gầm sấm sét sâu thẳm và xa xôi với một tia chớp là tất cả những gì còn lại. Sâu thẳm trong tôi, tôi vẫn có thể nghe thấy tiếng sấm sét và ngay cả với đôi mắt của tôi, tôi có thể thấy những tia chớp lóe lên mặc dù cơn bão đã trôi qua.

Sau một đêm giông bão, mặt trời tỏa sáng là một sự giải thoát thật thỏa lòng. Ánh sáng bình minh tạo ra một chân trời xanh tuyệt đẹp. Tôi có thể thấy những ranh giới sáng giữa bầu trời và biển.

Các hoạt động hàng ngày của chúng tôi không gì khác hơn những gì được lặp đi lặp lại trên chiếc thuyền chật chội, chúng tôi phải thay phiên nhau múc nước đổ ra ngoài thuyền. Tôi xoa xoa những hạt muối nhỏ trên tay, da tôi khô và bong tróc ra.

"There is a big ship! they will rescue us..."
A harsh insight into the dark side of humanity. A young man waved a white shirt as a signal for mercy and help.

Clearly visible is the Big Ship. One of so many that passed by 'on the other side'. We look so tiny and the young man's effort to attract attention is so futile! If you look more closely you might see that I have used the flag to also become a sailor's cap on the face of the ship's crew. Hard rocks fill the head. The face, nose, and mouth turned away from the painful sight of the refugees.

I have depicted the painful face of a mother crying! Her flowing hair becomes a faint protection against the elements. She weeps for the fate of her child and for all boat people. Despite all calls for help, the hope of rescue is fading. In this desperate situation, there is only the one hand of the boy with a flag.

"Có một con tàu lớn! họ sẽ giải cứu chúng ta..." Một cái nhìn sâu sắc khắc nghiệt về mặt tối của nhân loại. Một thanh niên vẫy áo sơ mi trắng ra hiệu xin thương xót và giúp đỡ.

Có thể nhìn thấy rõ là con tàu lớn. Một trong số rất nhiều người đi qua ở phía bên kia. Chúng tôi trông thật nhỏ bé và chàng trai trẻ nỗ lực thu hút sự chú ý là rất vô vọng! Nếu bạn nhìn kỹ hơn, bạn có thể thấy tôi đã sử dụng lá cờ để trở thành một người lính thủy thủ trên khuôn mặt của phi hành đoàn tàu. Đá cứng lấp đầy đầu. Khuôn mặt, mũi và miệng quay lưng lại với cảnh tượng đau đớn của những thuyền nhân.

Tôi đã mô tả khuôn mặt đau đớn của một người mẹ khóc! Mái tóc buông xõa của cô trở thành một sự bảo vệ mờ nhạt chống lại các yếu tố. Cô khóc vì số phận của con và cho tất cả những người trên thuyền. Bất chấp tất cả các lời kêu gọi giúp đỡ, hy vọng giải cứu đang mờ dần. Trong tình huống tuyệt vọng này, chỉ có một tay của cậu bé với lá cờ.

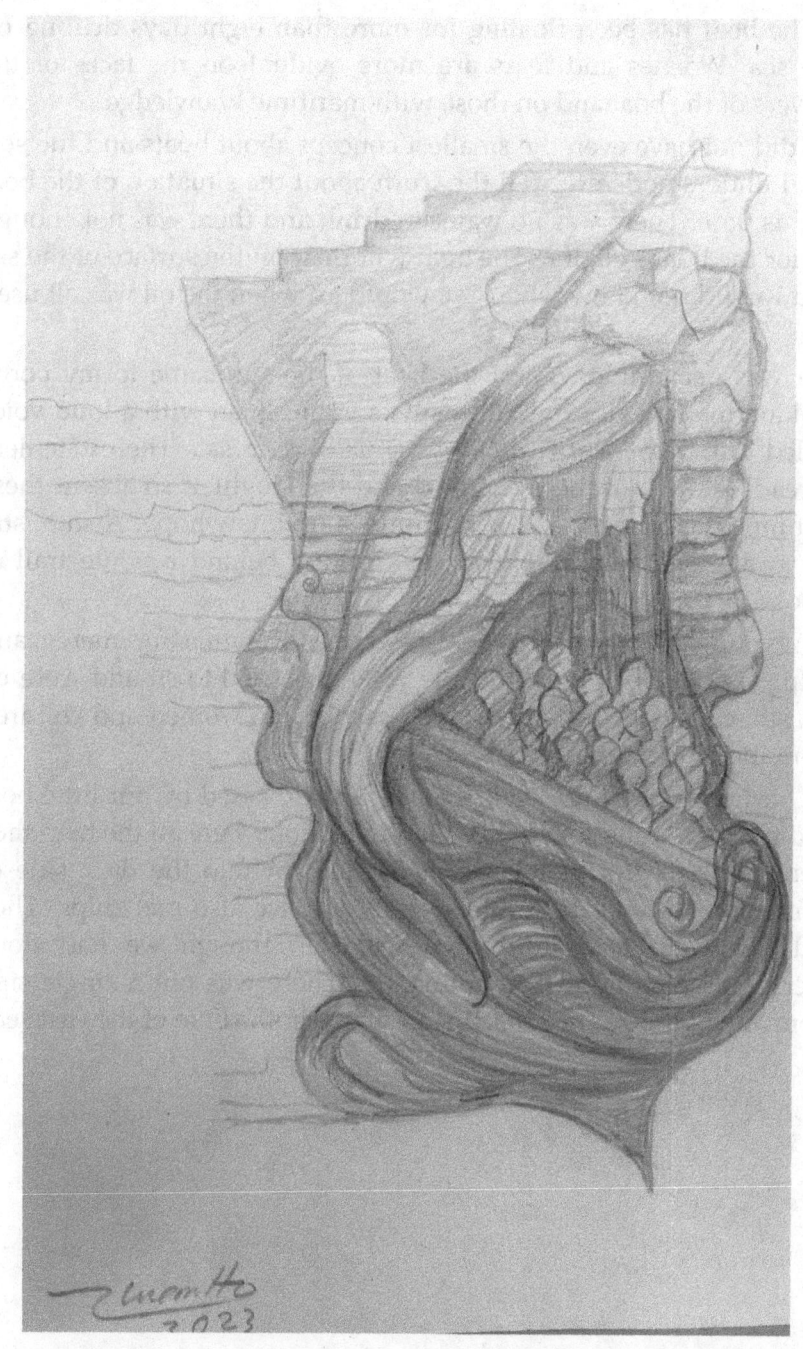

The boat has been floating for more than eight days drifting on the sea. Worries and fears are more evident on the faces of the drivers of the boat and on those with maritime knowledge.

I did not have even the smallest concept about boats and the sea, but I understood very well the truth about the situation of the boat at this time. There was no water to drink and there was not enough oil for the boat's engine. The boat will float on the surface of the sea and we did not know where we would go when the oil was all used up.

It was near midday, and the heat of the sun came to my body, making me itch all over. Suddenly, a young man with a loud voice called out: *'There is a big ship! They will rescue us'*. The excitement spread. The atmosphere changed and the laughter, so absent these last nine days, heralded the beginnings of a new hope. A ship, still far away, was moving toward us, leaving behind a white trail of smoke.

A young man waved a white shirt as a signal for mercy and help. On our boat, many people woke up, tried to sit and were no longer seasick. A few young men carried the women and children from the tunnel up to the deck.

Our hope was short-lived. The big ships passed by our little boat and her waves and long white cloud of smoke were all the help they were prepared to offer us. A harsh insight into the dark side of humanity. On that day and the next day, we also met ships. They did not seem to want to see us, even though we had done everything to arouse their humanity. There was not a single sign from any of them. They disappeared, lost in the blue of the vast sea.

Chiếc thuyền đã trôi nổi trong hơn tám ngày trôi trên biển. Những lo lắng và nỗi sợ hãi rõ ràng hơn trên khuôn mặt của các tài công của thuyền và những người có kiến thức hàng hải.

Tôi thậm chí không có khái niệm căn bản nhất về thuyền và biển, nhưng tôi hiểu rất rõ sự thật về tình hình của chiếc thuyền vào thời điểm này, không có nước để uống và không có đủ dầu cho động cơ của thuyền. Chiếc thuyền sẽ nổi trên bề mặt biển và chúng tôi không biết chúng tôi sẽ đi đâu khi dầu được sử dụng hết

Đó là gần giữa trưa, sức nóng của mặt trời đã thấm vào cơ thể tôi khiến tôi ngứa ngáy khắp nơi. Đột nhiên, một chàng trai trẻ với giọng nói lớn gọi: "Có một con tàu lớn... Họ sẽ giải cứu chúng ta". Sự phấn khích lan rộng và tất cả chúng tôi đều hạnh phúc. Bầu không khí thay đổi với tiếng cười, qua chín ngày đau khổ, niềm hy vọng cho một sự khởi đầu đã được thắp lên. Một con tàu, vẫn còn ở rất xa, đang di chuyển về phía chúng tôi để lại phía sau một vệt khói trắng.

Một chàng trai trẻ vẫy một chiếc áo sơ mi trắng để xin thương xót và giúp đỡ. Trên thuyền của chúng tôi, nhiều người thức dậy, cố gắng ngồi và không còn bị say sóng. Một vài thanh niên bế phụ nữ và trẻ em từ đường hầm lên boong tàu.

Hy vọng của chúng tôi là ngắn ngủi. Mà chiếc tàu lớn đã đi qua chiếc thuyền nhỏ của chúng tôi và chỉ để lại những con sóng và vệt khói trắng dài là tất cả sự giúp đỡ mà họ chuẩn bị để cung cấp cho chúng tôi, là một sự thật phũ phàng với lòng vô nhân đạo. Vào ngày đó và ngày hôm sau, chúng tôi cũng đã gặp vài con tàu khác. Họ dường như không muốn nhìn thấy chúng tôi, mặc dù chúng tôi đã làm mọi thứ để khơi dậy lòng nhân đạo của họ. Không có một dấu hiệu nào từ bất kỳ ai trong số họ. Con tàu biến mất trong màu xanh của biển rộng lớn.

Chapter 8
The Temptation
24 June – The eleventh day in the sea

The afternoon had disappeared. The darkness of night gradually moving and covering the clouds; and in the sky only a red streak on the horizon.

I looked at each wave of the undulating ocean in that black night on the endless sea, and tears suddenly filled my eyes. I was saying to myself that my life has been too short if I'm to die at sea. I feel regretful that such words come to me with my young brother beside me. I'm supposed to be his carer. I feel I have no strength in my body, I am weaker, and the craving to eat and drink brings memories of how good it was at home where there was always food on the table.

My experience in recent days at sea is one of hopelessness. Even in the ocean, there were no signs of life, not even a seagull, or seaweed, or waste from the mainland such as plastic bottles. Whether there might be signs of life tomorrow is no longer important to me. I mumbled to myself and fell asleep in prayer.

When I opened my eyes my brother was still sitting by my side. I don't know why but, foolishly, I said: *'I'm going to jump into the sea!'*

I wanted to jump into the sea because the ship is running out of oil and there is no hope. What will happen to me and these 148 people? I have nothing but a weak body. I will be the first person in the boat to die. I was the only one who had taken nothing for the journey.

After saying; *'I'm going to jump into the sea'*, my brother did not leave me for a minute. Hien was seated even closer to me.

Why am I saying such a foolish thing to my younger brother – it can only upset him and make him even more fearful? The more I think about it, I fear I'm going crazy. I must be responsible for my words.

Chương 8
Sự cám dỗ

Ngày 24 tháng 6, ngày thứ mười một trên biển

Buổi chiều đã biến mất với màn đêm đang dần bao phủ những đám mây và trên bầu trời chỉ có một vệt màu đỏ trên đường chân trời.

Tôi nhìn vào từng làn sóng của đại dương nhấp nhô trong đêm đen của biển vô tận, và những giọt nước mắt đột nhiên lấp đầy đôi mắt tôi. Tôi đã thầm nhủ rằng cuộc sống của tôi đã quá ngắn ngủi nếu tôi chết trên biển. Tôi cảm thấy hối hận vì những lời nói như vậy! Đến nỗi em trai lo lắng nên phải ngồi bên cạnh tôi. Tôi được cho là người đi theo chăm sóc cho anh ta.

Tôi cảm thấy mình không còn có sức lực trong cơ thể, tôi yếu hơn, những đợt thèm ăn và uống làm tôi luôn nhớ lại những ký ức thực tại về nhà, thật là tốt trên bàn lúc nào cũng có thức ăn.

Kinh nghiệm của tôi trong những ngày gần đây trên biển là một trong những sự vô vọng. Ngay cả trong đại dương, không có dấu hiệu của sự sống, thậm chí không có chim biển và rong biển, hoặc rác thải ra từ đất liền như chai nhựa. Cho dù có thể có dấu hiệu của cuộc sống vào ngày mai, không còn quan trọng đối với tôi. Tôi lầm bầm với chính mình và ngủ thiếp đi trong lời cầu nguyện.

Khi tôi mở mắt, em trai tôi vẫn ngồi bên cạnh tôi. Tôi không biết tại sao, nhưng một cách dại dột, tôi đã nói: *"Tôi sẽ nhảy xuống biển!"*

Tôi muốn nhảy xuống biển vì con tàu đang hết dầu và không có hy vọng. Điều gì sẽ xảy ra với tôi và 148 người này? Tôi không còn gì ngoài một cơ thể yếu đuối. Tôi sẽ là người đầu tiên trên thuyền chết. Tôi là người duy nhất không có mang theo thứ gì cho cuộc hành trình.

Sau khi tôi nói *"Tôi sẽ nhảy xuống biển"*, em trai tôi đã không rời xa tôi trong một phút, Hiển ngồi gần tôi hơn.

Tại sao tôi lại nói một điều ngu ngốc như vậy với em trai tôi, điều đó chỉ có thể làm anh ấy buồn và khiến anh ấy thậm chí còn sợ hãi hơn? Tôi càng nghĩ về nó, tôi lo sợ tôi phát điên. Tôi phải chịu trách nhiệm cho lời nói của mình.

My experience in recent days at sea is one of hopelessness.
You first see a very prominent hand. If you look closer the hand is resting on my forehead above my nose and mouth. I'm in a state of despair. The dark fingers of the hand express the evil that has come upon us.

You will grieve, but your grief will suddenly turn to wonderful joy. It will be like a woman suffering the pains of labor... John 16:20,21.

I have painted this picture in the shape of a womb. Despite all the desperate conditions represented by the dark hand and, just as suddenly as labor pains come, our ship is about to be born!

A tiny light blinking in the sea against the red light of the horizon. It was like a tiny bright star. I could not believe my eyes and immediately embraced my brother. He hugged me tightly when he realized what I had seen. I could not hold back my tears.

The small flame flickering on the surface of the sea was now a strong burning candle. Our boat is moving in the direction of the light of what now looks like a fire!

Kinh nghiệm của tôi trong những ngày gần đây trên biển là một trong những sự vô vọng.
Trước tiên bạn thấy một bàn tay rất nổi bật. Nếu bạn nhìn gần hơn, bàn tay đang nằm trên trán tôi trên mũi và miệng của tôi. Tôi trong tình trạng tuyệt vọng. Những ngón tay của bàn tay thể hiện cái ác đã xảy ra với chúng tôi.

"Bạn sẽ đau buồn, nhưng nỗi đau của bạn biến thành niềm vui." Gioan: 16:20.

Tôi đã vẽ bức tranh này theo hình tử cung. Bất chấp tất cả các điều kiện tuyệt vọng được đại diện bởi bàn tay tối, và đột nhiên như những cơn đau chuyển dạ đến, con tàu của chúng tôi sắp được tái sinh!

Một ánh sáng nhỏ chớp mắt trên biển chống lại ánh sáng đỏ của đường chân trời. Nó giống như một ngôi sao nhỏ bé. Tôi không thể tin vào mắt tôi và ngay lập tức ôm lấy em trai tôi. Anh ôm tôi thật chặt khi anh nhận ra những gì tôi đã thấy. Tôi không thể giữ được nước mắt của mình.

Ngọn lửa nhỏ nhấp nháy trên bề mặt biển giờ là một ngọn nến đang cháy mạnh. Thuyền của chúng tôi đang di chuyển theo hướng ánh sáng của những gì bây giờ trông giống như một ngọn lửa!

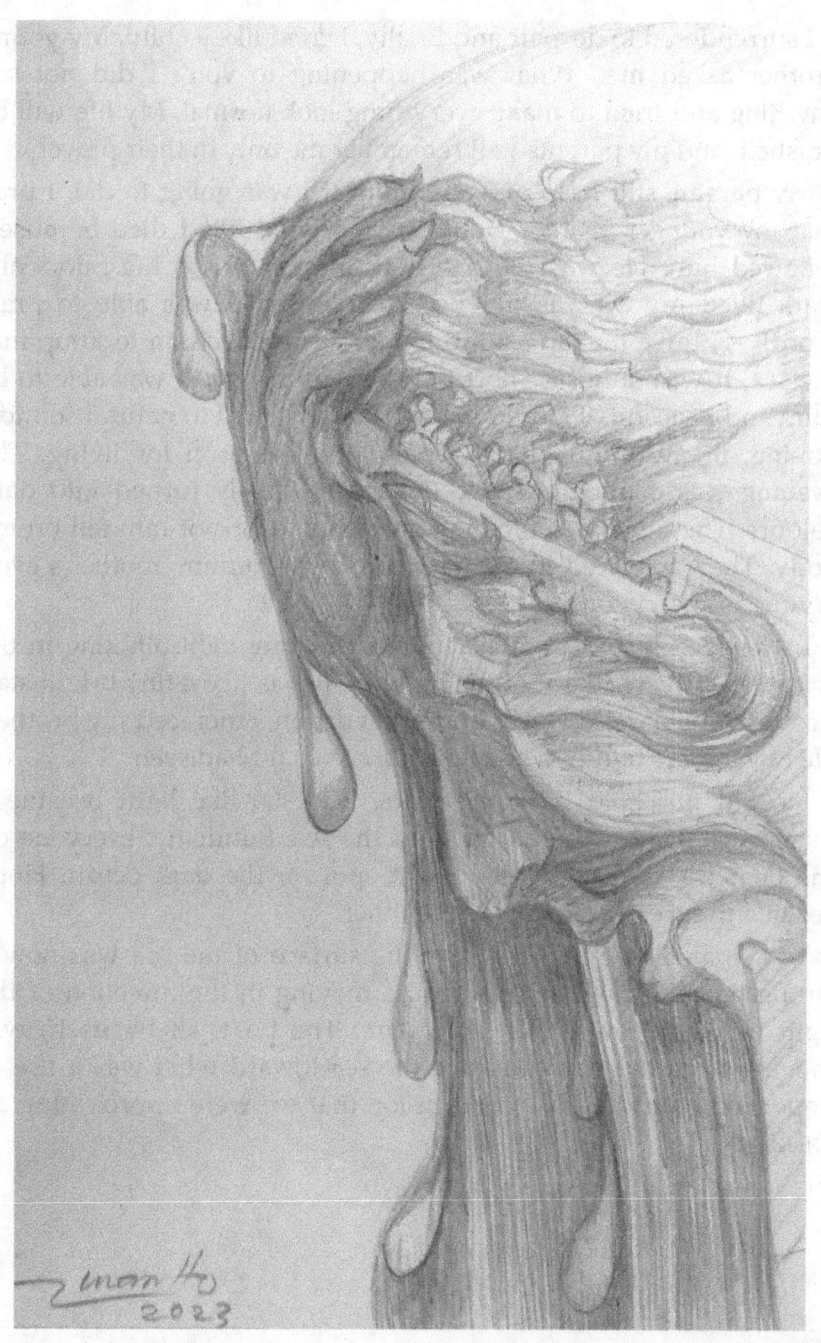

I surrendered to despair and finally, I cried like a child. My young brother asked me: 'What was happening to you'. I did not say anything and tried to make everything look normal. My life will be finished, and my parents will remember me only in their prayers.

My parents still have nine children. If I was going to die, I pray that my younger brother would have a good life. I died because I followed him. He was the one with a goal for his life. Suddenly, tears filled my eyes as if I was a little boy. I was able to pray: 'Lord!... Forgive me' and not think about my decision to jump into the sea. It was only for short periods of time that I was able to be calm and peaceful. I closed my eyes and listened to natural sounds, hoping, in my mind, that I would find a reason for living. The evening was coming because the waves slowly turned into dark colours. The wind was blowing and small drops of rain fell on my body. They appeared to me like teardrops from my mother's eyes, crying for mercy for me.

I will never forget the next moment. A tiny light blinking in the sea against the red light of the horizon. It was like a tiny bright star. I could not believe my eyes and immediately embraced my brother. He hugged me tightly when he realised what I had seen.

I could not hold back my tears. The star-like light became a matchstick against the darkness of the sea. Suddenly, everyone on the boat was aware of this bright spot on the dark ocean. Hope seemed to spread from one to the other.

The small flame flickering on the surface of the sea was now a strong burning candle. Our boat is moving in the direction of the light of what now looks like a fire. The boat, all by itself, was moving from the dark areas of the sea toward what was a fire of hope. Some on the boat cried in joy that we were approaching an Oil-Rig!

Tôi đã đầu hàng và tuyệt vọng! Cuối cùng tôi đã khóc như một đứa trẻ. Em trai của tôi hỏi tôi: "Điều gì đang xảy ra với anh". Tôi đã không nói bất cứ điều gì, và cố gắng làm cho mọi thứ trông như bình thường. Cuộc sống của tôi sẽ kết thúc, cha mẹ tôi sẽ chỉ nhớ tôi trong những lời cầu nguyện của họ.

Cha mẹ tôi vẫn còn chín người con nếu tôi chết đi. Tôi cầu nguyện cho em trai tôi sẽ có một cuộc sống tốt. Tôi chết vì tôi đi theo anh ta. Anh ta sẽ sống có ý nghĩa và mục đích cho cuộc sống của mình, bỗng nhiên nước mắt tràn ngập đôi mắt tôi như một đứa trẻ nhỏ. Đột nhiên nước mắt rơi, nước mắt như thể tôi là một cậu bé. Tôi đã có thể cầu nguyện: "Lạy Chúa!... Hãy tha thứ cho con." Và tôi không còn suy nghĩ về quyết định của tôi về việc nhảy xuống biển. Chỉ trong thời gian ngắn, tôi có thể bình tĩnh và bình an. Tôi nhắm mắt và lắng nghe những âm thanh, tự nhiên hy vọng, trong tâm trí tôi, tôi sẽ tìm thấy một lý do để sống. Buổi chiều tối đang đến vì những con sóng biển từ từ biến thành màu tối. Cơn gió thổi và những giọt mưa nhỏ rơi xuống cơ thể tôi, chúng xuất hiện với tôi như những giọt nước mắt từ đôi mắt của mẹ tôi khóc vì lòng thương xót đối với tôi.

Tôi sẽ không bao giờ quên khoảnh khắc tiếp theo. Một tia sáng nhỏ chớp mắt trên biển chống lại ánh sáng đỏ của đường chân trời. Nó giống như một ngôi sao nhỏ bé. Tôi không thể tin vào mắt tôi và ngay lập tức ôm lấy em trai tôi. Em ôm tôi thật chặt khi anh ta nhận ra những gì tôi đã thấy.

Tôi không thể giữ được nước mắt của mình. Ánh sáng giống như một ngôi sao trở thành một que diêm chống lại bóng tối của biển. Đột nhiên, mọi người trên thuyền đều biết về điểm sáng này trên đại dương tối. Hy vọng dường như lan truyền từ người này sang người khác.

Ngọn lửa nhỏ nhấp nháy trên bề mặt biển giờ là một ngọn nến đang cháy mạnh. Thuyền của chúng tôi đang di chuyển theo hướng ánh sáng của những gì bây giờ trông giống như một ngọn lửa. Chiếc thuyền, tất cả tự nó, đang di chuyển từ những khu vực tối tăm của biển về phía một ngọn lửa hy vọng. Một số người trên thuyền đã khóc trong niềm vui rằng chúng tôi đang tiếp cận giàn khoan dầu!

Suddenly tears filled my eyes as if I was a little boy... The wind was blowing and small drops of rain fell on my body, they appeared to me like teardrops from my mother's eyes crying for mercy for me.

It is hard to admit to the thought of suicide but the feeling was very real. The painting says much to me. The child-like face, the hand of prayer and the tears of despair.

Tự nhiên nước mắt tràn ngập mắt tôi như thể tôi là một cậu bé, gió thổi và những giọt mưa nhỏ rơi xuống cơ thể tôi, chúng xuất hiện với tôi như những giọt nước mắt từ đôi mắt của mẹ tôi khóc vì lòng thương xót đối với tôi.

Thật khó để thừa nhận khi nghĩ về tự tử nhưng cảm giác là rất thật. Bức tranh nói nhiều với tôi. Khuôn mặt của đứa trẻ, bàn tay cầu nguyện và nước mắt hối hận trong tuyệt vọng.

Although it was midnight, everyone stayed awake. All eyes fixed in the direction of the fire in the dark sea. The boat moved to the fire which was for us a sign of hope and freedom. I was overwhelmed with gratitude that I had not jumped into the sea before I met the fire! I always think about it in my mind. Is it a miracle? Is it just random luck? Each person on the boat had their own thoughts, but in my heart, it is a miracle.

What was a 'matchstick' in the dark sea has now become the torch of liberty. Our boat continued to move towards the light. We were able to live in the hope that our small boat, without drinking water and machine oil, had reached a haven of hope. With the dawn, small sparks have become a big fire.

In the sky, there are still stars sparkling in a corner of the horizon and sharing our joy and sending congratulations to us. As the sun rose, I could see two iron rigs, which the elders on the boat said were the oil rigs. The fire from oil shines brightly at night, but during the day it fades gradually lost in the light of the rising sun. Our boat ran straight in the direction of the oil rig.

A young man standing in front of our boat used a white cloth on a pole to signal our need for help. Shortly, two modern equipped ships came towards us and moved in circles as if they wanted to surround our ship. The people in the ships were wearing bright orange uniforms and white helmets with bright silver trim. Hopefully, they would offer us help. They moved at a fast speed, creating waves and making a wall of water that slows the movement of our boat.

Loudspeakers sounded from the ship: *'Speak English! Speak English!'* From inside our boat, a middle-aged man said loudly: *'Yes, yes. We are Vietnamese boat people'*. The two sides were able to talk in English, and strangers from the Rig of a free country were able to understand that we were Vietnamese refugees.

They asked our boat to anchor and wait. The rope of our boat was not long enough for anchoring, so the boat was tied to the cable of the buoy system of the offshore oil rig. They said goodbye to us and promised to come back. They needed to telephone the mainland to

Mặc dù đó là nửa đêm, mọi người vẫn tỉnh táo. Mọi ánh mắt cố định theo hướng của ngọn lửa trong biển tối. Chiếc thuyền di chuyển đến ngọn lửa mang đến cho chúng tôi một dấu hiệu của hy vọng và tự do. Tôi đã choáng ngợp với lòng biết ơn rằng tôi đã không nhảy xuống biển trước khi tôi gặp ngọn lửa! Tôi luôn nghĩ về nó trong tâm trí của tôi. Nó có phải là một phép lạ? Nó chỉ là may mắn ngẫu nhiên? Mỗi người trên thuyền đều có suy nghĩ riêng, nhưng trong trái tim tôi, đó là một phép lạ.

Một que diêm trong bóng tối của biển giờ đã trở thành ngọn đuốc của tự do. Con thuyền của chúng tôi tiếp tục di chuyển về phía ánh sáng trong đêm biển đó. Chúng tôi đã có thể sống với hy vọng rằng trong con thuyền nhỏ của chúng tôi, không có nước uống và dầu máy, đã đạt đến một thiên đường hy vọng. Bình minh đã ló dạng và tia lửa nhỏ đã trở thành một ngọn lửa lớn.

Trên bầu trời, vẫn còn những ngôi sao lấp lánh ở một góc đường chân trời như đã chia sẻ niềm vui của chúng tôi và gửi lời chúc mừng cho chúng tôi! Khi mặt trời mọc, tôi có thể thấy hai giàn sắt, mà những người lớn tuổi trên thuyền nói là các giàn khoan dầu. Ngọn lửa từ giàn khoan dầu tỏa sáng rực rỡ vào ban đêm, nhưng vào ban ngày, nó mờ dần dần trong ánh sáng của mặt trời mọc. Thuyền của chúng tôi chạy thẳng theo hướng của giàn khoan dầu.

Một chàng trai trẻ đứng phía trước thuyền của chúng tôi đã sử dụng một miếng vải trắng trên cột để báo hiệu nhu cầu giúp đỡ của chúng tôi. Một thời gian ngắn, hai con tàu được trang bị hiện đại đã đi về phía chúng tôi và di chuyển trong vòng tròn như thể họ muốn bao quanh thuyền của chúng tôi. Những người trong những con tàu, họ mặc đồng phục màu cam sáng và mũ bảo hiểm màu trắng với viền bạc sáng. Hy vọng, họ sẽ cung cấp cho chúng tôi sự giúp đỡ. Họ di chuyển với tốc độ nhanh, tạo ra sóng và tạo ra một bức tường nước làm chậm chuyển động của thuyền chúng tôi.

Loa phát ra từ con tàu: *"Nói tiếng Anh! Nói tiếng Anh!"* Từ bên trong thuyền của chúng tôi, một người đàn ông trung niên nói to: *"Có, vâng! Chúng tôi là thuyền nhân Việt Nam"*. Hai bên đã có thể nói chuyện bằng tiếng Anh và những người lạ từ giàn khoan của một

ask permission to rescue us, and, if not allowed to do so, they would provide the necessary things for us to continue to the refugee camp. After the two ships left, our hope was that they would come back and we would be rescued.

Time has passed, and the heat of the sun makes me more thirsty and exhausted. Despite the suffering and misery of the past days, the belief and hope that we will be recused somehow restore my energy.

We spend the whole day looking forward in hope but there is still no sign from the rig. The fire is still burning in the middle of the day but not enough to warm our hearts in the cold sea.

The hope in our eyes is that the two ships will come back and bring good news for us. However, afternoon, and evening come but no sign of help. At this point, disappointment was spreading and fear was evident on everyone's face; a collective groan could be heard. The earlier joy and hope were becoming voices of complaining, anxiety and fear in all of us, Vietnamese boat people!

Many opinions about our future came from those in the cockpit. There seemed to be two options. The first way would be to stop scooping water and allow the boat to flood; the second way was to destroy the boat's engine before the return of the two ships.

The sky was filled with dark clouds and even the waves seemed upset because they saw how hopeless and helpless our situation was. The waves were very high and the boat began to ship water. The cry of children and women made the atmosphere on the boat more gloomy and dire.

I was still praying and just hoping I might have more confidence in what I was praying for. It was not hard to know how the other people on the fishing boat were feeling right now and the cries and wails from the children and women seemed to be drowned out by the sound of the ocean waves.

The only relief from the darkness was a little light from the kerosene lamp in the driver's room. I am very sad and worried for my younger brother. Hien sat next to me, but he couldn't sit still. I didn't know what he was thinking, but Hien asked wistfully in a

quốc gia tự do có thể hiểu rằng chúng tôi là người tị nạn Việt Nam.

Họ yêu cầu thuyền của chúng tôi neo và chờ đợi. Dây neo thuyền của chúng tôi không đủ dài để neo, vì vậy chiếc thuyền được buộc vào cáp của hệ thống phao của giàn dầu ngoài khơi. Họ nói lời tạm biệt với chúng tôi và hứa sẽ quay lại. Họ cần phải liên lạc về đất liền để xin phép giải cứu chúng tôi, và nếu không được phép làm, họ sẽ cung cấp những điều cần thiết để chúng tôi tiếp tục đến trại tị nạn. Sau khi hai con tàu rời đi, hy vọng của chúng tôi là họ sẽ trở lại và chúng tôi sẽ được cứu sống.

Thời gian đã trôi qua, và sức nóng của mặt trời khiến tôi khát và kiệt sức hơn. Bất chấp sự đau khổ của những ngày qua, niềm tin và hy vọng rằng chúng tôi sẽ được cứu hộ.

Chúng tôi đã dành cả ngày để mong chờ và hy vọng nhưng vẫn không có dấu hiệu nào từ giàn khoan. Ngọn lửa vẫn đang bùng cháy vào giữa ngày nhưng không đủ để sưởi ấm trái tim của chúng tôi giữa biển nước lạnh lùng.

Hy vọng trong mắt chúng tôi là hai con tàu sẽ trở lại sẽ mang lại tin tốt lành cho chúng tôi. Tuy nhiên, buổi chiều và buổi tối lại đến nhưng không có dấu hiệu nào từ phía giàn khoan. Tại thời điểm này là sự thất vọng. Niềm vui và hy vọng trước đó đã trở thành tiếng nói phàn nàn, lo lắng và sợ hãi ở tất cả chúng tôi là những thuyền nhân Việt Nam!

Nhiều ý kiến cho tương lai của chúng tôi đến từ những người trong buồng lái, dường như có hai lựa chọn. Cách đầu tiên là ngừng múc nước để cho thuyền bị ngập nước. Cách thứ hai là phá hủy động cơ thuyền thuyền trước khi hai con tàu kia trở lại.

Bầu trời tràn ngập những đám mây đen và thậm chí những con sóng biển dường như đồng cảm với tình trạng của chúng tôi thật là vô vọng và bất lực như thế nào. Những con sóng rất cao và thuyền bắt đầu ngập nước. Tiếng khóc của trẻ em và phụ nữ làm cho bầu không khí trên thuyền ảm đạm và căng thẳng hơn.

Tôi vẫn đang cầu nguyện và chỉ hy vọng tôi có thể tự tin hơn vào những gì tôi đang cầu nguyện. Thật sự không khó nhận biết được tâm trạng của những người khác trên thuyền hiện tại như thế nào vì tiếng khóc và tiếng rên rỉ từ trẻ em và phụ nữ dường như bị nhấn

painful and disappointing voice: *'Why did they say they will come back? I don't want to die'.*

I came to a man – I call him uncle Ph – who was a very knowledgeable person. I spoke to him a few days ago. His son was sleeping and wrapped in his raincoat. I asked him: *'Can we really hope to have the people from the oil rig come back to help us? Why has it been more than a day without seeing them come back?'* He said: *'I really don't know'.* He was like me and every person on the boat but his voice was so sad and worried.

After talking with him, I understood more about a very important issue for Vietnamese boat people who left after March 1989. Even if we reach a refugee camp, we will be screened and if we fail the screening, we will be sent back to Vietnam. He further explained that many free countries in the world had changed their view about the Vietnamese boat people.

I understood why there were many big ships that did not want to help us. Some refugee camps closed because they did not want to accept more Vietnamese boat people.

The boat people who crossed the sea had a new name: 'Asylum Seekers'. Time will pass and this period will be forgotten! The world history and Vietnamese history books will be rewritten and the period after 30 April 1975, when millions of Vietnamese left their homeland to become political refugees will not be forgotten. Because it is a true historical event. There are many political refugees who fled communism and were welcomed by the free world to settle in free countries. After a few years, they come back to Vietnam for a holiday! The Vietnamese communist government even gives them a name: 'Patriotic overseas Vietnamese!'

The tiny light from our boat is an illustration of two extremes of light and darkness. Our boat was in darkness and disappointment. My hope is that our small light might attract the kindness of the world.

We had back-to-back debates; some suggested we dismantle the anchor and run the boat straight to the rig. Others do not agree with this and say we need to wait.

chìm bởi tiếng sóng biển.

Sự giải thoát duy nhất từ bóng tối là một chút ánh sáng từ đèn dầu hỏa trong buồng lái con thuyền. Tôi rất buồn và lo lắng cho em trai tôi. Hiển ngồi cạnh tôi, nhưng anh ta không thể ngồi yên, tôi không biết anh ta đang nghĩ gì. Hiển hỏi một cách bâng quơ bằng một giọng nói đau đớn và đáng thất vọng: *"Tại sao họ nói họ sẽ quay lại? Tôi không muốn chết."*

Tôi đến với một người đàn ông, tôi gọi anh ta là chú Ph, một người rất hiểu biết mà tôi đã nói chuyện với anh ta vài ngày trước. Con trai ông đang ngủ và quấn trong áo mưa. Tôi hỏi anh ta: *"Chúng ta có thể thực sự hy vọng có những người từ giàn khoan trở lại để giúp chúng ta không? Tại sao đã hơn một ngày mà không thấy họ quay lại?"* Anh ấy nói: *"Tôi thực sự không biết"*. Anh ấy giống như tôi và mọi người trên thuyền, giọng anh ấy rất buồn và lo lắng.

Sau khi nói chuyện với anh ta, tôi hiểu nhiều hơn về một vấn đề rất quan trọng đối với những thuyền nhân Việt Nam rời đi sau tháng 3 năm 1989. Ngay cả khi chúng tôi đến trại tị nạn, chúng tôi sẽ được thanh lọc và nếu bị loại, chúng tôi sẽ được gửi trở lại Việt Nam. Ông giải thích thêm rằng nhiều quốc gia tự do trên thế giới đã thay đổi quan điểm của họ về thuyền nhân Việt Nam Tị nạn.

Tôi hiểu tại sao có nhiều con tàu lớn không muốn giúp chúng tôi. Một số trại tị nạn đóng cửa vì họ không muốn đón nhận nhiều người Việt Nam.

Những người Việt Nam vượt biển có một cái tên mới: "Người tìm nơi trốn". Thời gian rồi sẽ trôi qua và thời gian này sẽ bị lãng quên! Sách Lịch sử Thế giới và sách lịch sử Việt Nam được viết sau biến cố ngày 30 tháng 4 năm 1975, hàng triệu người Việt Nam rời quê hương để trở thành tị nạn chính trị. Không bao giờ bị lãng quên vì là sự kiện lịch sử thật! Có rất nhiều người tị nạn chính trị đã bỏ trốn chủ nghĩa cộng sản, và được thế giới tự do chào đón để định cư ở các nước tự do. Sau một vài năm, họ trở lại Việt Nam cho một kỳ nghỉ hè! Chính sách Cộng sản Việt Nam thậm chí còn đặt cho họ một cái tên: "Việt Kiều Yêu Nước".

Ánh sáng nhỏ từ thuyền của chúng tôi là một minh họa của hai thái cực của ánh sáng và bóng tối. Thuyền của chúng tôi đã ở trong

Take Nothing For The Journey

The boat suddenly wobbled and tilted. Over the screams of women and children, a man shouted and explained: *'Everyone must sit still or the boat will overturn. The amount of water in the fish tank could not balance the weight above'*.

We rearrange the seats to balance the boat. The seawater flooded into the tunnel, the engine was flooded, and a few young people went to the basement to take turns bailing out water. The

mechanic who had restarted the engine many times, declared the engine was beyond repair.

Time passed midnight, it was raining and the higher and higher the waves became the worse the crying of children and women. A suggestion from a boat person was to light a fire to call for help, hoping that the men of the rig would see the flames and take action.

A young man started a small fire as a last plea for help, The drops of oil fell like tears on the fire. This was our last prayer and a cry for mercy.

bóng tối và thất vọng. Hy vọng của tôi là ánh sáng nhỏ của chúng tôi có thể thắp lại lòng tốt của thế giới.

Chúng tôi đã có các cuộc tranh cãi; một số đề nghị chúng tôi tháo gỡ neo và chạy thuyền thẳng đến giàn khoan. Những người khác không đồng ý với điều này và nói rằng chúng ta cần phải chờ đợi.

Chiếc thuyền đột nhiên chao đảo và nghiêng. Trong tiếng hét của phụ nữ và trẻ em, một người đàn ông hét lên và giải thích: *"Mọi người phải ngồi yên! Nếu không thuyền sẽ bị lật. Lượng nước trong hầm không thể cân bằng trọng lượng phía trên."*

Chúng tôi sắp xếp lại chỗ ngồi để cân bằng thuyền. Nước biển đã tràn vào hầm, động cơ bị ngập lụt và một vài thanh niên đã xuống hầm để thay phiên nhau múc nước đổ ra ngoài thuyền. Thợ máy đã khởi động lại động cơ nhiều lần và tuyên bố động cơ đã bị hư hại và không sửa chữa được nữa. Thời gian trôi qua nửa đêm, trời mưa và sóng cao hơn trở, nên tồi tệ hơn cùng tiếng khóc của trẻ em và phụ nữ. Một gợi ý từ một thuyền nhân là thắp một ngọn lửa để kêu gọi giúp đỡ, hy vọng rằng những người đàn ông của giàn khoan sẽ nhìn thấy ngọn lửa và hành động.

Một chàng trai trẻ bắt đầu một đám cháy nhỏ như một lời cầu xin cuối cùng để được giúp đỡ, những giọt dầu rơi xuống như những giọt nước mắt trên lửa. Đây là lời cầu khẩn cuối cùng của chúng tôi và một tiếng khóc than mong chờ lòng thương xót.

A young man started a small fire as a last plea for help...

'*About to give birth*' could be the title of this painting, I have painted our boat as if it were inside a womb. Assisting hands are there for the birth. A hand holds a flame of hope. It is as though there are two hands - one holding the ship the other comforting from above. If you look more closely you will see that, within the birth waters and part of the flame of hope, I have painted a woman's face and her tears. Her long hair reaches and embraces the boat.

When a woman is giving birth, she has sorrow because her hour has come, but when she has delivered the baby, she no longer remembers the anguish, for joy that a human being has been born into the world. Jn 16:21

Một thanh niên bắt đầu một ngọn lửa nhỏ như một lời cầu xin cuối cùng để được giúp đỡ...

Sắp sinh con có thể là tiêu đề của bức tranh này. Tôi đã vẽ chiếc thuyền của chúng tôi như thể nó ở trong bụng mẹ. Bàn tay hỗ trợ ở đó để sinh. Một bàn tay cầm một ngọn lửa hy vọng. Như thế có hai tay - một người cầm lái con tàu an toàn khác từ trên cao. Nếu bạn nhìn kỹ hơn, bạn sẽ thấy rằng, trong vùng nước sinh và một phần của ngọn lửa hy vọng, tôi đã vẽ mặt của một người phụ nữ và nước mắt của cô ấy. Mái tóc dài của cô buông xuống và ôm lấy chiếc thuyền.

Khi một người phụ nữ sinh con, cô ấy có nỗi buồn vì giờ của cô ấy đã đến, nhưng khi cô ấy sinh em bé, cô ấy không còn nhớ đến nỗi thống khổ, vì niềm vui rằng một con người đã được sinh ra trên thế giới. Jn 16:21

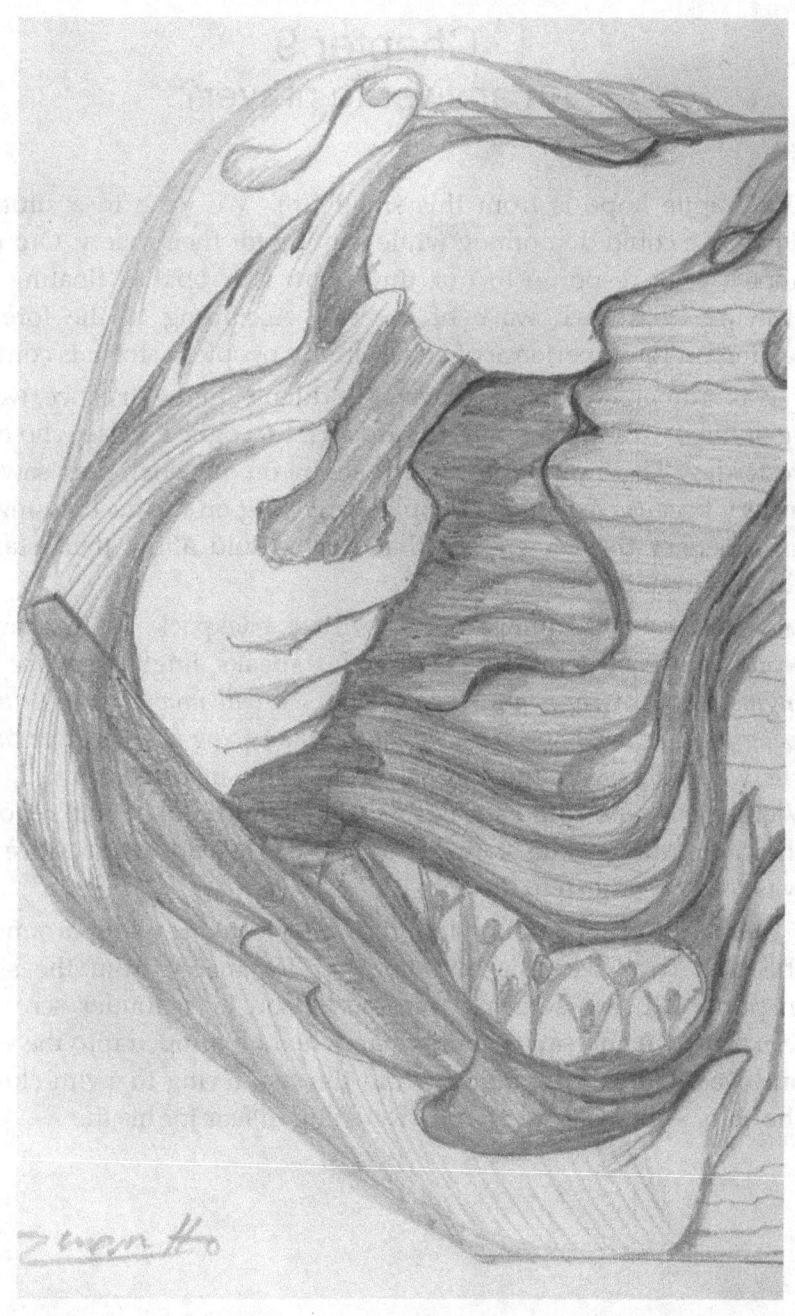

Chapter 9
An answer to prayer?

Our fragile hope is from this small fire. We were in a situation where we could do nothing while waiting for their mercy. Our only hope was a response to our tiny light! Our boat is floating and swaying with each wave of the sea. According to the forecast, relying on the experience of some elderly people, a storm is coming!

Was it an answer to our prayers? Suddenly, in the distance, we see again the two ships moving towards us. I recognise those who came yesterday. The light of their ships shone on our boat, they saw our misery because exhausted people were lying on the deck. Using the loudspeaker they suggested that they would allow their staff to check the condition of the boat.

A staff member jumped over with a backpack. He exchanged words with a Vietnamese man who speaks English: *'If the boat engine and boat cover are still working, we will provide fuel, drinking water and food, and a map for you to continue going to the refugee camp'*. He went down to the engine room. The inspector talked to a Vietnamese who could speak English. He told him he will report to the captain about the status of our boat. He said his goodbye and was ready to return to the ship.

Suddenly, there was the loud cry of a woman rolling around on the boat deck weeping and begging for mercy from the ship's inspector. To her screams were added an even louder scream. I looked down and saw a young man who had jumped into the water and was bobbing up and down in the sea, trying to swim close to the ship. All eyes were on him, watching in fear for his life.

Chương 9
Một câu trả lời cho lời cầu nguyện?

Hy vọng mong manh của chúng tôi là từ ngọn lửa nhỏ này. Chúng tôi đã ở trong một tình huống mà chúng tôi không thể làm gì hơn là phải chờ đợi lòng trắc ẩn của họ. Hy vọng duy nhất của chúng tôi là một phản ứng với ánh sáng nhỏ bé của chúng tôi! Thuyền của chúng tôi đang trôi nổi và lắc lư với từng làn sóng biển. Theo dự báo, dựa vào kinh nghiệm của một số người già, sẽ có một cơn bão đang đến!

Đó có phải là một câu trả lời cho những lời cầu nguyện của chúng tôi? Đột nhiên, ở đằng xa, chúng tôi thấy hai con tàu di chuyển về phía chúng tôi. Tôi nhận ra những người đã đến ngày hôm qua. Ánh sáng của những con tàu của họ chiếu sáng trên thuyền của chúng tôi, họ thấy sự khốn khổ của chúng tôi, bởi vì những người kiệt sức đang nằm trên boong thuyền. Họ dùng loa đề nghị rằng cho phép nhân viên của họ kiểm tra tình trạng của thuyền.

Một nhân viên đã nhảy qua với một chiếc ba lô, anh ta đã trao đổi với một người đàn ông Việt Nam nói tiếng Anh: "*Nếu động cơ thuyền và mạng thuyền vẫn đang hoạt động, chúng tôi sẽ cung cấp nhiên liệu, nước uống, thức ăn và bản đồ để các bạn tiếp tục đi đến trại tị nạn.*" Anh ta đi xuống phòng máy. Thời gian không lâu, người thanh tra đã nói chuyện với người một người Việt Nam biết Anh ngữ. Anh ta nói rằng anh ấy sẽ báo cáo với thuyền trưởng về tình trạng thuyền của chúng tôi. Anh ta nói lời tạm biệt và đang trở lại tàu.

Đột nhiên, có tiếng khóc lớn của một người phụ nữ lăn lộn trên boong thuyền khóc lớn và cầu xin sự thương xót từ thanh tra. Cùng với tiếng khóc của cô ta cộng thêm một tiếng hét lớn hơn. Tôi nhìn xuống và thấy một thanh niên đã nhảy xuống biển và đang ngụp lặn lên xuống cố gắng bơi gần con tàu của họ. Mọi ánh mắt đều đổ dồn vào anh ta trong nỗi sợ hãi cho mạng sống của anh.

Suddenly, there was the loud cry of a woman rolling around on the boat deck weeping and begging for mercy from the ship's inspector. To her screams were added an even louder scream. I looked down and saw a young man who had jumped into the water and was bobbing up and down in the sea.

The unexpected moment touched the inspector's heart. And from his decision, we have been saved. His face can be seen in the waves near the big ship.

There is the face of the woman in the boat and people trying to help and comfort her.

Đột nhiên, có tiếng khóc lớn của một người phụ nữ lăn lộn trên boong thuyền khóc lóc và cầu xin sự thương xót từ thanh tra tàu tàu. Tiếng hét của cô đã được thêm một tiếng hét lớn hơn. Tôi nhìn xuống và thấy một thanh niên đã nhảy xuống biển và ngụp lặn lên xuống đang lắc lư trên biển.

Khoảnh khắc bất ngờ chạm vào trái tim của thanh tra. Và từ quyết định của anh ấy, chúng tôi đã được cứu. Khuôn mặt anh ta có thể được nhìn thấy trong những con sóng gần con tàu lớn. Có khuôn mặt của người phụ nữ trên thuyền và những người cố gắng giúp đỡ và an ủi cô ấy.

Hành Trình Không Hành Trang

With the strong waves and winds, he could not really swim and seemed to be about to sink into the sea. Those on the big ships had no choice but to throw him an emergency buoy and drag him on their ship. The incident which happened so suddenly changed the plan of the inspector, who was really surprised that Vietnamese boat people would dare to act like that.

After several exchanges using the loudspeakers, the inspector told the Vietnamese boatman who spoke English, that the captain had agreed to rescue us. The reason being that there will be a storm in the next few hours. We all rejoiced at that unexpected news. My brother hugged me and said in tears: *'We are saved!'*

I thanked God for listening to our prayers. The cries of joy of the 148 Vietnamese people seemed to create a harmony with the sound of the waves and the sea and the black breeze of the night and the thunder of the approaching storm.

The big ship was standing in front of my eyes, I could not believe it... The sailors released ropes for us but some of us were too weak, so we were pulled up with emergency buoys. I stepped onto the wire ladder and was pulled up by a few sailors onto the deck. I walked the length of our ship and looked back at our boat which seemed to be gradually sinking into the deep sea.

My brother stood next to me. I looked up to see what I later found out was the flag of Panama at the top of the ship. The twinkling stars seemed to smile at me as one of the Vietnamese boat people who had reached the shore of freedom. The sound of the sea was still shouting; the ship was moving to avoid the storm coming and the fire of the oil rig was fading in the night.

I saw the warm yellow electric light shining from the doorways contrasted with the dark waters of the sea and the pitch-black night. My heart was filled with joy and hope. I was on the ship with 148 Vietnamese boat people who were rescued by the Panama ship that opened its heart to save so many Vietnamese boat people.

Some sailors lifted the children in their arms and guided us to the bathrooms. I was given soap by one of the sailors and I thanked him from the bottom of my heart. It was more than two weeks without

Với những con sóng biển và gió mạnh, thật sự anh ta không thể bơi và dường như sắp chìm xuống biển. Những người trên những con tàu lớn không có lựa chọn nào khác ngoài việc ném cho anh ta một chiếc phao cứu sinh và kéo anh ta lên tàu của họ. Sự việc xảy ra quá đột ngột và làm thay đổi kế hoạch của thanh tra. Và không ngờ người dân Việt Nam dám hành động liều lĩnh như vậy.

Sau một số trao đổi bằng cách sử dụng loa, thanh tra nói với người thông dịch Việt Nam, rằng thuyền trưởng đã đồng ý cứu hộ chúng tôi. Lý do là sẽ có một cơn bão trong vài giờ tới. Tất cả chúng tôi đều vui mừng trước tin tức bất ngờ đó. Em trai tôi ôm tôi và nói trong nước mắt: *"Chúng ta đã được cứu!"*

Tôi cảm ơn Chúa vì đã lắng nghe những lời cầu nguyện của chúng tôi. Tiếng khóc của niềm vui của 148 người Việt Nam dường như hòa cùng âm điệu của những con sóng biển, gió mạnh của đêm đen và sấm chớp của cơn bão đang đến gần.

Con tàu lớn đang đứng trước mắt tôi, tôi không thể tin được... Các thủy thủ đã thả dây thừng cho chúng tôi, nhưng một số người trong chúng tôi quá yếu, vì vậy chúng tôi đã được phao khẩn cấp kéo lên. Tôi bước lên thang dây và được một thủy thủ kéo lên boong tàu. Tôi đi bộ dọc theo con tàu để nhìn lại con thuyền của chúng tôi đang dần dần chìm xuống biển sâu.

Em trai tôi đứng cạnh tôi. Tôi nhìn lên phía trên chiếc tàu lớn và phát hiện ra lá cờ của Panama ở trên đỉnh của con tàu. Những ngôi sao lấp lánh dường như mỉm cười với tôi là một trong những người Việt Nam đã đến bờ tự do. Âm thanh của biển vẫn đang gầm gừ. Con tàu đang di chuyển để tránh cơn bão sẽ đến, và ngọn lửa của giàn khoan dầu đang mờ dần trong đêm.

Tôi nhìn thấy ánh điện màu vàng ấm áp tỏa sáng từ các ô cửa, tương phản với vùng nước biển trong đêm tối đen. Trái tim tôi tràn ngập niềm vui và hy vọng. Tôi cùng với 217 người Việt Nam đã được con tàu Panama giải cứu, họ đã mở lòng để cứu rất nhiều người Việt Nam.

Một số thủy thủ ẩm trẻ em trong vòng tay và hướng dẫn chúng tôi vào phòng tắm. Tôi đã được một trong những thủy thủ cho xà phòng và tôi cảm ơn anh ấy từ tận đáy lòng. Đó là hơn hai tuần mà

bathing. I feel like a child being bathed by a mother after playing in the dirt. The water seemed to awaken new life in my heart and restored the worth of my person. What belonged to the dust of the past days flowed into the sea, taking with it both sorrow and fear. I have been transformed.

I walked quickly to the dining area where many people were holding white plates and spoons just like in a restaurant. When I got close to the kitchen, I heard the voice of one of our people who was helping with the cooking: 'No more meals'. I asked a man ``What time is it?'. He replied: 'It's 1:22 am'. A new day has come. Hopefully, I will be getting a meal tomorrow morning.

I was looking for a place to sleep when my brother and his friend called me. Hien gave me a piece of burnt cooking rice, my hand shook with joy when I took it. I was thinking to myself: 'How can I be so lucky?', Hien replied: 'I just got it from a kitchen helper'. I asked: 'Have you eaten yet?', Hien replied: 'I and Qu have eaten!'. I put each small piece of rice in my mouth, the rice grains were both crispy and sweet in my mouth. I have never had such a delicious feeling!

I was able to borrow some shorts and dry my pants because they were still wet. How unprepared I was for this hazardous journey. I had nothing but the clothes I was wearing. I stood on the deck to watch the sea and the night sky and wait for my clothes to dry and then to find a place to sleep.

tôi chưa được tắm. Tôi cảm thấy như một đứa trẻ được một người mẹ tắm sau khi chơi trong bụi bẩn. Nước dường như đánh thức cuộc sống mới trong trái tim tôi và khôi phục giá trị của con người tôi. Những gì thuộc về bụi đất của những ngày qua chảy xuống biển với cả nỗi buồn và nỗi sợ hãi. Tôi đã được biến đổi.

Tôi nhanh chóng đi bộ đến khu vực ăn uống, nơi nhiều người đang cầm những chiếc đĩa trắng và thìa giống như trong một nhà hàng. Khi tôi đến gần nhà bếp, tôi nghe thấy tiếng nói của một trong những người của chúng tôi đang giúp nấu bếp: "Không còn bữa ăn nữa!"

Tôi đã hỏi một người đàn ông: "Mấy giờ rồi?" Anh ta trả lời: "1:22 sáng." Một ngày mới đã đến. Hy vọng rằng, tôi sẽ nhận được một bữa ăn vào sáng mai. Tôi đang tìm một nơi để ngủ thì em tôi và bạn của anh ta gọi tôi. Hiển đưa cho tôi một miếng cơm cháy, tay tôi run lên vì vui mừng và cầm lấy nó. Tôi suy nghĩ: "Làm sao tôi có thể may mắn như vậy?" Tôi hỏi: "Em đã ăn chưa?" Tôi đặt từng miếng cơm nhỏ vào miệng, hạt cơm vừa giòn vừa ngọt trong miệng. Tôi chưa bao giờ có một cảm giác ngon miệng như vậy!

Tôi đã mượn quần ngắn của Hiển và phơi quần áo của tôi, vì chúng vẫn còn ướt. Làm sao mà tôi đã không chuẩn bị gì cho hành trình nguy hiểm này nhỉ. Tôi không có gì ngoài quần áo tôi đang mặc. Tôi đứng trên boong tàu để ngắm biển và bầu trời đêm để đợi quần áo của tôi khô và sau đó tìm một nơi để ngủ.

To see the warm yellow electric light shining from the doorways contrasted with the dark waters of the sea and the pitch-black night. My heart was filled with joy, hope, and thanksgiving.

The moment of joy and happiness when I was saved, I looked at the waves, the stars sometimes hid and peeked out from the clouds. They seem to be sharing our joy and happiness.

The hands say it all. Hands of praise, hands joined in thanksgiving, and above all the comforting hand of God. All this is in the shape of a heart and in the midst of it all our boat!

Nhìn thấy ánh sáng điện màu vàng ấm áp tỏa sáng từ các ô cửa tương phản với vùng nước tối của biển và đêm tối đen. Trái tim tôi tràn ngập niềm vui, hy vọng và biết ơn.

Khoảnh khắc niềm vui hạnh phúc khi được cứu sống, tôi nhìn những ngọn sóng. Các ngôi sao đôi khi trốn và nhìn ra những đám mây dường như đang chia sẻ niềm vui và hạnh phúc của chúng tôi.

Tôi vẽ những bàn tay diễn tả sự biết ơn, cảm ơn người, cảm ơn Trời.

Bàn tay nói lên tất cả. Bàn tay khen ngợi, đôi tay tham gia trong Lễ Tạ ơn, và trên hết là bàn tay an ủi của Thiên Chúa. Tất cả điều này là trong hình dạng của một trái tim và ở giữa nó tất cả các thuyền của chúng tôi!

Hien and Qu came to me with a cigarette he had just received from a sailor. The smoke from the cigarette was ever so fragrant. I looked at the sea and sky and a deep peace and contentment filled my spirit. I thanked my brother's friend for giving me a piece of burnt rice and a few puffs of the cigarette. All such simple pleasures.

We went up the ladder-like stairs to the second deck of the ship. The wind was so cool and my feet felt warm because where I was standing was very close to the funnel of the ship, so it was very warm.

In the dome of the night sky, the stars sometimes hide and peek from the clouds. They seem to be sharing our joy and happiness.

This nature scene was so beautiful and there were many flying fish adding to the magic of this night, they were like sparkling silver stars shining on the sea.

We lay next to the chimney, and I felt very warm in this pleasant environment. The clouds seem to want to run in the opposite direction of the ship that was taking us to freedom. It reminds me of a story in the Bible where the Jewish people had to leave Egypt to seek the promised land.

It was already morning, and my heart still felt strange, I did not know why? Whether a dream or real, I had an unbelievable feeling that I was on a very safe ship. Having had for the first time a good night's sleep, some energy was returning to me. I walked down the stairs and went to the kitchen area, where my younger brother was sitting smoking a cigarette with a few people. They had information that we will be on this ship for another day and then move to another ship and go to a small island.

I heard a message from the kitchen that they do not have enough food to serve all of us for longer than one night.

I found a good place to rest but I was always thinking about something to eat and drink, my body really needed food. I tried to sleep and forget but images of food kept coming to my mind.

A child asks his mother: *"I want to eat more, I am still hungry"* She

Hiền và Q đến bên tôi với một điếu thuốc mà anh ta vừa nhận được từ một thủy thủ. Khói từ thuốc lá rất thơm. Tôi nhìn ra biển và bầu trời trong sự bình yên và hài lòng. Tôi cảm ơn em trai tôi và người bạn của em tôi đã cho tôi một miếng cơm cháy và cùng hút chung một điếu thuốc lá. Những thứ rất bình thường nhưng thật là ưu ái.

Chúng tôi đi lên cầu thang boong tàu thứ hai của chiếc tàu. Tôi tận hưởng không khí trong lành và gió mát mẻ, đôi chân tôi cảm thấy ấm áp, vì nơi tôi đang đứng rất gần với cái phễu của con tàu, vì vậy tôi nhận được sự ấm áp từ con tàu.

Trên vòm trời đêm, những ngôi sao hiện ra sau khi lẩn trốn đằng sau những đám mây lúc này, chúng dường như đang chia sẻ niềm vui và hạnh phúc cùng nhau.

Khung cảnh thiên nhiên này rất đẹp và có nhiều con cá chim bay lên khỏi mặt nước, tô thêm vào sự kỳ diệu của đêm này, chúng giống như những ngôi sao bạc lấp lánh tỏa sáng trên biển.

Chúng tôi nằm cạnh ống khói, và tôi cảm thấy rất ấm áp trong môi trường dễ chịu này. Những đám mây dường như muốn chạy theo hướng ngược lại của con tàu đang đưa chúng tôi đến tự do. Nó làm tôi nhớ đến một câu chuyện từ Kinh thánh Cựu Ước, nơi người Do Thái phải rời khỏi Ai Cập để tìm kiếm vùng đất hứa.

Đã sáng rồi, và trái tim tôi vẫn cảm thấy kỳ lạ, tôi không biết tại sao? Cho dù là một giấc mơ hay thật, tôi có một cảm giác không thể tin được rằng tôi đang ở trên một con tàu rất an toàn. Lần đầu tiên có một giấc ngủ ngon, nó cho tôi một chút năng lượng. Tôi đi xuống cầu thang và đi đến khu vực bếp, nơi em trai tôi đang ngồi hút thuốc lá với một vài người. Có thông tin từ một số người rằng chúng tôi sẽ ở trên con tàu này một ngày và sau đó chuyển đến một con tàu khác và đến một hòn đảo nhỏ.

Tôi đã nghe thông tin từ nhà bếp rằng, không có đủ thức ăn cho chúng tôi, họ chỉ phục vụ thức ăn vào đêm đầu tiên.

Tôi tìm một nơi tốt để nghỉ ngơi nhưng tôi luôn nghĩ về một cái gì đó để ăn và uống, cơ thể tôi thực sự cần phải ăn. Tôi đã cố gắng ngủ và quên những hình ảnh của thức ăn tiếp tục xuất hiện trong tâm trí tôi.

replied: *"I need to keep it for another day"*. I was looking around at a lot of people who had provided food for themselves. They were very noisy when they were eating. My brother said to me that he was hungry too and went somewhere.

I hope time passes quickly and we are able to reach the island. Perhaps I will be able to buy something to eat. The night was the same as the daytime because I was so hungry and yet unable to sleep

As morning came and on the second day, there was some noise from my people that let me know something was happening. Ships carrying Vietnamese boat people were gradually berthing at the wharf. The houses here are different from the rural houses in Vietnam, surrounded as they are by many coconut trees. We had reached an island in Indonesia. A passenger ship was waiting to unload. A few indigenous people are standing around and a number of soldiers are standing on the port bridge.

Một đứa trẻ hỏi mẹ mình: *"Con muốn ăn nhiều hơn, con vẫn còn đói"* Cô ta đã trả lời: *"Chúng ta cần phải để dành nó cho một ngày khác"*. Tôi nhìn xung quanh còn có rất nhiều người còn thực phẩm do họ mang theo. Họ rất ồn ào khi họ đang ăn. Em trai tôi nói với tôi rằng anh ấy cũng đói và đi đâu đó.

Tôi hy vọng thời gian trôi qua nhanh chóng và chúng tôi có thể đến đảo. Có lẽ tôi sẽ có thể mua một cái gì đó để ăn. Đêm giống như ban ngày vì tôi rất đói và không thể ngủ được.

Khi buổi sáng đến, và vào ngày thứ hai trên chiếc tàu có một số tiếng ồn từ người của tôi cho tôi biết điều gì đó đang xảy ra. Chiếc tàu chở thuyền nhân Việt Nam đang dần dần neo đậu tại bến. Những ngôi nhà ở đây khác với những ngôi nhà nông thôn ở Việt Nam, chúng như được bao quanh bởi nhiều cây dừa. Chúng tôi đã đến một hòn đảo ở Indonesia. Một con tàu chở khách đang chờ để dỡ hàng. Một vài người bản địa đang đứng xung quanh và một số binh sĩ đang đứng trên cây cầu cảng.

A child asks his mother: **"I want to eat more, I am still hungry"** *She replied: "I need to keep it for another day".*

There are many faces. I have painted my own face. My ear, head and body are part of the watery background as I look at this scene. The mother's face is complex. She is both looking at the glass and also at us. I have painted both faces- hope and despair.

The hand touching the glass is also a worrying hand resting on my bowed head. I have included here the face of evil. Its presence is an ever-worrying problem for living.

Một đứa trẻ hỏi mẹ mình: "Con muốn ăn nhiều hơn, con còn vẫn đói, cô ấy đã trả lời: "Chúng ta cần phải để dành nó cho những ngày khác".

Đây là nhiều khuôn mặt. Tôi đã vẽ khuôn mặt của chính mình. Đầu và cơ thể của tôi là một phần của nền nước khi tôi nhìn vào cảnh này. Khuôn mặt người mẹ rất phức tạp. Cô ấy đang nhìn cái cốc nước về phía chúng tôi. Tôi đã vẽ cả hai khuôn mặt - hy vọng và khổ đau.

Bàn tay chạm vào cái ly nước cũng là một điều đáng lo ngại, đã nằm trên cái đầu đang cúi của tôi. Tôi đã bao gồm ở đây khuôn mặt của cái ác. Sự hiện diện của nó là một vấn đề khó khăn cho sự sinh tồn của cuộc sống.

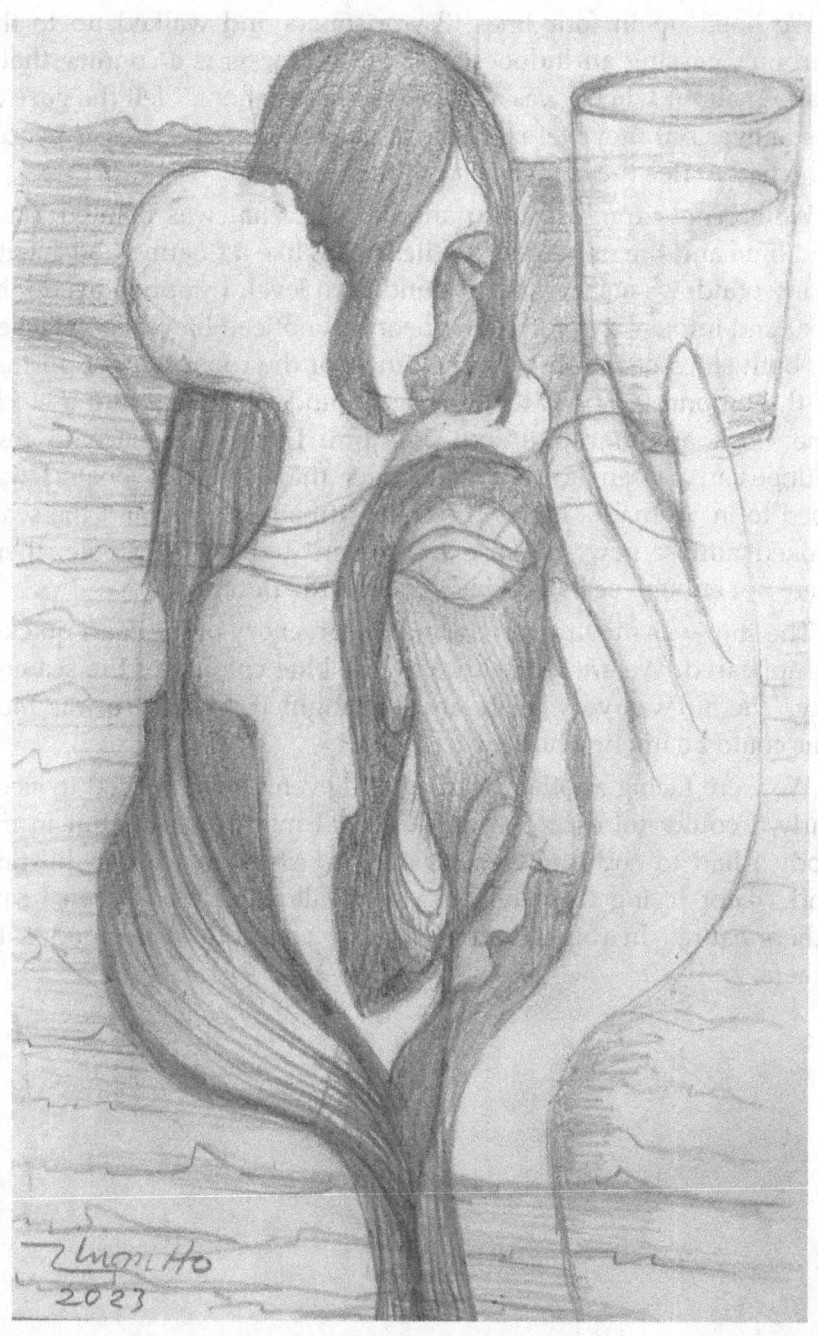

We lined up in four lines like prisoners and walked up to the harbour, passing an Indonesian ship. Indonesia is a country that I learned about when I was a student in high school. I felt the gaze of the natives but they were looking at us with merciful eyes as people who had to flee the communists to find freedom.

We are now transferred to another ship that was painted black and blue and the upper part white. It was like a floating house with many windows and railings around each level. I stepped inside the boat and into a room full of my people. I noticed life jackets stacked on both sides of the ship. In the centre of the room hung a portrait of the Indonesian president and a red and white flag and a clock. The clock announced it was 5:27 pm. I found a place to rest. Indonesian passenger boats are larger than the ferry boats I was used to in Vietnam. Inside the compartment is clean and the seats looked almost new. Because there were too many people, there were not enough seats, so I had to sit on the floor.

The ship was moving slowly and the greenery of the coast quickly disappeared. We are left with only the blue colours of the sea and sky. The air was very fresh, and I thought If only there was food this could be my first holiday overseas!

We were facing another evening and even though I tried to sleep early, I could not escape from hunger. I might be safe, but in my body I had to endure ravenous hunger. My stomach was hurting and I kept trying to imagine I was swallowing food when I saw others eating. In this situation, no one wants to share food with others.

Chúng tôi xếp thành bốn hàng, giống như tù nhân bước lên bến cảng qua một con tàu Indonesia, một đất nước mà tôi đã biết khi tôi còn là học sinh ở trường trung học. Tôi cảm thấy ánh mắt của người bản địa, họ nhìn chúng tôi với đôi mắt thương xót cho những con người phải chạy trốn khỏi những người Cộng sản để tìm tự do.

Bây giờ chúng tôi được chuyển đến một con tàu khác được sơn màu đen và xanh, phần trên màu trắng. Nó giống như một ngôi nhà nổi với nhiều cửa sổ và lan can xung quanh mỗi cấp độ. Tôi bước vào bên trong, một căn phòng đã đầy người. Tôi nhận thấy áo phao xếp chồng lên hai bên của con tàu. Ở trung tâm của căn phòng treo một bức chân dung của tổng thống Indonesia và một lá cờ đỏ - trắng cùng với một chiếc đồng hồ đang là 5:27 giờ chiều. Tôi tìm một chỗ ngồi. Những chiếc thuyền chở khách Indonesia lớn hơn những chiếc phà mà tôi đã thấy ở Việt Nam. Phía bên trong con tàu sạch sẽ và chỗ ngồi trông gần như mới. Vì có quá nhiều người, không có đủ chỗ ngồi, tôi phải ngồi trên sàn nhà.

Con tàu đang di chuyển chậm và cây xanh của bờ biển đã nhanh chóng biến mất, chỉ còn lại với màu xanh của biển và bầu trời. Không khí rất trong lành, và tôi nghĩ rằng nếu chỉ cần có thức ăn thì ví như dịp đi nghỉ hè đầu tiên của tôi!

Tôi đã phải đối diện thêm một buổi tối không thức ăn, tôi đã cố gắng ngủ sớm nhưng không thể thoát khỏi cơn đói. Tôi được an toàn nhưng bên trong cơ thể đã phải chịu đựng cơn đói. Bụng tôi bị đau và tôi cứ cố gắng tưởng tượng mình đang nuốt thức ăn khi thấy người khác đang ăn. Trong hoàn cảnh này, không ai muốn chia sẻ thức ăn cho người khác.

Chapter 10
Freedom Island. Arrival at Kuku Island

After half a day and a long night, the ship arrived at the island called Kuku, one of the small islands of Indonesia.

I was later to find that the island of Kuku is just one of 17,508 large and small islands of Indonesia and perhaps this place is known only to a few people living on the nearby islands. Since many Vietnamese left the country after the events of 1975, Kuku has in turn welcomed more than 40,000 Vietnamese refugees. At one point in just over a week, more than 20,000 refugees were recorded staying in camps on the island.

As the ship approached the island, I could see a single large house with an Indonesian flag and nearby some longhouses that looked like a prison camp. In the distance, the camp was surrounded by forest and coconut trees. As I looked at this unspoiled island, there came into my heart a feeling of sadness and emptiness.

We left the ship at 1.27 pm. There were crew members working on board, smiling and saying goodbye, but I could see on their faces that they were aware of what was ahead of us. It was almost a look of pity.

The bridge connecting us to the wharf is very long and made of wood. My bare feet feel the hot board and walking becomes difficult and painful. To this pain was added the thought, shared by all of us, that we were entering not a land of freedom but rather a deserted island.

Ahead of us were many Vietnamese boat people who called this island home! They were wearing clothes like ours and standing along the beach, some children ran to the long bridge, and some people were just standing around in front of the barracks. They did not come to the bridge to greet us.

After so many days without touching the good earth, I had a

hương 10
Bến bờ Tự do, Đến đảo Kuku

Sau nửa ngày và một đêm dài, con tàu đã đến hòn đảo tên là Kuku, một trong những hòn đảo nhỏ của Indonesia.

Sau này tôi đã tìm thấy, hòn đảo Kuku chỉ là một trong số 17.508 hòn đảo lớn và nhỏ của Indonesia, và có lẽ nơi này chỉ được biết đến với một vài người sống trên các hòn đảo gần đó. Kể từ khi nhiều người Việt Nam rời khỏi đất nước sau sự kiện năm 1975, Kuku đã lần lượt chào đón hơn 40.000 người tị nạn Việt Nam. Tại một thời điểm chỉ trong hơn một tuần, hơn 20.000 người tị nạn đã được ghi nhận ở trong các trại trên đảo.

Khi con tàu đến gần hòn đảo, tôi có thể thấy một ngôi nhà lớn duy nhất với một lá cờ Indonesia và gần một số nhà dài trông giống như một trại tù. Ở đằng xa, trại được bao quanh bởi rừng và cây dừa. Khi tôi nhìn vào hòn đảo hoang sơ này, một cảm giác buồn bã và trống rỗng đã đến với trái tim tôi.

Chúng tôi rời khỏi con tàu lúc 1: 27 giờ chiều. Những nhân viên làm việc trên tàu đã mỉm cười và nói lời tạm biệt, nhưng tôi có thể thấy trên khuôn mặt của họ sự lo lắng, vì họ biết được những gì sẽ xảy đến với chúng tôi phía trước. Đó gần như là một cái nhìn thương hại.

Cây cầu dài được làm bằng gỗ kết nối chúng tôi vào đất liền bến tàu. Bàn chân trần của tôi cảm giác nóng bởi những tấm ván, tôi bước đi thật khó khăn vì đau. Nỗi đau này đã cho tôi nhận biết rằng chúng tôi bước vào hòn đảo hoang vắng hơn là bến bờ tự do.

Trước mắt chúng tôi là nhiều người Việt Nam, những người gọi Đảo này là nhà! Họ mặc quần áo như chúng tôi và đứng dọc theo bãi biển. Một số trẻ em chạy đến cây cầu dài, và một số người chỉ đứng xung quanh trước doanh trại. Họ đã không đến cầu để chào đón chúng tôi.

Sau nhiều ngày trên thuyền khi bàn chân tôi bước vào đất liền, một cảm giác say đất, đôi chân trần của tôi phản ứng với cát nóng,

drunken feeling as I walked on the ground with my bare feet. Both legs reacted to the hot sand, and my body was floating and could not cope with being on firm earth.

A few Indonesian soldiers and a Vietnamese interpreter guided us to the camp. We walk in two rows behind them. The Vietnamese boat people residing in the camp and standing along the beach began waving to us. My brother suddenly called out loudly: *'Brother. Huan! There is a classmate in Vietnam, who is still living on that island'*. I looked back at a young man who was waving.

We passed a drinking water pump and I thought it was so good to have such an important thing in this place and that I would go back to drink and quench my thirst! Never thirsting for drinking water again! We walked to a very different barrack; this was the official soldiers' camp. Some soldiers and an officer stood inside the building. They were standing under the roof and watching us. An officer introduced himself as the chief of Kuku Island. Talking through a Vietnamese interpreter, he congratulated us for coming here to Kuku Island. He made clear the rules and the law of the island and that if anyone broke either, they would be severely punished. He told us to boil drinking water, otherwise, 'You will have malaria and there is no nurse or doctor and no medicine'. He spoke about Vietnamese who became sick and died because they did not boil water. 'You can visit their graves in the cemetery on the hill behind the barracks!'

Most of our food requirements are near at hand. There is a grocery store selling everything you need and there is a gold-to-money exchange service, but sadly there is no post office. Each person gets a small iron cup with a handle for eating and drinking.

There are 8 longhouses, A, B, C, D... My brother and I lived in Barrack D. Many people were already settled here. Inside, the atmosphere was very hot because the roof was covered with aluminum pieces. The floor is just bare sand and there is a lot of garbage strewn around needing to be cleaned up. The ever-present flies only add to the discomfort. The length of the barracks is 8 metres, the width is 4 metres, and for sleeping there are two levels,

và tôi cảm nhận cơ thể như đang trôi nổi và không thể cân bằng để quen dần với những gì đang chờ đợi trên mảnh đất này.

Một vài binh sĩ Indonesia và một thông dịch viên Việt Nam đã hướng dẫn chúng tôi đến trại. Chúng tôi đi bộ thành hai hàng phía sau họ. Những người Việt Nam cư trú trong trại và đứng dọc theo bãi biển bắt đầu vẫy tay chào chúng tôi, em tôi đột nhiên gọi to: *"Anh Huân.! Em...Có một người bạn cùng lớp ở Việt Nam, anh ta đang sống trên hòn đảo này"*. Tôi quay lại, một chàng trai trẻ đang vẫy tay.

Chúng tôi đã vượt qua một máy bơm nước uống và tôi nghĩ thật tốt cho tôi khi có một thứ quan trọng ở nơi này và tôi sẽ quay lại uống để làm dịu cơn khát của tôi! Không bao giờ bị khát nước nữa! Chúng tôi đi bộ đến một doanh trại khác, đây là trại lính chính thức. Một số binh sĩ và một sĩ quan đứng bên trong tòa nhà. Họ đang đứng dưới mái nhà và nhìn chúng tôi. Một sĩ quan tự giới thiệu mình là người đứng đầu đảo Kuku, nói chuyện thông qua một thông dịch viên Việt Nam. Anh ấy chúc mừng chúng tôi vì đã đến đây, đến đảo Kuku. Anh ta đã nói rõ các quy tắc và luật lệ của hòn đảo này và nếu có ai vi phạm, họ sẽ bị trừng phạt nghiêm khắc. Anh ta bảo chúng tôi phải đun sôi nước uống, nếu không, sẽ bị sốt rét và không có y tá hay bác sĩ và không có thuốc. Anh ta nói về người Việt Nam bị bệnh và chết vì họ không đun sôi nước. Chúng tôi có thể thăm viếng các ngôi mộ của họ trong nghĩa trang trên ngọn đồi phía sau doanh trại!

Không có nhu cầu cung cấp thực phẩm, chúng tôi phải tự lo. Có một cửa hàng tạp hóa bán mọi thứ bạn cần và có một dịch vụ trao đổi bằng tiền vàng, nhưng thật đáng buồn là không có bưu điện. Mỗi người có một cốc sắt nhỏ với một tay cầm để ăn và uống.

Có 8 dãy nhà dài, A, B, C, D. Em trai tôi và tôi sống ở Barrack D. Nhiều người đã tạm trú ở đây. Bên trong không khí rất nóng vì mái nhà được phủ bằng các mảnh nhôm. Sàn nhà chỉ là cát trần và có rất nhiều rác thải xung quanh cần phải được dọn dẹp. Những con ruồi luôn hiện diện chỉ làm tăng thêm sự khó chịu. Chiều dài của doanh trại là 8 mét, chiều rộng là 4 mét và để ngủ có hai cấp độ, trên và dưới. Đằng sau doanh trại là một nhà bếp với các dụng cụ nấu ăn: nồi nhôm, chảo, và ấm đun nước để đun sôi nước.

upper and lower. Behind the barracks was a kitchen with cooking utensils and aluminum pots, pans, and a kettle to boil water.

After exchanging Hien's gold ring, my brother and I stood in front of the store. There were many people eating food in the store. We had to ration our money. I still remember that we bought a soap bar, toothpaste, 1 kg of rice and half a kg of sugar.

After just half a day of living in the camp, we understood a lot more about the cost of living independently away from home. Our only possessions are a bottle of drinking water and two cups received from the soldiers, nothing more! ⊖ except the Indonesian money after selling the gold ring. Some of the friends we had made when they knew we had only one gold ring, seemed to change their minds and did not want to be together with us. We had to consider buying less rice and less sugar. We ate well enough but did not feel full; I still went to sleep feeling hungry.

I fell asleep despite the bad and difficult living environment in the Detention Centre on this deserted island. The noise from the people sleeping below in my barrack woke me up. The smell of food cooking stimulates my craving for eating and drinking. The people who brought a lot of gold and USA money were better able to enjoy life. Yesterday afternoon, standing in front of the fast-food store, we saw cakes and candy but we dared not buy anything, just cigarette rolls for my brother.

There were a lot of people who had been on the island for some months before being transferred to other camps. I had to calculate how much money we would need for food for the two of us to survive for more than 40 days.

After eating porridge in the morning, my brother and I went to the other barracks to visit Hien's classmate. When we came inside, people were using pieces of cardboard as fans. The air inside was very hot and we could hear the moaning of sick people, many with a high fever. My brother's friend told us about people who died only yesterday.

After a few conversations with S, who is my younger brother's classmate in Vietnam, I understand more about the situation on the

Sau khi trao đổi chiếc nhẫn vàng của Hiển, em trai tôi và tôi đứng trước cửa hàng. Có nhiều người đang ăn uống trong cửa hàng. Chúng tôi đã phải chi tiêu cho những nhu cầu rất cần thiết. Tôi vẫn còn nhớ chúng tôi đã mua một thanh xà phòng, kem đánh răng, bàn chải, 1 kg gạo và nửa kg đường.

Chỉ sau nửa ngày sống trong trại, chúng tôi đã hiểu nhiều hơn về chi phí sinh hoạt phụ thuộc xa nhà. Tài sản duy nhất của chúng tôi là một chai nước uống và hai cái cốc nhận được từ người lính, không có gì nữa, ngoại trừ tiền Indonesia sau khi bán nhẫn vàng. Một số người bạn khi họ biết chúng tôi chỉ có một chiếc nhẫn vàng, họ đã thay đổi suy nghĩ của họ và không muốn sống cùng chúng tôi. Chúng tôi đã tính toán trước khi mua ít gạo và ít đường. Chúng tôi đã ăn tạm ổn nhưng không cảm thấy no, tôi vẫn cảm thấy đói khi đi ngủ.

Tôi ngủ thiếp đi mặc dù môi trường sống tồi tệ và khó khăn trong trung tâm giam giữ trên hòn đảo hoang vắng này. Tiếng ồn từ những người ngủ bên dưới trong doanh trại của tôi đã đánh thức tôi.

Mùi thức ăn nấu kích thích sự thèm ăn và uống của tôi. Những người mang theo nhiều tiền ngoại tệ và vàng có khả năng tận hưởng cuộc sống tốt hơn. Chiều hôm qua, đứng trước cửa hàng thức ăn nhanh, chúng tôi thấy bánh và kẹo nhưng chúng tôi không dám mua bất cứ thứ gì, ngoại trừ cuộn thuốc lá cho em tôi.

Có rất nhiều người đã ở trên đảo này một vài tháng trước, họ sẽ được chuyển đến các trại khác. Tôi đã phải tính toán số tiền chúng tôi cần mua thực phẩm cho hai chúng tôi sống sót trong hơn 40 ngày.

Sau khi ăn cháo vào buổi sáng, em trai tôi và tôi đã đến doanh trại khác để thăm bạn cùng lớp của Hiển. Khi chúng tôi vào bên trong, mọi người đang sử dụng những miếng bìa cứng làm quạt cho đỡ nóng, không khí bên trong rất nóng và chúng tôi có thể nghe thấy tiếng rên rỉ của những người bệnh, nhiều người bị sốt cao, bạn của em tôi đã nói với chúng tôi về những người chết ngày hôm qua.

Sau một vài cuộc trò chuyện với S, người bạn cùng lớp của em trai tôi ở Việt Nam, tôi hiểu thêm về tình hình trên đảo. Anh ta cầm một

island. He held a photo of a very young girl dressed as a bride wearing a red scarf. The photo was folded in half. I asked S about the picture. He started to tell me but after only a few words his eyes filled with tears and, crying, he told me that she was his wife. They had been married only a month before they escaped from their homeland to arrive on this island. She became very sick and passed away. He buried his wife on the hill behind the camp. I felt very sad and felt sorry for my brother's friend and the tears shed for his wife. S told me: He still remembers his wife's words: *'We love each other, it's okay anywhere for living, if we work hard, we won't go hungry!'* S regretted bringing his wife and their effort to escape and find freedom.

We said goodbye and agreed to meet him tomorrow and visit his wife's grave on the hill.

bức ảnh của một cô gái rất trẻ ăn mặc như một cô dâu mặc một chiếc áo dài, khăn đóng màu đỏ. Bức ảnh được gấp lại một nửa. Tôi hỏi tại sao về bức hình. Anh ta bắt đầu nói với tôi nhưng chỉ sau vài lời, đôi mắt anh ấy đầy nước mắt và khóc. Anh ấy nói với tôi rằng người con gái là vợ anh ta. Họ đã kết hôn chỉ một tháng trước khi họ trốn khỏi quê hương để đến hòn đảo này. Cô ta bị bệnh nặng và qua đời. Anh ta chôn vợ trên đồi phía sau trại.

Tôi cảm thấy rất buồn và nuối tiếc cho bạn của em trai tôi và những giọt nước mắt rơi cho vợ anh ấy. S nói với tôi: Anh ấy vẫn còn nhớ lời nói của vợ: *"Chúng ta yêu nhau, dù ở bất cứ nơi đâu! nếu chúng ta làm việc chăm chỉ, chúng ta sẽ không bị đói khát".* S hối hận vì đã mang vợ và nỗ lực trốn thoát để tìm kiếm tự do.

Chúng tôi nói lời tạm biệt và đồng ý gặp anh ấy vào ngày mai để đến thăm mộ của vợ anh ta trên đồi.

S told me: He still remembers his wife's words: *"We love each other, it's okay anywhere for living, if we work hard, we won't go hungry!"* S regretted bringing his wife and their effort to escape and find freedom.

This is a portrait of two lovers. We have an insight into the mind of the husband. I have left the wife's face in white. She is in peace but not in this world. The husband is dark his head bowed, only their minds are joined - death ends a life but not a relationship! Her flowing hair cover them both. His hands are outreaching for the rock to mark her grave.

S nói với tôi: Anh ấy vẫn còn nhớ lời nói của vợ: *"Chúng ta yêu nhau, dù ở bất cứ nơi đâu! nếu chúng ta làm việc chăm chỉ, chúng ta sẽ không bị đói khát"*. S hối hận vì đã mang vợ và nỗ lực trốn thoát để tìm kiếm tự do.

Đây là một bức chân dung của hai người yêu nhau. Chúng ta có một cái nhìn sâu sắc về tâm trí của người chồng. Tôi đã tách rời khỏi mặt người vợ bằng phần trắng. Cô ấy trong an bình nhưng không phải trong thế giới này. Người chồng phần tối tăm đầu cúi xuống, chỉ có tâm hồn của họ được liên kết - cái chết kết thúc một cuộc sống nhưng không chấm dứt mối quan hệ của họ! Mái tóc bồng bềnh của cô bao phủ cả hai. Tay anh đang tiếp cận với tảng đá để đánh dấu ngôi mộ của cô.

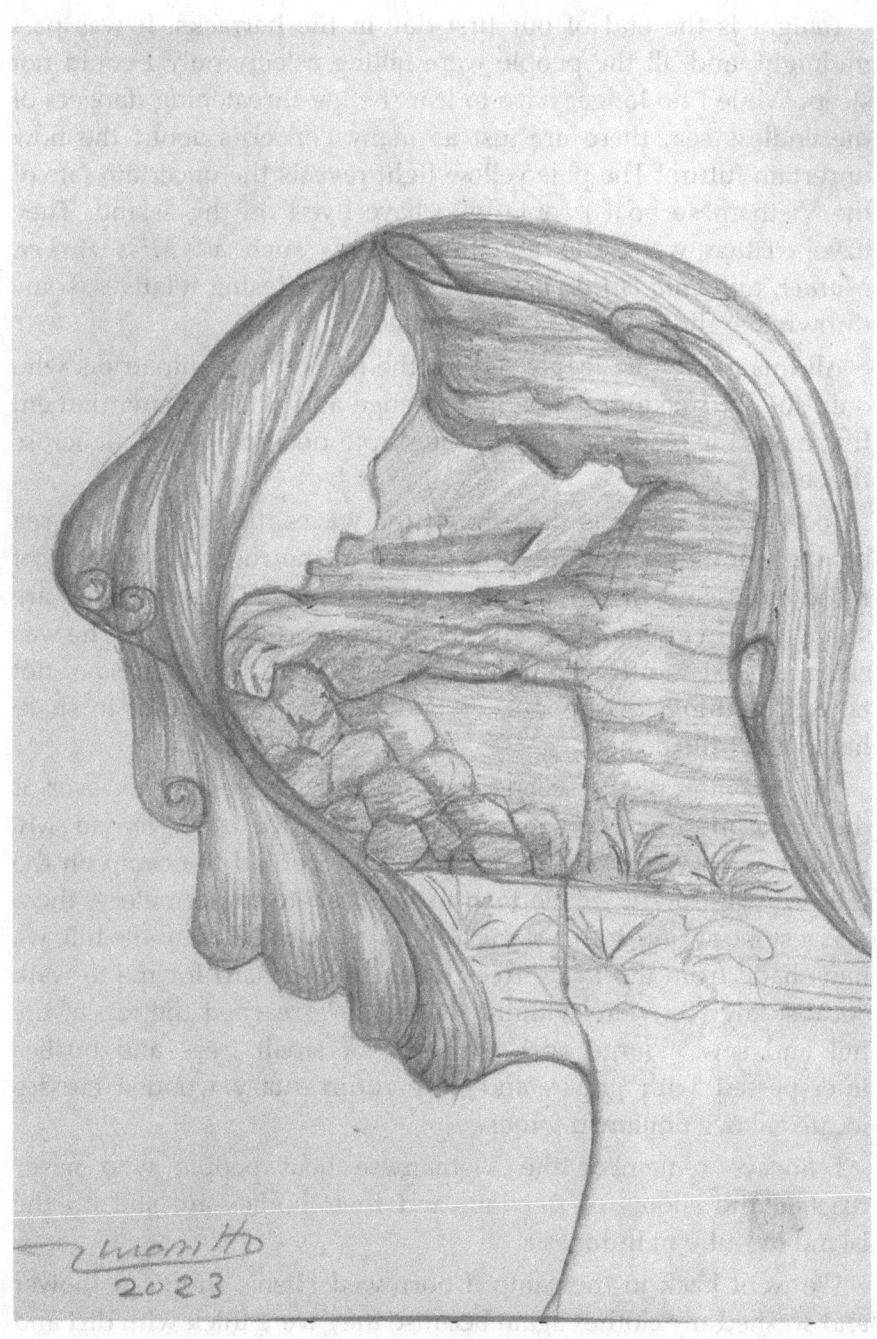

Tonight is the end of our first day in the barracks. It was past midnight, and all the people were falling asleep; only I could not sleep. While I no longer have to fear the life-threatening dangers of the endless sea, there are just as many concerns about the now uncertain future! The pale yellow light reveals the uncertain fate of the Vietnamese boat people who have lived on this island. They have written words on the timber walls such as: *Miss Father, Mother, wife and children.* And the regret of losing relatives, some thrown into the sea by Thailand pirated!

All this made me deeply sad for the fate of my compatriots who only sought freedom. I was in a strange and difficult environment that made me blame myself for the stupid decision to set out across the sea.

Tonight, all I hear is the echo of the waves, the noise of the sea breeze vibrating the aluminum pieces on the roof, the buzzing of mosquitoes, and the sound of people sleeping. Those sleeping are strangers; I'm grateful that I have a younger brother and that he was sleeping next to me. Again, feelings of guilt at the madness of not taking anything for the journey and causing my brother to share half of the little he had.

The morning of the second day brought little relief; however, it did make me think of better ways to share the little we had. My brother and I visited the grave of S's wife behind the camp on the hill near the forest. At the turn in the road to the cemetery, there was a stone shrine with a statue of Mary. On the way up the hill, we had shade from the many trees but it was so hard for me to walk because my feet were without sandals. We reached the top of the hill and saw a large area with lots of small trees and bushes interspersed with graves and very rudimentary wooden crosses located above unnamed tombs.

I always remember the Vietnamese boat people who never reached the shores of freedom and their bodies are still on the island of Kuku in Indonesia.

We went back to the camp. I borrowed Hien's shorts to shower and washed my clothes again because they were thick with dirt and

ngủ được. Mặc dù tôi không còn phải sợ những nguy hiểm đe dọa đến tính mạng của Biển vô tận, nhưng cũng có nhiều mối quan tâm về tương lai không chắc chắn! Ánh sáng màu vàng nhạt như biểu lộ số phận không chắc chắn của thuyền nhân Việt Nam đã sống trên hòn đảo này. Họ đã viết những lời trên các bức tường gỗ như: *"Thương cha khóc mẹ, vợ và con"*. Và sự hối tiếc của việc mất người thân, một số người ném xuống biển bởi bị cướp Thái Lan bắt cóc và hãm hiếp!

Tất cả điều này làm tôi buồn bã sâu sắc cho số phận của đồng bào, những người chỉ tìm kiếm sự tự do. Tôi đã ở trong một môi trường kỳ lạ và khó khăn khiến tôi tự trách mình vì quyết định ngu ngốc khi đặt chân ra biển.

Tối nay, tất cả những gì tôi nghe thấy là tiếng vang của những con sóng, tiếng ồn của gió biển rung động các mảnh nhôm trên mái nhà, tiếng muỗi ù ù và âm thanh của mọi người đang ngủ. Những người đang ngủ là những người lạ, tôi biết ơn rằng tôi có một em trai và anh ấy đang ngủ bên cạnh tôi. Một lần nữa, cảm giác tội lỗi trước sự điên rồ của việc không mang theo bất cứ thứ gì cho cuộc hành trình và để em trai tôi phải chia sẻ một nửa số ít anh ta có.

Buổi sáng của ngày thứ hai mang lại ít sự nhẹ nhõm; tuy nhiên, nó đã khiến tôi nghĩ về những cách tốt hơn để chia sẻ những điều nhỏ nhặt mà chúng tôi có. Em trai tôi và tôi đến thăm mộ của vợ S sau trại trên đồi gần khu rừng. Khi rẽ vào con đường đến nghĩa trang, có một ngôi đền bằng đá với một bức tượng của Đức Mẹ. Trên đường lên những ngọn đồi, chúng tôi có bóng râm từ nhiều tán cây nhưng thật khó để tôi đi bộ vì bàn chân của tôi không có đôi dép. Chúng tôi đến đỉnh đồi và nhìn thấy một khu vực rộng lớn với rất nhiều cây to nhỏ xen kẽ với các ngôi mộ và những cây Thánh giá bằng gỗ rất thô sơ nằm phía trên các ngôi mộ không tên.

Trong cái nóng ban ngày, S ngồi xuống để nhặt một số viên đá nhỏ để đặt xung quanh ngôi mộ của vợ mình, không có dấu hiệu của một ngọn nến hay hoa. Tôi nhìn xung quanh để tìm một vài hoa dại như một lời cầu nguyện chia tay, để linh hồn cô ấy có thể yên nghỉ.

Người chồng sống với sự hối tiếc rằng thi thể vợ của anh ta vẫn còn trong nghĩa trang trên hòn đảo hoang vắng cô đơn đó.

grease. My poor body was not very different with things clinging to me and it took me quite a lot of time to wash. Then, I had to wait for the clothes to dry. I had only pants and a shirt, but holding the belt in my hand I felt happy because at least these were things I had brought from my homeland!

Our lunch was porridge with sugar. I went to the beach to find a shady tree to rest. I lay down to look up into the deep blue sky that was without a cloud and the wind was blowing gently from the sea. There were many waves coming into the beach that made me miss home. I was very worried because I knew my parents were waiting for good news about me and my younger brother. I watched the blue sky above this green but wild island. It might be a beautiful scene, but my heart is sad and bitter because of the fate of the Vietnamese boat people. How can I lie to myself? Life on the island is hunger, fever and death.

As I lay there, I thought again the inscriptions written with charcoal on the walls of our barracks. The verses and words of the Vietnamese boat people who came here after 1979 and of the boat people here today. The writing had faded over time. The verses about missing loved ones back home together with the date of arrival and departure from this wild island. All this is the matter for tears since I did not know when I would again see my parents and brothers and sisters. It emotionally made me want to write a few lines on the wooden wall:

Echoes make waves in my heart
tears dropping on my lips
the faces of my family
Will I see them again?

By now, the sun had set, the air was cool, and the waves formed a gentle rhythm like an invisible hand taking care of this troubled island. The words of a poem came to me and when I returned to the camp, I wrote it on the timber wall:

Tôi luôn nhớ những thuyền nhân Việt Nam, những người không bao giờ đến được bờ tự do và thân xác của họ vẫn còn trên đảo Kuku ở Indonesia.

Chúng tôi trở lại trại. Tôi mượn quần ngắn của Hiển, để tắm và giặt quần áo một lần nữa vì chúng dày với bụi bẩn và dầu mỡ. Cơ thể tội nghiệp của tôi không khác lắm với những thứ bám vào tôi và tôi đã mất khá nhiều thời gian để rửa. Sau đó, tôi phải đợi quần áo khô. Tôi chỉ có quần và áo sơ mi, nhưng cầm dây thắt lưng trong tay, tôi cảm thấy hạnh phúc vì ít nhất đây là những thứ tôi đã mang từ quê hương!

Bữa trưa của chúng tôi là cháo với đường. Tôi đã đi đến bãi biển để tìm một cái cây có bóng mát để nghỉ ngơi. Tôi nằm xuống để nhìn lên bầu trời xanh thẳm mà không có đám mây và gió thổi nhẹ từ biển. Có rất nhiều đợt sóng tràn lên bãi biển khiến tôi nhớ nhà. Tôi đã rất lo lắng vì tôi biết cha mẹ tôi đang chờ đợi tin tốt về tôi và em trai tôi.

Tôi lại nhìn bầu trời xanh và những hòn đảo xanh và hoang dã với những con sóng nước là những bức ảnh đẹp. Nhưng trong trái tim tôi, thật buồn và cay đắng đối với số phận của những thuyền nhân Việt Nam. Làm thế nào tôi có thể nói dối chính mình? Bởi vì cuộc sống trên đảo là đói, bệnh sốt rét và chết.

Khi tôi nằm đó, tôi lại nghĩ về những dòng chữ được viết bằng than củi trên các bức tường của doanh trại chúng tôi. Những câu thơ và lời nói của những người Việt Nam đến đây sau năm 1979 và của những thuyền nhân ở đây hôm nay. Bài viết đã mờ dần theo thời gian. Những câu thơ về những người thân yêu mất tích trở về nhà, cùng với ngày đến và đi từ hòn đảo hoang dã này. Nó làm những giọt nước mắt của tôi tuôn trào. Không biết bao giờ tôi sẽ gặp lại cha mẹ và các anh em của tôi, cảm xúc đã làm cho tôi viết vài dòng trên vách gỗ:

"Vọng vang sóng biển trong lòng
mặn mà giọt lệ nhớ về nhà xưa
bao nhiêu khuôn mặt gia đình
bao giờ gặp lại cho lòng thỏa mong?"

Take Nothing For The Journey

Kuku is the wharf to freedom.
The tombs of Vietnamese boat people.
The soul cries and weeps for past day

In prayers let us remember them.

Đến bây giờ, mặt trời đã lặn, không khí mát mẻ, và những con sóng hình thành một nhịp điệu nhẹ nhàng như một bàn tay vô hình vỗ về an ủi tôi dù đang phải đối diện những khó khăn trong hòn đảo. Những lời của một bài thơ đến với tôi và khi tôi trở lại trại, tôi đã viết nó trên bức tường gỗ:

> *Kuku bến đậu tự do,*
> *Những ngôi mộ vắng của người Việt Nam.*
> ***Linh hồn khóc hận ngày qua***
>
> Mong chờ kinh nguyện ấm lòng cố nhân.

Chapter 11
Crossing to another island

It was the morning of the third day on this lonely and deserted island. I was still tired when I woke up, even though in my dreams I was able to rejoin my family in Vietnam, and enjoy food without worrying about anything ... but it was in my dreams.

For three days, we had been eating rice porridge. We wanted to eat more but we needed to eat according to the amount of rice we had bought. I'm always thinking about the amount of money needed to buy rice and it makes me worry about the upcoming hard times. We will surely run out of money and food.

I walked and tried to calculate the amount of money needed just to buy 5 kg of rice. If I use 250 grams a day to cook porridge, it will last for 20 days, but after that there will be nothing to eat. My feelings of guilt began to grow. if I had brought a gold ring it would provide almost enough food for both of us to survive.

That afternoon on the beach, a few children were still able to have fun swimming with their parents. If I could become one of those children, I would not have to worry about problems like buying rice or eating porridge! Our dinner was porridge and sugar again. Hien and I were still hungry because we did not eat enough. We have only half a kilo of rice left for tomorrow. My brother asked me to go to the shop. There were people able to buy many things, but my brother and I could not buy such precious things as eggs and instant noodles, coffee, cakes, etc. If only I had another gold ring, I would be able to buy what I need.

My brother pointed to a packet of cigarette papers, and asked me, could I buy it ? How can I say no to him, because, in fact, the money belonged to him? In my mind, I struggled, thinking it was a waste of money but then we need little things to unwind after such a long day on such a wild island.

My younger brother and his friend enjoyed rolling their own

Chương 11
Băng qua một hòn đảo khác.

Đó là buổi sáng của ngày thứ ba trên hòn đảo cô đơn và hoang vắng này. Tôi vẫn còn mệt khi thức dậy, mặc dù trong giấc mơ, tôi đã có thể gặp gỡ gia đình ở Việt Nam và thưởng thức đồ ăn mà không phải lo lắng về bất cứ điều gì, nhưng đó chỉ là mơ, ngày thứ ba chúng tôi vẫn ăn cháo.

Chúng tôi muốn ăn nhiều hơn nhưng không thể, cần phải ăn theo lượng gạo chúng tôi đã mua.

Tôi luôn nghĩ về số tiền cần thiết để mua gạo, điều đó khiến tôi lo lắng về thời gian khó khăn sắp tới, chúng tôi chắc chắn số tiền không đủ cho thực phẩm.

Tôi đi bộ và cố gắng tính toán số tiền cần thiết chỉ để mua 5 kg gạo. Nếu tôi sử dụng 250 gram mỗi ngày để nấu cháo, nó sẽ kéo dài trong 20 ngày, nhưng sau đó sẽ không có gì để ăn. Cảm giác tội lỗi của tôi bắt đầu gia tăng. Nếu tôi đã mang một chiếc nhẫn vàng, nó sẽ cung cấp gần như đủ thức ăn cho cả hai chúng tôi để sống sót...

Chiều hôm đó trên bãi biển, một vài đứa trẻ vẫn có thể vui chơi, bơi lội với bố mẹ. Nếu tôi có thể trở thành một trong những đứa trẻ đó, tôi sẽ không phải lo lắng về các vấn đề như mua gạo hoặc ăn cháo! Bữa tối của chúng tôi là cháo và đường một lần nữa. Hiền và tôi vẫn đói vì chúng tôi không ăn đủ. Chúng tôi chỉ còn nửa kg gạo cho ngày mai.

Em tôi yêu cầu tôi đi đến cửa hàng. Có những người có thể mua nhiều thứ, nhưng em trai tôi và tôi không thể mua những thứ quý giá như trứng và mì gói, cà phê, bánh ngọt, và nhiều thứ khác... Nếu tôi có một chiếc nhẫn vàng, ngay lập tức nhu cầu được đáp ứng.

Em trai tôi chỉ vào một gói thuốc lá cuộn, hỏi tôi: "Tôi có thể mua nó không?" Làm thế nào tôi có thể nói không với anh ta, bởi vì, trên thực tế, tiền thuộc về anh ta? Trong tâm trí của tôi, phản đối nghĩ rằng, đó là một sự lãng phí tiền bạc, tuy nhiên đó cũng là thứ tuy

cigarettes. There were others smoking around us and this added to our enjoyment. It was a rare 'get-together time' and we chatted and relaxed.

As we were walking along the beach, I heard laughter from some Vietnamese girls making friends with the Indonesian soldiers; it all looked very romantic. But we kept walking and started looking at the wrecks from Vietnamese boat people who had reached this island a few years earlier. In the dark, they looked more like stranded whales or dead fish or just skeletons.

I went back to the camp to sleep; it was after 11 pm. My brother was lying next to me, lamenting his hunger and missing home, but after a while, he was snoring. I feel pity for my brother because we don't have enough rice and not enough money to buy more.

By midnight, all the people fell asleep. I was still lying open-eyed, waiting for morning. I tried to sleep but could not. My only thought: how or where to buy cheaper rice?

In the deep quiet of that night, I heard footsteps, people slowly leaving the barrack. They quietly descended the stairs one by one. I did not know why or where they were going? It turned out, they did not want to let anyone know that they were crossing to another island to buy food. I heard someone say that rice from this island is cheaper. I thought carefully, and decided when they returned to the camp, that I would ask them to show me the way to the other island.

There were many questions in my mind. Should I dare to go to the other island? I know it is very difficult and there would be big trouble if I was unlucky enough to be caught by soldiers guarding the island. They will confiscate all my rice and I will be severely punished.

After a long night of not being able to sleep because of anxiety, I had just fallen asleep when I was woken up by my brother. It was morning again! We had porridge with sugar. Hien let me know that we were running out of rice. We need to buy more.

I went over to the next barrack to find a man ∽ I call him uncle; he was not looking well but he was still happy to see me. The smoke

nhỏ nhưng cũng để thư giãn sau một ngày dài như vậy trên hòn đảo hoang dã này.

Em trai và tôi cùng với bạn của anh ta đang vui thích với cuộn thuốc lá, cùng hút thuốc với nhau, làm chúng tôi quên đi hiện tại. Đó là một thời gian ít ỏi cùng nhau chúng tôi tán gẫu và thư giãn.

Khi chúng tôi đi bộ dọc theo bãi biển, tôi nghe thấy tiếng cười từ một số cô gái Việt Nam kết bạn với những người lính Indonesia trông rất lãng mạn. Nhưng mà chúng tôi tiếp tục đi bộ và bắt đầu nhìn vào xác của những chiếc thuyền của thuyền nhân Việt Nam, những người đã đến hòn đảo này vài năm trước đó. Trong bóng tối, chúng trông giống như những con cá voi bị mắc kẹt và chết chỉ còn lại bộ xương.

Tôi trở lại trại để ngủ, đó là sau 11 giờ tối. Em trai tôi đang nằm cạnh tôi, than thở về cơn đói và nhớ nhà, nhưng sau một thời gian, anh ấy đã ngáy. Tôi cảm thấy thương đứa em của mình vì chúng tôi không có đủ gạo và không đủ tiền để mua nhiều hơn.

Đến nửa đêm, tất cả mọi người đều ngủ thiếp đi. Tôi vẫn đang nằm chờ đợi buổi sáng. Tôi đã cố ngủ nhưng không thể. Suy nghĩ duy nhất của tôi là: "Làm thế nào hoặc ở đâu để mua gạo rẻ hơn?" Trong không gian tĩnh lặng của đêm đó, tôi nghe thấy tiếng bước chân, mọi người dần rời khỏi doanh trại. Họ lặng lẽ xuống cầu thang từng người một. Tôi không biết tại sao hoặc họ sẽ đi đâu? Hóa ra, họ không muốn cho bất cứ ai biết rằng họ đang băng qua một hòn đảo khác để mua thức ăn. Tôi nghe ai đó nói rằng gạo từ hòn đảo kia rẻ hơn. Tôi suy nghĩ cẩn thận, và quyết định khi họ trở lại trại, rằng tôi sẽ thỉnh cầu họ chỉ cho tôi đường đến hòn đảo khác.

Có nhiều câu hỏi trong tâm trí tôi. Tôi có nên mạo hiểm đi đến hòn đảo khác không? Tôi biết điều đó rất khó khăn và sẽ có rắc rối lớn nếu tôi không may mắn bị bắt bởi những người lính bảo vệ hòn đảo. Họ sẽ tịch thu tất cả gạo của tôi và tôi sẽ bị trừng phạt nghiêm khắc.

Sau một đêm dài không thể ngủ được vì lo lắng, tôi vừa chợp mắt một lúc thì trời đã sáng! Chúng tôi đã có cháo với đường. Hiển cho tôi biết rằng chúng tôi đã hết gạo. Chúng tôi cần mua thêm.

was coming out from the small stove and his face was covered with a lot of dust. He took some porridge from the pot by scooping it out with an old spoon and added a little sugar. He smiled and happily asked me if I wanted to eat, I thanked him, and said I had breakfast already. Seeing the father and son having such a delicious breakfast, I thought again of what a help it would be to have a gold ring to barter with while waiting for the Galang ship to come. I struggled again with the thought of taking the risk to cross to the other island but it is dangerous and it is not legal.

I asked him about a rumor that someone has seen a ghost. He mentioned that a group of boat people arrived on the island a month before us. Many had severe fever and had to move to a special zone F. Last night, one of them died and there was a long wait before the island chief gave permission for the burial. I feel sad, so I dared not ask any more questions. I had hoped to ask him about my plan to escape to the other island, but I changed my mind. I said goodbye to him. I walked around the camp feeling tired and exhausted. I went to the beach to sit and watch the incoming waves, hoping the ship from Pulau Galang might come to rescue us from this wild island.

In the evening, after dinner, I went upstairs to wait for the group to return from the other island. They arrived carrying things in a basket. I said it was difficult not to have enough money to buy rice from the store here and could they show me the way to the other island without being arrested by soldiers. After chatting for a while, a man agreed to let his younger brother lead me to the other island tomorrow morning. His name was Ph.

Quickly, I went to find my younger brother who was sitting with his friends. I waved to him and let him know about my plans to go to the other island. He was a bit scared about going with me. I ask him not to tell anyone about it.

As agreed. I was awakened by Ph and Hien and I followed him. Outside the barracks, it was still dark, and we looked around hoping no one would see us. The forest seemed darker than before. There were lots of sounds of insects, the air was cool and my feet,

Tôi đã đi đến doanh trại tiếp theo để tìm một người đàn ông, tôi gọi anh ta là chú, anh ta không khỏe nhưng vẫn rất vui khi gặp lại tôi. Khói bay ra từ bếp nhỏ và khuôn mặt anh ta phủ rất nhiều bụi. Anh ta lấy một ít cháo từ nồi ra bằng một cái muỗng cũ rồi thêm một ít đường. Anh ta mỉm cười và vui vẻ hỏi tôi có muốn ăn không, tôi cảm ơn anh ấy, tôi đã ăn sáng rồi. Nhìn thấy hai cha con có một bữa sáng ngon miệng như vậy, tôi lại suy nghĩ về việc giá mà có thêm một chiếc nhẫn vàng, chỉ cần chờ đợi con tàu Galang đến. Tôi không phải vượt trại vẫn tốt hơn, tôi lại vật lộn với ý nghĩ chấp nhận rủi ro để vượt qua hòn đảo khác nhưng nó nguy hiểm và không hợp pháp.

Tôi hỏi anh ta về một tin đồn rằng ai đó đã nhìn thấy con ma. Anh ta không trả lời và đề cập rằng có một nhóm người đã đến đảo, trước chúng tôi. Nhiều người bị sốt nghiêm trọng và phải chuyển đến một khu vực đặc biệt F. Đêm qua có người đã chết và phải chờ đợi cho đến khi người đứng đầu đảo cho phép chôn cất. Tôi cảm thấy buồn, vì vậy tôi không dám hỏi thêm bất kỳ câu hỏi nào.

Tôi đã dự định hỏi ý kiến của anh về việc vượt trại đến hòn đảo khác, nhưng tôi đã thay đổi suy nghĩ của mình. Tôi nói lời tạm biệt với anh ta. Tôi đi dạo quanh trại cảm thấy mệt mỏi và kiệt sức. Tôi đã đi đến bãi biển để ngồi và xem những con sóng đến với hy vọng con tàu từ Pulau Galang có thể đến để giải cứu chúng tôi khỏi hòn đảo hoang dã này.

Vào buổi tối, sau bữa ăn tối, tôi đi lên trên gác để chờ đợi nhóm thanh niên vượt trại trở về từ hòn đảo khác. Họ đã trở về cùng túi xách lương thực. Tôi nói rõ hoàn cảnh không có đủ tiền để mua gạo từ cửa hàng ở đây và nhờ sự giúp đỡ, chỉ cho tôi con đường đến hòn đảo khác bằng cách ăn toàn. Sau khi trò chuyện, người thanh niên đồng ý để em trai của mình dẫn tôi đến hòn đảo vào sáng mai. Tên anh ta là Ph.

Nhanh chóng, tôi đã đi tìm em trai tôi đang ngồi với bạn bè. Tôi vẫy tay với anh ấy và cho anh ta biết về kế hoạch của tôi để đến hòn đảo khác. Anh ta có một chút sợ hãi khi đi cùng tôi. Tôi yêu cầu anh ta không nói với ai về điều đó.

Như đã thỏa thuận. Tôi đã được đánh thức bởi Ph và anh em

without sandals, made it hard to walk.

Ph uses a flashlight to point the way. We used a tree branch to clear the way and also to chase away any snakes. Occasionally, Ph stops and looks for the marked signs. My feet sometimes hurt. I could not see anything on the road. It was so dark. I was becoming short of breath partly because of fear and tiredness, and partly because my footsteps were getting weaker and weaker. I realised my health was getting worse. Sometimes Ph and my younger brother had to stop and wait for me. As I walked, the bushes on either side scratched my arms.

Despite all these worries, I found time to realise that the sky was getting brighter and the sun rays had pierced the trees to form green patches mixed with clear yellow rays. The gentle sound of the stream seems to whisper that we will be lucky.

The sun was high and we walked for several hours. I was tired and thirsty, because I forgot to bring a bottle of drinking water. Although there are many streams in the forest, we are afraid of malaria and so we did not drink the stream water.

The road is full of rocks making it very difficult to walk. It was so hard for my feet without shoes. The road was very narrow and the rocks had sharp edges, causing both feet to be cut in many places and making walking painful. Ph and my brother had to wait for me. My brother looked uncomfortable and made me unhappy. His attitude only added to my misery. I had to walk faster, but then, suddenly, my left leg was cut by a stone and blood began to flow.

We now had to cross the bay to the other island. I stepped into the water and it hurt so much that I began to limp. The tide was still low with small waves splashing around our feet. I began to worry about our return trip with an incoming tide.

I did not know the name of this island but have since learned that it had been used as a detention center for Indonesian Communists during an anti-communist purge (1965-1966) after an unsuccessful coup in Indonesia.

It was noon and the three of us were hungry and tired. My pants were dry and I didn't feel pain anymore. The houses (shacks)

chúng tôi đi theo anh ta. Bên ngoài doanh trại, trời vẫn còn tối và chúng tôi nhìn xung quanh với hy vọng không ai sẽ nhìn thấy chúng tôi. Phía bên trong rừng dường như tối hơn lúc trước. Có rất nhiều âm thanh của côn trùng, không khí mát mẻ, chân tôi không có dép làm cho tôi khó đi.

Ph sử dụng đèn pin để chỉ đường. Chúng tôi đã sử dụng một nhánh cây để dọn đường và cũng để xua đuổi những con rắn. Thỉnh thoảng, Ph dừng lại và tìm kiếm các dấu hiệu đã đánh dấu. Đôi chân của tôi đôi khi đau. Tôi không thể nhìn thấy bất cứ thứ gì trên đường. Trời quá tối. Tôi đã cảm thấy như thiếu hơi để thở một phần vì sợ hãi và mệt mỏi, một phần vì bước chân của tôi ngày càng yếu đi. Tôi nhận ra sức khỏe của mình đang trở nên yếu hơn. Thỉnh thoảng Ph và em trai tôi phải dừng lại để đợi tôi. Khi tôi đi những bụi cây ở hai bên cào vào cánh tay của tôi.

Bất chấp tất cả những lo lắng trên, tôi đã nhận thấy rằng thời gian trôi qua cho bầu trời ngày càng sáng hơn và các tia nắng mặt trời đã xuyên qua những cây xanh để tạo thành các mảng xanh trộn với các tia nắng vàng rõ ràng. Âm thanh nhẹ nhàng của dòng suối dường như thì thầm động viên chúng tôi sẽ gặp may mắn.

Mặt trời đã nhô cao và chúng tôi đi bộ trong vài giờ. Tôi mệt mỏi và khát nước, vì tôi quên mang theo một chai nước uống. Mặc dù có nhiều suối trong rừng, chúng tôi sợ sốt rét và vì vậy chúng tôi không uống nước suối.

Con đường đầy đá làm cho nó rất khó đi bộ. Thật khổ đau cho đôi chân của tôi không có giày. Con đường rất hẹp và những tảng đá có cạnh sắc, khiến cả hai chân bị cắt ở nhiều nơi và làm cho đi bộ đau đớn. Ph và em trai tôi phải đợi tôi.

Em trai tôi tỏ ra khó chịu và làm cho tôi không vui. Thái độ của anh ta chỉ thêm vào sự khốn khổ của tôi. Tôi phải đi bộ nhanh hơn, nhưng sau đó, đột nhiên, chân trái của tôi bị cắt bởi một hòn đá và máu bắt đầu chảy ra.

Lúc này chúng tôi phải băng qua vịnh đến hòn đảo khác. Tôi bước xuống nước, nước biển làm chân tôi đau buốt đến mức tôi phải khập khiễng. Thủy triều vẫn còn thấp nhô với những con sóng nhỏ văng quanh chân chúng tôi. Tôi bắt đầu lo lắng về chuyến trở về của

looked poor and were covered with straw and protected by coconut trees and other trees. There were some people sitting and repairing nets and drying them in the sun. A wind was blowing, bringing a strong fishy smell.

A lot of indigenous people were staring at us and children ran out to look at us with big round dark eyes, curly hair and thin faces grinning at us. Women wearing long skirts look pityingly at us but keeping their distance.

A great lunch never to be forgotten

I find it so strange that I, one of the Vietnamese people who are running away from the Vietnamese communists, find myself on an island used as a Detention Centre for Indonesian Communists!

It was now midday! The way back to our island was also dangerous, particularly so if the Indonesian patrol soldiers discovered me and my brother; we would lose all our food and be severely punished. We stopped at a house selling all types of fruit such as bananas, pumpkins, cassava, coconuts, and durian. I used sign language to buy 10 kg of rice, 2 kg of rice flour and 1 kg of sugar.

There were some durian fruit that had turned yellow. They had a good smell. Ph asked me to buy durians. I said to him: 'I have no more money!' He was displeased.

As I walked out of the shop, I remembered that I had a belt, I took it off and gave it to Ph to negotiate a price. He went back to the shop, and came out, a bright smile on his lips, raising 9 fingers. I nodded in agreement so each person would eat 3 durians. My younger brother wanted to eat durians straight away. I asked him not to. We need to leave this island as soon as possible.

The sun had already passed over our heads, so we had to go faster! Ph led us all the way back to Kuku Island. I tried to follow Ph and Hien who walked faster than me. I tried to keep up but my feet started to bleed again. I try to walk faster, almost like running, to keep up with them.

chúng tôi khi thủy triều lên.

Tôi không biết tên của hòn đảo này nhưng kể từ hôm đó đã biết rằng nó đã được sử dụng như một trung tâm giam giữ cho những người Cộng sản Indonesia trong một cuộc thanh trừng chống cộng (1965-1966) sau một cuộc đảo chính không thành công ở Indonesia.

Lúc này buổi trưa, ba chúng tôi đói và mệt mỏi. Quần của tôi khô và tôi không cảm thấy đau nữa. Những ngôi nhà lá trông nghèo nàn và được bao phủ bằng rơm, xung quanh là cây dừa và những cây xanh khác.

Có một số người bản xứ đang ngồi vá lưới và phơi khô lưới dưới ánh mặt trời. Một cơn gió đang thổi mang theo mùi tanh của cá. Rất nhiều người bản địa đang nhìn chằm chằm vào chúng tôi và trẻ em chạy ra ngoài nhìn chúng tôi với đôi mắt đen to, mái tóc xoăn và khuôn mặt mỏng manh cười toe toét với chúng tôi. Phụ nữ mặc váy dài trông thương hại chúng tôi và giữ khoảng cách.

Một bữa trưa không bao giờ quên.

Tôi thấy nó kỳ lạ đến nỗi vì tôi là một trong những người Việt Nam đang chạy trốn khỏi Cộng sản Việt Nam, và tôi đang có mặt trên một hòn đảo được sử dụng làm trung tâm giam giữ cho những người Cộng sản Indonesia! Lúc này là giữa trưa! Con đường trở lại hòn đảo của chúng tôi cũng rất nguy hiểm, đặc biệt là nếu những người lính tuần tra Indonesia phát hiện ra tôi và anh trai tôi. Chúng tôi sẽ mất tất cả thực phẩm và bị trừng phạt nghiêm khắc. Chúng tôi dừng lại ở một ngôi nhà bán tất cả các loại trái cây như chuối, bí ngô, sắn, dừa và sầu riêng. Tôi đã sử dụng ngôn ngữ ký hiệu để mua 10 kg gạo, 2 kg bột gạo và 1 kg đường.

Có một số trái cây sầu riêng đã chuyển sang màu vàng, chúng có mùi thơm. Ph yêu cầu tôi mua sầu riêng, tôi nói với anh ta: "Tôi không còn tiền nữa! Anh ấy không hài lòng."

Khi tôi bước ra khỏi cửa hàng, tôi nhớ ra tôi có một chiếc thắt lưng, tôi đã tháo nó ra và đưa nó cho Ph để mặc cả giá. Anh quay trở lại cửa hàng, và xuất hiện một nụ cười rạng rỡ trên môi, giơ 9 ngón tay. Tôi gật đầu đồng ý để mỗi người sẽ ăn chút sầu riêng. Em

After a few hours, we reached the beach, the tide was coming in and the water was up to our knees! I was worried that our food might get wet from the seawater. All of us can swim, but I'm worried that the distance between the two islands is too great. We walked in the water towards the middle of the bay and the water reached my chest. I had to use one hand to wade, the other hand to hold the food above my head so that it would not get wet.

We were getting closer to the shore and as I looked back across the bay connecting the two islands, I thought no one would believe it was possible to walk across to the other island.

My clothes were drenched and, after climbing the rocky shore, my body was tired and exhausted. There was always the fear of being discovered. I lay on the beach to rest because I was so tired. Luckily, the rice and sugar in the bags did not get wet. I was looking at the rocky road in front of me when my younger brother and Ph noticed that my leg was bleeding, I lifted my pants and saw the blood flowing again, the leg was slightly swollen and there was a deep and long cut.

The sun was getting hotter, heating all the stones on the road. My feet, without sandals, stepping on the rocks, made it so hard to walk. This was an unspoiled area, without trees, no people and not even seabirds, my clothes were getting dry from the heat of the sun. I know it will take a long time to overcome the fear and stress of this journey but I felt more secure now that we had reached the cover of bushes as we entered the forest.

My younger brother suggested resting and eating the durian, lamenting that he was tired and hungry as he had not had anything to eat all day. I said to him: 'We need to go inside the forest to find a place with more trees and where no one else can see us'. We walked not too far when Ph said: *'This place is safe'*. The atmosphere in the forest is comfortable and large green leaves shield us from the sun. The light feeling in my head along with the smell of forest made me relax. Now everything is ready for us to sit down near a large tree. We felt safe even though there was still a long way back to camp.

The rays of the midday sun were trying to climb through the

trai tôi muốn ăn sầu riêng ngay lập tức. Tôi yêu cầu anh ta không nên ăn lúc này. Chúng ta cần rời khỏi hòn đảo này càng sớm càng tốt.

Mặt trời đã đi qua đầu chúng tôi, vì vậy chúng tôi phải đi nhanh hơn! Ph đã dẫn chúng tôi trở lại đảo Kuku. Tôi đã cố gắng theo Ph và Hiển, vì họ bước nhanh hơn tôi. Tôi đã cố gắng theo kịp nhưng đôi chân của tôi bắt đầu chảy máu trở lại. Tôi cố gắng đi bộ nhanh hơn, gần giống như chạy, để theo kịp họ.

Sau vài giờ chúng tôi đến bãi biển, thủy triều đã lên và nước đã đến đầu gối của chúng tôi! Tôi đã lo lắng rằng thức ăn của chúng tôi có thể bị ướt bởi nước biển. Tất cả chúng tôi đều có thể bơi, nhưng tôi đã lo lắng rằng khoảng cách giữa hai hòn đảo là quá rộng. Chúng tôi đi trong nước biển về phía giữa vịnh và nước chạm vào ngực tôi. Tôi đã phải sử dụng một tay để bơi, tay kia để giữ thức ăn trên đầu không để nó bị ướt.

Chúng tôi đang tiến gần hơn đến bờ và khi tôi nhìn qua vịnh kết nối hai hòn đảo, tôi nghĩ không ai tin có thể đi bộ đến hòn đảo khác.

Quần áo của tôi đã bị ướt sau khi leo lên bờ đá, cơ thể tôi mệt mỏi và kiệt sức. Để khỏi bị phát hiện, tôi đã nằm lên trên bãi biển để thở vì quá mệt. May mắn thay, gạo và đường trong túi không bị ướt. Tôi đang nhìn vào con đường đá trước mặt, em trai tôi và Ph nhận ra rằng chân tôi bị chảy máu. Tôi vén quần lên và thấy máu chảy trở lại, chân hơi sưng lên và có một vết cắt sâu và dài.

Mặt trời càng lúc càng nóng hơn, làm nóng tất cả những viên đá trên đường. Bàn chân của tôi, không có dép, bước lên những tảng đá, làm cho nó rất khó đi bộ. Đây là một khu vực hoang sơ, không có cây cối, không có người và thậm chí không có chim biển, quần áo của tôi đã được sấy khô vì sức nóng của mặt trời. Tôi biết sẽ mất một thời gian dài để vượt qua nỗi sợ hãi và căng thẳng của hành trình này, nhưng tôi cảm thấy an toàn hơn khi chúng tôi đã đến được bao phủ của những bụi cây khi chúng tôi bước vào khu rừng.

Em trai tôi đề nghị nghỉ ngơi và ăn sầu riêng, than thở rằng anh ta mệt mỏi và đói vì anh ta đã không có gì để ăn trong ngày. Tôi nói với anh ta: "Chúng ta cần phải vào trong rừng để tìm một nơi có

leaves and participate in our celebration. The ivory-yellow durian fruit gave off an aroma that made me salivate. I looked at my younger brother and Ph, who were eating durian, their faces reflecting the joy of that delicious fruit. The fragrance of durian spread everywhere. This is the first time in my life that I have eaten durian, a fruit that is a specialty of countries in tropical Southeast Asia.

I will never forget how much I enjoyed our durian-party! – its delicious and sweet taste slowly seeping into my hungry body. We also enjoyed a great time just relaxing. Nothing happened to our empty stomachs from eating the durian. I lay resting on leaves in the shade of the tree and looking up at the blue sky, I thanked God for making durian so delicious!

The sun has cooled down. Ph shows us the way so that we can be hidden should we meet soldiers. We passed the water-filter area, grateful that no one was there. The way back to the camp is easier but I am worried and looking around and listening in case something happens and we need to run for our lives. Many times, my wounds touched a tree branch on the side of the road, causing me pain and making me walk slower than my brother and Ph.

It was evening time and still no Indonesian soldiers were in sight. We were near the edge of the forest and near the camp area, Ph carefully checked the area and then gave some final instructions. Ph was the first and then Hien; I was the last one to go. I breathed a deep sigh of relief when I reached the barrack. I went up to the attic and I saw Ph and Hien were waiting for me.

We celebrated by eating for dinner that night the seeds of the durian fruit which were delicious. We saved more rice for the next day, to ensure that our food was not stolen, my brother had to keep watch. It was late at night and, after such a long day, I was really tired with the soles of my feet swollen and scratched. I checked my wound. It was dry and no bleeding.

Another morning! I woke up to start a new day. For the first time, I felt safe and there was no worry about food. Hopefully, we have enough food to last more than 40 days! My deepest desire was to

nhiều cây hơn và không ai khác có thể nhìn thấy chúng ta". Chúng tôi đi bộ không quá xa. Ph đã nói: *"Nơi này an toàn!"* Chúng tôi thở qua miệng và khô cạn vì khát. Không khí trong rừng thật thoải mái. Những chiếc lá lớn màu xanh che ánh nắng mặt trời mặt trời. Cảm giác thanh thản trong đầu của tôi cùng với mùi hương rừng khiến tôi thư giãn. Bây giờ mọi thứ đã sẵn sàng để chúng tôi ngồi xuống dưới một cái cây lớn. Chúng tôi cảm thấy an toàn mặc dù vẫn còn một chặng đường dài trở lại trại.

Những tia nắng nhỏ giữa trưa dường như leo qua những chiếc lá và tham gia buổi liên hoan cùng chúng tôi. Cơm sầu riêng màu vàng đã tạo ra một mùi thơm khiến tôi chảy nước miếng! Tôi nhìn em trai và Ph, người đang thưởng thức sầu riêng với khuôn mặt thỏa mãn một bữa ăn ngon, hương thơm của trái cây sầu riêng lan khắp nơi. Đây là lần đầu tiên trong đời tôi ăn sầu riêng, một loại trái cây là đặc sản của các quốc gia ở Đông Nam Á nhiệt đới.

Tôi sẽ không bao giờ quên việc thưởng thức bữa tiệc sầu riêng của chúng tôi! Nó có vị ngon và ngọt ngào từ từ thấm vào cơ thể đói của tôi. Chúng tôi cũng tận hưởng một thời gian tuyệt vời thư giãn. Không có gì xảy ra với cái bụng trống rỗng của chúng tôi khi ăn sầu riêng. Tôi nằm yên trên lá trong bóng cây và nhìn lên bầu trời xanh, tôi cảm ơn Chúa vì đã làm cho sầu riêng rất ngon!

Mặt trời đã hạ nhiệt, Ph chỉ cho chúng ta biết cách ẩn nấp nếu chúng tôi gặp binh lính. Chúng tôi đã vượt qua khu vực lọc nước, cảm ơn rằng không có ai ở đó. Con đường trở về trại dễ dàng hơn nhưng tôi vẫn lo lắng và luôn quan sát xung quanh đề phòng bất trắc xảy đến để chạy thoát thân.

Nhiều lần vết thương của tôi chạm vào một cành cây bên lề đường, khiến tôi đau nhức làm tôi đi bộ chậm hơn so với em trai và Ph.

Thời gian đã vào buổi tối và vẫn không có binh sĩ Indonesia nào trong tầm mắt. Chúng tôi đã đến gần bìa rừng và khu vực trại. Ph kiểm tra cẩn thận khu vực và sau đó đưa ra một số hướng dẫn cuối cùng. Ph là người đi đầu tiên, tiếp theo là Hiển, tôi là người cuối cùng. Tôi thở phào nhẹ nhõm khi đến doanh trại. Tôi đi lên gác và tôi thấy Ph và em trai đang ngồi đợi tôi.

leave this island and find a place where I can send a letter home, informing them of our whereabouts.

Our breakfast has a few more spoons of tapioca flour. The porridge allows the rice to expand to its fullest extent.

I was aware that a few people complained and resented what we had done, but no one wanted to tell the Indonesian soldiers. I was still not able to walk normally and had to raise the leg of my pants above the wound. Because there was no bandage, the wound sometimes bled. Last night while I was sleeping, I was woken up by Hien who accidentally put his foot on my wound causing me pain.

Living this way, in the barrack, I have learned to accept the different ways of life that people live. It helped me learn a lesson in acceptance.

I borrowed Hien's short pants so I could wash my clothes. I only have these few items so it is easy to dry them on a tree, I walked to the beach where I can be close to nature. The seawater makes me relax, allowing me to think about my family. My parents and brothers would be very worried because it is now 23 days without receiving any news. I know how worried my mother would be because in 1983 she had to wait a very long time before she heard any news from my older brother from the refugee camp who also escaped by sea. My mother suffered so much as she waited for a letter.

My quiet time on the beach was suddenly interrupted by people shouting: *'The ship from the Galang camp has come!'* The ship is approaching. The candle of hope seems to spread everywhere, but is suddenly blown out because it is not the ship we expected. The ship arrived at the port to bring more Vietnamese people to the island.

The island is a temporary camp, so there are lacking such things as proper toilets. Food has to be bought but, some people having been robbed by Thai pirates do not have money to buy food. Others arrived suffering from exposure as well as malaria and diarrhea.

I looked at the new arrivals. They looked very pitiful, wearing tattered clothes and some of them cried when they saw us. They

Chúng tôi ăn mừng bữa tối bằng những hạt từ trái cây sầu riêng rất ngon. Chúng tôi đã tiết kiệm thêm gạo cho ngày hôm sau, để đảm bảo lương thực chúng tôi không bị lấy cắp, em trai tôi phải canh chừng chúng. Trời đã về khuya và sau một ngày dài như vậy, tôi thực sự mệt mỏi với lòng bàn chân bị sưng và trầy xước. Tôi đã kiểm tra, vết thương khô không còn bị chảy máu!

Một buổi sáng khác! Tôi thức dậy để bắt đầu một ngày mới. Lần đầu tiên, tôi cảm thấy an toàn và không phải lo lắng về thực phẩm. Hy vọng, chúng tôi có đủ thức ăn để kéo dài hơn 40 ngày! Mong muốn nhất của tôi là rời khỏi hòn đảo này và tìm một nơi mà tôi có thể gửi một lá thư về nhà thông báo cha mẹ về nơi ở của chúng tôi.

Bữa sáng ăn của chúng tôi có thêm một vài thìa bột mì. Cháo sẽ nấu nhừ đến mức tối đa.

Tôi đã biết rằng một vài người phàn nàn và không hài lòng những gì chúng tôi đã làm, nhưng không một ai muốn nói với những người lính Indonesia. Tôi vẫn không thể đi bộ bình thường và phải vén ống quần lên trên vết thương, vì không có băng vết thương, vì vậy vết thương đôi khi bị chảy máu. Tôi nhớ đêm qua khi tôi đang ngủ, tôi đã bị đánh thức vì Hiến vô tình đặt chân anh ấy vào vết thương khiến tôi đau.

Theo cách sống này, trong cùng một doanh trại, tôi đã học cách chấp nhận những cách sống khác nhau cùng những người khác. Nó dạy tôi bài học về sự chấp nhận.

Tôi đã mượn quần ngắn của em trai để giặt quần áo. Tôi chỉ có một bộ đồ nên phải phơi khô chúng trên cây. Tôi đi bộ đến bãi biển nơi tôi có thể gần gũi với thiên nhiên. Nước biển khiến tôi thư giãn, cho phép tôi nghĩ về gia đình. Cha mẹ và anh em tôi sẽ rất lo lắng vì đã 23 ngày mà không nhận được tin tức nào từ chúng tôi..Tôi biết mẹ tôi sẽ lo lắng như thế nào vì vào năm 1983, bà phải đợi rất lâu mới an lòng khi nhận được tin từ anh trai thứ nhất của tôi từ trại tị nạn, người cũng đã trốn thoát bằng đường biển. Mẹ tôi chịu đựng rất nhiều khi chờ đợi một lá thư.

Thời gian yên tĩnh của tôi trên bãi biển đột nhiên bị gián đoạn bởi những người hét lên: *"Con tàu thủy từ trại Galang đã đến!"* Con tàu đang đến gần bờ. Ngọn nến hy vọng dường như lan rộng khắp nơi,

mentioned that they were attacked by Thailand pirates and had lost everything. They went to the barracks accompanied by Indonesian soldiers. I realised they were as hungry as I was. A young man ran to me and hugged me and cried like a baby. I stood still and patted him on the shoulder. I was trying to remember who he was. Where had I met him in Vietnam?

Through his tears, he told me that his sister was taken away by Thai pirates. I was really shocked. He was in such distress because he could not protect his sister and felt deeply that he was a coward. He told me many times about the tragedy but I just stood still like a brick statue unable to react or cry, just standing still and looking at him suffering. I was so shocked that my mind was numb, wondering if I were him what would I do?

Hien told me that he used to work as a security guard for the government industrial fish farm at the end of a side road near my parent's house. I remembered a few times when my classmates and I went to the fish farm and asked him to allow us to paint the landscape.

He had to follow his group into the camp, I walked away not only with heavy steps but a heavy heart. I pray for him to be able to overcome his grief. I did not know how to ease the pain of his loss and the wound in his heart, a wound that would not heal.

The night had fallen on the island and the darkness touched my heart. The echoes of his story and the cruelty of Thai pirates were like the waves of the sea breaking over my heart. His story has been etched forever in my memory.

bỗng nhiên bị thổi tắt vì không phải là tàu mà chúng tôi mong đợi. Con tàu đến cảng đưa thêm nhiều người Việt Nam đến đảo.

Hòn đảo là một trại tạm thời, vì vậy thiếu những thứ như nhà vệ sinh thích hợp. Thức ăn phải được mua, nhưng một số người đã bị cướp biển Thái Lan cướp không có tiền để mua thực phẩm. Những người khác đến bị nhiễm bệnh như sốt rét và tiêu chảy.

Tôi nhìn vào những người mới đến, họ trông rất đáng thương khi mặc quần áo rách nát và một số người trong số họ đã khóc khi nhìn thấy chúng tôi. Họ kể rằng họ đã bị cướp biển Thái Lan tấn công và đã mất tất cả. Họ đã đi đến doanh trại kèm theo những người lính Indonesia. Tôi nhận ra họ đói như tôi. Một chàng trai trẻ chạy đến bên tôi, ôm tôi và khóc như một đứa trẻ. Tôi đứng yên và vỗ vai anh. Tôi cố gắng nhớ anh ta là ai? Tôi hình như đã gặp anh ấy ở Việt Nam?

Nghẹn ngào trong nước mắt, anh nói với tôi rằng em gái anh ấy đã bị cướp biển Thái Lan bắt đi. Tôi đã thực sự bị sốc. Anh ta gặp nạn như vậy, vì anh ta không thể bảo vệ em gái mình và cảm thấy ân hận rằng anh ta là một kẻ hèn nhát. Anh ấy nói với tôi nhiều lần về thảm kịch nhưng tôi chỉ đứng yên như một bức tượng gạch không thể phản ứng hoặc khóc, chỉ đứng yên và nhìn anh ấy đau khổ. Tôi đã rất sốc cho anh ấy đến nỗi tâm trí tôi tê liệt tự hỏi liệu tôi ở trong hoàn cảnh của anh ấy tôi sẽ làm gì không?

Hiển nói với tôi rằng anh ấy từng làm nhân viên bảo vệ cho trang trại cá công nghiệp chính quyền ở cuối con đường bên gần nhà của cha mẹ tôi. Tôi nhớ một vài lần khi cùng với các bạn cùng lớp đến trang trại cá và yêu cầu anh ấy cho phép chúng tôi vào bên trong trại để vẽ phong cảnh.

Anh ta phải theo nhóm của mình vào trại, tôi bước đi không chỉ những bước chân nặng mà còn là một trái tim nặng trĩu. Tôi cầu nguyện cho anh ta có thể vượt qua nỗi đau. Tôi không biết làm thế nào để giảm bớt nỗi đau mất mát và vết thương trong tim của anh ta, một vết thương sẽ không lành.

Đêm đã rơi trên đảo và bóng tối chạm vào tâm trí tôi. Tiếng vọng từ bi kịch của anh ta và sự tàn ác của những tên cướp biển Thái Lan giống như những con sóng biển phá vỡ trái tim tôi... Câu chuyện của anh ta đã được khắc mãi mãi trong ký ức của tôi.

A brick statue

He told me many times about the tragedy but I just stood still like a brick statue unable to react or cry, just standing still and looking at him suffering. I was so shocked that my mind was numb wondering if I were him what would I have done?

The night had fallen on the island and the darkness touched my heart. The echoes of his story and the cruelty of Thai pirates were like the waves of the sea breaking over my heart... His story has been etched forever in my memory.

It seems strange to draw myself as made of bricks but that is exactly how I felt. I'm aware of the tragedy going on in his head but my heart cannot respond.

Bức tượng gạch

Anh ấy nói với tôi nhiều lần về thảm kịch, nhưng tôi chỉ đứng yên như một bức tượng gạch không thể phản ứng hoặc khóc, chỉ đứng yên và nhìn anh ấy đau khổ. Tôi đã rất sốc cho anh ấy đến nỗi tâm trí tôi tê liệt, tôi tự hỏi, nếu tôi là anh ấy tôi đã có thể phải làm gì?

Đêm đã rơi trên đảo và bóng tối chạm vào trái tim tôi. Dư âm từ câu chuyện của anh ấy và sự tàn ác của những tên cướp biển Thái Lan giống như những con sóng biển phá vỡ trái tim tôi... Câu chuyện của anh ấy đã được khắc mãi mãi trong ký ức của tôi. Có vẻ lạ khi vẽ bản thân mình như được làm bằng gạch nhưng đó chính xác là cảm giác của tôi. Tôi nhận thức được thảm kịch đang diễn ra trong đầu anh ấy nhưng trái tim tôi không thể đáp trả lại.

Illusions

Another new day on the island. This morning, again I cooked porridge and the dirt and smoke from the fire made my eyes itchy. I have never needed to cook and I thought about my mother cooking for ten children every day.

After breakfast, we went back to the barrack to meet our young friend. The atmosphere inside the barrack was bleak and cold and his suffering was still very much with him. I saw others who were still crying. We invited him to come outside the camp but he sat on the floor. He seemed to look into space, his whole being like a lost soul! I sat next to him but could not start a conversation. Hien talked about the current situation on the island but he did not say anything, just stared into space with motionless eyes. Not long after, I said goodbye to him and walked to the beach.

I experienced misery at sea, but that was always with the hope of reaching true freedom. Here I am on 'freedom island', facing hunger, a poor living environment, and now a new deep sadness in my heart. I have no home. I do not know where to go. My shoeless feet were scarcely able to walk, my wounds are still hurting. What can I do? ... My feet took me to the beach.

A habit had formed in me. I would sit down in the same place every day. I sat motionless, not wanting to think or meet anyone. I watched the small waves come one after another to the beach and they seemed to be playing with each other on the shore. I tried to forget what happened to that young man.

The boat people I met told me the reasons why they had to leave their motherland. Food was scarce and costly and they could not agree with the communist doctrine, the Party regime, or the dictatorship. We touch here the tragedy of the Vietnamese boat people after 30 April 1975. Let history judge.

I woke up to my younger brother saying: *'Wake up to eat! You've overslept!'* I looked at Hien and smiled. I think a lot about my younger brother. For these last twenty-four days, he has changed so much from how he was at home. He was a stronger young man

Ảo tưởng

Một ngày mới trên đảo, sáng nay một lần nữa tôi nấu cháo, bụi bẩn và khói từ ngọn lửa khiến tôi ngứa ngáy. Tôi chưa bao giờ phải nấu ăn và tôi nghĩ về mẹ tôi nấu ăn cho mười đứa con mỗi ngày.

Sau khi ăn sáng, chúng tôi quay lại doanh trại để gặp người bạn trẻ của chúng tôi. Bầu không khí bên trong doanh trại ảm đạm, lạnh lùng và sự đau khổ của anh vẫn còn rất nhiều với anh. Tôi thấy ai đó vẫn khóc. Chúng tôi mời anh ấy ra bên ngoài trại nhưng anh ấy ngồi trên sàn nhà. Anh ta dường như nhìn vào không gian, toàn thân anh ta giống như một linh hồn lạc lối! Tôi ngồi cạnh anh ấy nhưng không thể bắt đầu một cuộc trò chuyện. Hiển nói về tình hình hiện tại trên đảo nhưng anh không nói gì, chỉ nhìn chằm chằm vào không gian với đôi mắt bất động. Thời gian không lâu, tôi nói lời tạm biệt với anh ấy và đi bộ đến bãi biển.

Tôi đã trải qua sự khốn khổ trên biển, nhưng điều đó luôn luôn với hy vọng đạt được tự do thực sự. Ở đây tôi đang ở trên "Đảo Tự do" đối mặt với cơn đói, một môi trường sống khốn khổ và bây giờ là một nỗi buồn khắc sâu trong trái tim tôi. Tôi không có nhà. Tôi không biết nơi nào để đi? Đôi chân không giày làm bước chân tôi không còn biết đi về đâu, vết thương của tôi vẫn còn đau. Tôi có thể làm gì?... Bàn chân của tôi đã đưa tôi đến bãi biển.

Một thói quen đã hình thành trong tôi, tôi sẽ ngồi xuống cùng một nơi mỗi ngày. Tôi ngồi bất động, không muốn nghĩ hoặc gặp bất cứ ai. Tôi nhìn những con sóng nhỏ xuất hiện lần lượt vào bờ và chúng dường như đang chơi với nhau trên bờ. Tôi đã cố gắng quên đi những gì đã xảy ra với chàng trai trẻ đó.

Những người tôi gặp nói với tôi những lý do tại sao họ phải rời khỏi quê hương. Thực phẩm khan hiếm và tốn kém, và họ không thể đồng ý với học thuyết Cộng sản, hoặc chế độ độc đảng, độc tài. Chúng tôi chạm vào đây là thảm kịch của người Việt Nam sau ngày 30 tháng 4 năm 1975. Hãy để lịch sử phán xét.

Tôi bị đánh thức bởi em trai tôi, anh nói lớn: *"Thức dậy, ăn !Anh đã ngủ nướng!"* Tôi nhìn Hiển và mỉm cười. Tôi đã suy nghĩ nhiều về em trai tôi. Trong hai mươi bốn ngày qua, anh ta đã thay đổi rất

than me. After breakfast, I went to the beach again and sat down to look at the sky, sea, and water. From the end of the horizon, we hope a ship will come bringing the High Commissioner for Refugees from Pulau Galang in Indonesia to help us and take us to freedom.

The afternoon passed, and evening came like every day on this island. I lie down and try to let my mind drift into silence even though there are loud voices and footsteps from people going up and down the ladder. I still hear many stories about women every night eating and dancing with the Indonesian soldiers.

I want to sleep, but I still hear many stories about women every night eating and dancing with the Indonesian soldiers. I wanted to sleep but the noise coming from around the barracks kept me awake. I feel bored with my present life here. Our life on the island has no rules, in fact there is no law to protect us on this island; we are not citizens of any country in the world.

I try to fall asleep in the hope of dreaming about my family and enjoying the food my mother cooks and being free. I was suddenly brought back to the present by Hien touching my wounded foot causing me severe pain. He was asleep, so I sat up and realised it was bleeding as well as swollen and quite red. I hope it does not get an infection!

I was awakened again by what I thought were firecrackers, but then I heard women screaming. And the drunken voices of Indonesian soldiers telling us to leave. Along with others, I hurried down the stairs. The intense pain in my feet told me that this was reality, not a nightmare. Some women were so scared that they fell to the ground and crawled in panic.

The soldiers used AK guns as though we were their enemies. I was afraid and tried to mumble a few prayers. The screams of a few soldiers, who spoke a strange language, sounded like animals being teased. They were crazy and drunk.

The island chief shouted: *'A liar lied to me! Where is she now? All of you stay outside tonight until that woman comes to give herself up!'* We did not dare to speak; only the sobbing cries of children and

nhiều từ lúc xa nhà. Lúc này! Anh ta là một thanh niên mạnh mẽ hơn tôi. Sau khi ăn sáng, tôi lại đi đến bãi biển ngồi gẫm suy, tôi nhìn bầu trời, biển và nước. Từ cuối đường chân trời hy vọng sẽ xuất hiện một chiếc thuyền. Chúng tôi đang chờ chiếc thuyền của Cao ủy tị nạn từ Pulau Galang ở Indonesia.

Buổi chiều cũng trôi qua, và buổi tối đến như mọi ngày trên hòn đảo này. Tôi nằm xuống và cố gắng để tâm trí trôi vào trong im lặng, mặc dù có những tiếng nói và tiếng bước chân lớn từ những người đi lên xuống thang. Mỗi đêm, tôi vẫn nghe nhiều câu chuyện bàn tán về phụ nữ nhảy múa với những người lính Indonesia.

Tôi muốn ngủ nhưng tiếng ồn phát ra từ xung quanh doanh trại khiến tôi tỉnh táo. Tôi cảm thấy chán ngán với cuộc sống hiện tại của tôi ở đây. Cuộc sống của chúng tôi trên đảo không có quy tắc, trong thực tế không có luật để bảo vệ chúng tôi trên hòn đảo này. Chúng tôi không phải là công dân của bất kỳ một quốc gia nào.

Tôi cố gắng ngủ thiếp đi với hy vọng mơ về gia đình và thưởng thức đồ ăn mẹ tôi nấu và được tự do. Tôi đột nhiên bị em trai đưa trở lại hiện tại khi đụng vào bàn chân bị thương khiến tôi đau dữ dội. Bởi anh ta đang ngủ say, khi tôi ngồi dậy và nhận ra nó bị chảy máu cũng như sưng và khá đỏ. Tôi hy vọng nó không bị nhiễm trùng!

Tôi đã bị đánh thức một lần nữa bởi những gì tôi nghĩ là pháo, nhưng sau đó tôi nghe thấy phụ nữ la hét. Và tiếng nói say xỉn của người lính Indonesia bảo chúng tôi rời đi. Cùng với những người khác, tôi vội vã xuống cầu thang, nỗi đau dữ dội ở chân tôi nói với tôi rằng đây là thực tế, không phải là một cơn ác mộng. Một số phụ nữ sợ hãi đến nỗi họ ngã xuống đất và bò trong hoảng loạn.

Những người lính đã sử dụng súng AK như thể chúng tôi là kẻ thù của họ. Tôi lo sợ và cố gắng lẩm bẩm một vài lời cầu nguyện. Tiếng hét của một vài người lính, những người nói một ngôn ngữ kỳ lạ nghe như động vật bị trêu chọc. Họ điên và say rượu.

Người đứng đầu hòn đảo hét lên: *"Một kẻ nói dối đã nói dối tôi! Cô ta đang ở đâu? Tất cả các ngươi ở bên ngoài tối nay cho đến khi người phụ nữ đó đến gặp ta!"* Chúng tôi không dám nói, chỉ có tiếng khóc nức nở của trẻ em và mọi người đứng yên. Tôi sợ hãi bởi nòng súng của

everyone standing still. I was scared by the barrel of a gun pointed directly in front of me. The atmosphere was horrible!

This warlike response was caused by a romantic involvement of the chief with a young Vietnamese girl. Apparently, she had told him she was single. That was until her fiancé complained to the chief!

In the dark, through the flashlights of the Indonesian soldiers, I can see the anger in their drunken faces. They looked like fierce male animals. I was very scared, even my feet trembled with fear. Disorder seemed to have taken control. There was the fire and smell of smoking guns. Everyone scattered and, in fear, stepped on each other. The cries of women, the screams of children, and the shouts of the soldiers filled the air. I ran and fell and had to roll and crawl to find a hiding place in the bushes. I lay still for a while and my ankles hurt. At Art School, I had learned about the military but never anything like this!

After a long while, I felt safe and then noticed other people running into the forest. I continued to run towards the forest looking for a better place to hide. I had lost contact with Hien! Is there anything wrong with my brother?

In the dark forest, I remember some people said they saw snakes. The fear of snakes brought new anxiety. I felt a burning pain and touched my pants only to feel blood oozing again from the wound.

This is the first time in my life that I have been in such a situation. I could not see clearly and groped like a blind man with my hands, touching the leaves and branches that were wet from the night dew. After a while, my eyes were able to see through the gap between the trees, I looked up at the night sky, a few stars were giving off very small lights but they also gave me hope to wait for the light of the sun.

I felt like a lost bird from a flock flying to the land of sunshine, but I cannot find my flock. I found a safe spot with open space and sat down on a dry tree and waited. I mumbled and prayed to God to give me the courage to accept what was happening and give me the serenity to continue.

một khẩu súng được chỉ trực tiếp trước mặt tôi. Bầu không khí thật kinh khủng!

Phản ứng hiếu chiến này là do chơi bời lãng mạn của người đứng đầu với một cô gái trẻ Việt Nam. Rõ ràng, cô đã nói với anh rằng cô độc thân. Cho đến khi chồng sắp cưới của cô phàn nàn với trưởng đảo!

Trong bóng tối, qua đèn pin của những người lính Indonesia, tôi có thể thấy sự tức giận trong khuôn mặt say xỉn của họ. Chúng trông giống như những con vật, con đực hung dữ gầm lên. Tôi đã rất sợ hãi, thậm chí cả chân tôi run rẩy vì sợ hãi. Rối loạn dường như đã được kiểm soát. Súng nổ có lửa và mùi của thuốc súng. Mọi người tán loạn và dẫm lên nhau. Tiếng khóc của phụ nữ, tiếng hét của trẻ em và tiếng hét của những người lính tràn ngập không khí. Tôi chạy, ngã lăn và bò để tìm một nơi ẩn náu trong bụi rậm. Tôi nằm yên một lúc và mắt cá chân của tôi bị đau. Tại trường Mỹ thuật, tôi đã học về quân sự nhưng chưa bao giờ như thế này!

Sau một thời gian dài, tôi cảm thấy an toàn và sau đó nhận thấy những người khác chạy vào rừng. Tôi tiếp tục chạy về phía khu rừng để tìm một nơi tốt hơn để trốn. Tôi đã mất liên lạc với Hiến! Có điều không tốt đến với em trai tôi?

Trong khu rừng tối, tôi nhớ lại đã nhiều người nói là họ đã thấy rắn, nỗi sợ rắn mang đến sự lo lắng mới. Tôi cảm thấy một cơn đau nóng rát khi chạm vào quần đã cảm thấy máu chảy ra từ vết thương.

Đây là lần đầu tiên trong đời tôi ở trong tình huống như vậy. Tôi không thể nhìn rõ, như một người mù dùng tay chạm vào những chiếc lá và cành ướt từ sương đêm. Sau một thời gian, đôi mắt của tôi cũng nhìn thấy khoảng cách giữa những cái cây. Tôi nhìn lên bầu trời đêm, một vài ngôi sao đang sáng lấp lánh, tuy rất nhỏ nhưng cũng cho tôi hy vọng chờ đợi ánh sáng của mặt trời.

Tôi cảm thấy như một con chim bị lạc từ một đàn bay đến vùng đất nắng ấm nhưng tôi không thể tìm thấy đàn của mình. Tôi tìm thấy một điểm an toàn với không gian mờ và ngồi xuống một cái cây khô và chờ đợi. Tôi lẩm bẩm cầu nguyện với Chúa cho tôi sự can đảm để chấp nhận những gì đang xảy ra và cho tôi sự thanh

Time goes by slowly. The scenery around me now appeared to change from faint to clear, letting me see the leaves and branches around me. I stood up and broke a branch to use as a probe stick, to create a stirring sound, hoping the snakes will be afraid and slide away. I tried to walk fast for fear of snakes. One thing I'm wondering about is that there were no birds singing, no sign of trees being trampled by those who were ahead. I was worried about going deeper inside the forest.

Suddenly, I heard some movement in the bushes. I found it hard to believe but there in front of me I saw my younger brother in the bush with a few friends. Hien's face seems very scared, but at least we were together. Hien saw that my pants were soaked with blood, he said in a choked voice as if he wanted to cry: 'If I knew something would happen to you like this, it would have been better if you had not come with me'. Hien's words made me feel guilty.

The sun had penetrated through the trees and leaves and covered everything. The sunlight was like smooth silk now illuminating the entire area of the forest. After a long time sitting alone in the dark, I began to feel the beauty, the enchantment of that early morning sunlight. On the way, I discovered the dewdrops lying on the leaves receiving the sunlight, they were sparkling like tiny stars. A lesson for my life: Small dewdrops will disappear when the sun's rays are high.

We decided to go deeper into the forest to find forest vegetables. One of the brothers of Ph knows a variety of vegetables, leaves, and tubers in this forest that can be eaten. I asked Hien. *'Do you want to eat?'* he shook his head and said: *'Watch out it might be poisonous! Throw it away!'*

On the way back to the camp, we met a lot of people who were returned in the hope that things might be back to normal. Things did seem normal and we were told that the matter was resolved. It was an uneasy peace and the young woman and her fiancé were never reconciled. They were both made to leave the island early. When I entered the barrack, the young man whose fiance had been involved with the chief, and who had been taken by force last

thản để tiếp tục hành trình.

Thời gian trôi qua từ từ. Phong cảnh xung quanh tôi bây giờ dường như thay đổi từ mờ nhạt sang rõ ràng, để tôi nhìn thấy những chiếc lá và cành cây xung quanh tôi. Tôi đứng dậy và bẻ một nhánh cây để sử dụng như một cây gậy thăm dò, để tạo ra một âm thanh khuấy động, hy vọng những con rắn sẽ sợ hãi và trườn đi. Tôi đã cố gắng đi bộ nhanh vì sợ rắn. Một điều tôi tự hỏi là không có chim hót, không có dấu hiệu của cây bị đạp dẫm bởi những người đi trước. Tôi đã lo lắng về việc đi sâu vào trong rừng.

Đột nhiên, tôi nghe thấy âm thanh chuyển động trong bụi rậm. Tôi cảm thấy khó tin, nhưng ở đó trước mặt tôi, tôi thấy em trai tôi trong bụi rậm với một vài người bạn. Khuôn mặt của anh ta ra vẻ còn sợ hãi, nhưng ít nhất chúng tôi đã ở bên nhau. Hiển thấy rằng quần của tôi ướt đẫm máu, anh ta nói với giọng nghẹn ngào như thể anh ta muốn khóc: "Nếu tôi biết điều gì đó sẽ xảy ra với anh như thế này, sẽ tốt hơn nếu anh không đi cùng tôi". Lời nói của thằng em khiến tôi cảm thấy có lỗi.

Mặt trời đã xuyên qua những cái cây và tán lá bao phủ tất cả mọi thứ. Ánh sáng mặt trời giống như lụa mịn màng hiện đang chiếu sáng toàn bộ khu vực của khu rừng. Sau một thời gian dài ngồi một mình trong bóng tối, tôi cảm thấy vẻ đẹp, sự dễ thương của ánh sáng mặt trời vào buổi sáng sớm. Trên đường đi, tôi phát hiện ra những giọt sương nằm trên những chiếc lá nhận được ánh sáng mặt trời, chúng lấp lánh như những ngôi sao nhỏ.

Một bài học trong cuộc sống của tôi: "Những giọt sương nhỏ sẽ biến mất khi nhận được các tia nắng từ mặt trời lên cao."

Chúng tôi quyết định đi sâu hơn vào rừng để tìm rau rừng. Một trong những anh em của Ph biết nhiều loại rau, lá và củ trong rừng này có thể ăn. Tôi hỏi Hiển: *"Em có muốn ăn không?"* Anh lắc đầu và nói: *"Hãy coi chừng đó, có thể bị ngộ độc! ném nó đi!"*

Trên đường trở về trại, chúng tôi đã gặp rất nhiều người được trả lại với hy vọng rằng mọi thứ có thể trở lại bình thường. Mọi thứ có vẻ bình thường và chúng tôi được thông báo rằng vấn đề đã được giải quyết. Đó là một sự bình yên khó chịu, người phụ nữ trẻ và chồng sắp cưới của cô không bao giờ được hòa giải. Cả hai đều

night to the head of the camp, was sitting still sorrowfully in the attic. Seeing him like that, I understand more about the situation of Vietnamese people in the present life on this island.

This evening, from below, some women were chatting about the love affair and the war that followed! It was just one of the tragic stories among the true tragic stories of Vietnamese people whose journey ended not in freedom but imprisonment in Pulau Kuku.

được giải quyết để rời đảo sớm. Khi tôi bước vào doanh trại, chàng trai trẻ có vị hôn phu từng bị người đứng đầu trại bắt giữ bằng vũ lực đêm qua. Anh vẫn còn đau buồn trên gác mái. Nhìn thấy anh ấy như vậy, tôi hiểu thêm về tình hình của người Việt Nam trong cuộc sống hiện tại trên hòn đảo này.

Tối nay, từ bên dưới, một số phụ nữ đã trò chuyện về mối tình và xung đột sau đó! Đó chỉ là một câu chuyện bi thảm trong số những câu chuyện bi thảm thực sự của người Việt Nam có hành trình kết thúc không phải trong tự do mà là tù giam ở Pulau Kuku.

This evening, from below, some women were chatting about the love affair and the war that followed! It was just one of the tragic stories among the true tragic stories of Vietnamese people whose journey ended not in freedom but imprisonment in Pulau Kuku.

I have drawn this painting with everything happening inside a heart...At the base of the painting, I have placed the head of the camp. His military lapel helps identify him. He is demanding the girl involved come forward!

In the centre of this painting are the former lovers' faces but they are turned away from each other. This is a broken heart. Turmoil within the heart can only spread. The turmoil turns into a virtual war! Everyone is affected by it.

Tối nay, từ bên dưới, một số phụ nữ đã trò chuyện về mối tình và xung đột tiếp theo! Đó chỉ là một câu chuyện bi thảm trong số những câu chuyện bi thảm thực sự của người Việt Nam có hành trình kết thúc không phải trong tự do mà là tù giam ở Pulau Kuku

Tôi đã vẽ minh họa này với mọi thứ xảy ra trong một trái tim ở chân bức tranh, tôi đã vẽ người trưởng trại. Quân hàm trên vai của anh ta giúp xác định. Anh ta đang yêu cầu cô gái liên quan đến phía trước!

Ở trung tâm của bức tranh này là những người yêu cũ trên khuôn mặt, nhưng họ quay lưng với nhau.

Đây là một trái tim tan vỡ. Sự hỗn loạn trong trái tim chỉ có thể lan rộng. Sự hỗn loạn biến thành một cuộc chiến ảo tưởng! Mọi người đều bị ảnh hưởng bởi nó.

Hành Trình Không Hành Trang

Next morning, Hien suggested buying eggs and rolled cigarettes. When I reached for the 1000 Indonesian rupiahs, I could not feel it in my pocket. That it was not there stunned me for a moment. He asked me: *'How are you, it seems you're not well.'* I had to lie to Hien: *'I hid the money some where, we can buy things later'*.

The camp area was big and people were everywhere, so it was hopeless to search for the money. 1000 Indonesian rupiah was all we had to live on. We could buy 1 kg of rice or 5 chicken eggs, if we go to the camp shop. I wandered all morning searching everywhere but no sign of the green paper! I sat tired in a place where I often sat waiting for the ship to come. I feel terrible about losing the money because of its great value in our current miserable situation.

I remembered that this is not the first time I have lost money! It brought back a sad memory of when I was just 14 years old. It was September 1979 and living conditions in Vietnam were very difficult, especially the lack of food. My family was poor so whatever money we had was precious. We often had to wait for the daily earnings of my father and brothers to buy rice for each meal. It was evening and the only light in our house was from a lamp lit with engine oil. My mother waited for my two brothers to return from work.

It was a little bit late that evening when my two older brothers came home from work, they were excited because they had earned more money than on other days. They handed my mother 5,000 Vietnamese Dong. My mother handed me the 5000 and told me to buy rice. I took the money and as I stepped outside. My mother said: *'Huan. be careful not to lose the money!'* I walked while holding the 5,000 Vietnamese Dong in my hand.

On the way, I was distracted by the number of children enjoying the Autumn festival (Tết for Children). There were lanterns made from cans and bottles that looked really interesting. I started playing a game with some friends. Suddenly, I was pushed by my older brother who said: *'Why didn't you go and buy rice. You have kept your mother waiting too long to cook rice for dinner. We are hungry because we are waiting for you to bring the rice home for dinner'*. I

Sáng hôm sau, Hiển đề nghị mua trứng và thuốc lá cuộn. Vì tôi cất giữ 1000 rupiah Indonesia, tôi không tìm được nó trong túi. Điều đó làm tôi choáng váng một lúc. Anh ta hỏi tôi: *"Anh có khỏe không, có vẻ như anh không khỏe?"* Tôi đã phải nói dối với Hiển: *"Tôi đã giấu tiền ở đâu đó, chúng ta có thể mua chúng sau."*

Khu vực trại lớn và mọi người ở khắp mọi nơi, vì vậy thật vô vọng khi tìm kiếm tiền. 1000 rupiah Indonesia là tất cả những gì chúng tôi cần cho cuộc sống. Chúng tôi có thể mua 1 kg gạo hoặc 5 quả trứng gà, nếu chúng tôi đến cửa hàng trại. Tôi lang thang suốt buổi sáng tìm kiếm ở khắp mọi nơi nhưng không có dấu hiệu của tờ giấy xanh! Tôi ngồi mệt mỏi ở một nơi mà tôi thường ngồi chờ con tàu đến. Tôi cảm thấy khủng hoảng về việc mất tiền vì trị giá lớn của nó trong tình huống khốn khổ hiện tại của chúng tôi.

Tôi nhớ rằng đây không phải là lần đầu tiên tôi mất tiền! Làm cho tôi nhớ lại một ký ức buồn khi tôi mới 14 tuổi. Đó là tháng 9 năm 1979, vì điều kiện sống ở Việt Nam rất khó khăn, đặc biệt là thiếu thức ăn. Gia đình tôi nghèo nên bất cứ khoản tiền nào chúng tôi có cũng quý giá. Chúng tôi thường phải chờ thu nhập hàng ngày của cha và anh em tôi để mua gạo cho mỗi bữa ăn...

Đó là buổi tối mà ánh sáng duy nhất trong nhà của chúng tôi đến từ một chiếc đèn sáng với dầu động cơ. Mẹ tôi đợi hai người anh của tôi trở về từ nơi làm việc.

Tối hôm đó hơi muộn, hai người anh tôi đi làm về, họ rất phấn khởi vì họ đã kiếm được nhiều tiền hơn những ngày khác. Họ đưa cho mẹ tôi 5.000 tiền Việt Nam. Mẹ tôi đưa tôi 5000 và tôi đi mua gạo. Tôi lấy tiền và khi tôi bước ra ngoài. Mẹ tôi nói: "...Huân!" Hãy cẩn thận để không mất tiền! Tôi đi bộ trong khi cầm 5.000 tiền Việt Nam trong tay.

Trên đường đi, tôi bị phân tâm bởi đám trẻ em tận hưởng lễ hội Tết Trung Thu. Có những chiếc đèn lồng làm từ lon và chai trông thực sự thú vị. Tôi bắt đầu chơi một trò chơi với một số người bạn. Đột nhiên, tôi bị anh trai tôi đẩy, anh ta nói: "Tại sao mày không đi mua gạo? Mày đã để cho mẹ chờ đợi quá lâu để nấu cơm cho bữa tối? Chúng tao đói, vì phải đợi mày mang gạo về nhà cho bữa tối." Tôi hoảng loạn và sợ hãi vì 5.000 tiền Việt Nam đã biến mất!

panicked and was afraid because the 5,000 Vietnamese Dong had disappeared!

My older brother took me home. I can still hear the many bad words from my older brothers! My father did not say anything, just looked at me and his face looked so unhappy. He did not punish me. All my mother could do was burst into tears and cried *'How miserable! Huan, never let anything so miserable happen like this again'*. She let me follow her as she went to buy rice. In the shop my mother promised the shop owner that she would pay for it tomorrow.

After that, I returned to search for the lost money, but it was nowhere to be found. Nearly midnight, my mother came and took me home. As you might suspect, this story has stayed with me and I will probably remember it forever. And, now, here I am facing the loss of 1000 Indonesian rupiahs! It seems that after more than ten years, I have not learned from my past experience. I felt so sad and regretful. How could I lose 1000 Indonesian rupiahs?

The afternoon passes and the evening comes. Hien reminded me: *'You forgot to cook dinner again. No worry I have cooked it already'*. We had the same food every day for breakfast and dinner. My brother asked me again for the money he needed to buy cigarettes. Looking at his poor face, I had to lie to him again. I said to him: *'I'm forgetful. I will give it to you tomorrow'*.

I could not sleep and was worried about the loss! How can I tell him the truth? Seeing my younger brother sleeping so soundly, made me feel guilty. I hope I will make sure that such things never happen again.

The whole morning, I went everywhere in the island to search, but 1000 Rupiah did not appear. I sat on the beach and looked as the sunlight making what looked like small stars appear and disappear on the surface of the waves. Perhaps, I was looking too much! It was all too much. My eyes filled with tears.

Somehow, the tears of the past and the present seem to merge together. I had not remembered my mother's instructions in the past and now lied to my younger brother. How could I tell him the truth?

Anh trai tôi đã đưa tôi về nhà. Tôi vẫn có thể nghe thấy nhiều lời nói xấu từ những người anh của tôi!... Cha tôi không nói gì, chỉ nhìn tôi và khuôn mặt của ông trông không vui. Cha tôi không trừng phạt tôi, mẹ tôi có thể làm gì hơn là bật khóc và khóc: "Khổ quá đi thôi! Huân..., không bao giờ để bất cứ điều gì xảy ra trong hoàn cảnh khốn khổ này một lần nữa". Tôi theo mẹ đi mua gạo. Trong cửa hàng, mẹ tôi đã hứa với chủ cửa hàng rằng bà sẽ trả tiền cho họ vào ngày mai.

Sau đó, tôi trở lại để tìm kiếm số tiền đã mất, nhưng không thể tìm thấy. Gần nửa đêm mẹ tôi đến và đưa tôi về nhà. Bạn có thể nghi ngờ, câu chuyện này vẫn còn trong tâm trí tôi và tôi có thể sẽ nhớ nó mãi mãi. Và, bây giờ, ở đây tôi đang phải đối mặt với việc mất 1000 rupiah Indonesia! Có vẻ như sau hơn mười năm, tôi đã không học được bài học từ kinh nghiệm trong quá khứ của mình. Tôi cảm thấy rất buồn và hối tiếc! Làm thế nào tôi có thể mất 1000 rupiah Indonesia?

Buổi chiều trôi qua và buổi tối đến. Hiển nhắc nhở tôi: "Anh đã quên nấu bữa tối một lần nữa. Không phải lo lắng, tôi đã nấu nó rồi". Chúng tôi đã có cùng một món ăn mỗi ngày cho bữa sáng và bữa tối. Em tôi hỏi tôi một lần nữa về tiền, anh ta cần mua thuốc lá. Nhìn vào khuôn mặt tội nghiệp của anh ta, tôi phải nói dối một lần nữa. Tôi đã nói với anh ấy: *"Anh đã quên, tôi sẽ đưa nó cho em vào ngày mai."*

Tôi không thể ngủ và lo lắng, làm sao tôi có thể nói ra sự thật? Nhìn thấy em trai tôi ngủ rất ngon, khiến tôi càng cảm thấy có lỗi. Tôi hy vọng sẽ đảm bảo rằng những điều như vậy không bao giờ xảy ra nữa.

Cả buổi sáng, tôi đã đi khắp mọi nơi trên đảo để tìm kiếm, nhưng 1000 rupiah đã không xuất hiện. Tôi ngồi trên bãi biển và nhìn xem ánh sáng mặt trời làm cho những ngôi sao nhỏ xuất hiện và biến mất trên bề mặt sóng. Vì nhìn quá nhiều! Tất cả là quá nhiều trong mắt tôi. Đôi mắt tôi đầy nước mắt.

Bằng cách nào đó, những giọt nước mắt của quá khứ và hiện tại dường như hòa quyện với nhau. Tôi đã không nhớ lời dạy của mẹ tôi trong quá khứ và bây giờ nói dối em trai tôi. Làm thế nào tôi có

I had walked the whole camp many times and there was not a corner that I had not searched. Really, the search was useless because there were so many people in the camp, and so many eyes searching for food. I know that, but in my heart, I still feel the urge to continue. Many people must wonder when they see me walking with a limp, but no one asks me anything. I remember a little girl saying to me: *'Your leg hurts, why don't you sit in one place; you walk too much.'* I could not tell her the reason and just smiled and kept walking.

Again that day, my brother and Q came to see me. He asked me for the 1000 Rupiah. I had to lie to him again. I said: *"You will have the money to buy cigarettes and chicken eggs this evening'.* Hien was disappointed and said some words that were not polite, He and his friend craved a cigarette. They left leaving me feeling doubly guilty.

As the afternoon approached, I became more anxious when I would see my brother again. I mumbled a few prayers. Suddenly, I remembered an area I had gone to the day before. I went there, so I could watch the sunset from behind the soldiers' barracks. Vietnamese people didn't go there because they were afraid, not wanting to get into trouble with soldiers.

Some days before, I went alone to this beach near the soldiers' camp. The sky is so beautiful at sunset and sitting alone on the rocky shore I can hear the sea breeze blowing and the waves crashing on the rocky shore. Because I was totally alone in the area, I could watch the sunset, I could laugh and cry without having to hide my feelings.

I was walking, watching each leaf lying on the sand or anything that closely resembled a bill. No one comes here, no one else's footprints, only mine remains imprinted on this sand. I tried putting my foot back on my old footprints, feeling a little childish joy. I walked forward step by step, I could not believe my eyes even though I rubbed them with my hands. Is it an illusion? No! It's real! I found it, 1000 rupiah. I held it so tightly in the palm of my hand, Then, tears fell and I cried with joy.

I returned to the campsite when the sun was halfway down

thể nói với anh ta sự thật?

Tôi đã đi bộ quanh khu vực trại nhiều lần và không có một góc nhỏ nào mà tôi đã không tìm kiếm. Thực sự, việc tìm kiếm là vô dụng vì có rất nhiều người trong trại, và rất nhiều cặp mắt tìm kiếm thức ăn. Tôi biết điều đó, nhưng trong trái tim tôi, tôi vẫn cảm thấy sự thôi thúc tiếp tục. Nhiều thắc mắc khi họ thấy tôi đi bộ với một cái chân khập khiễng, nhưng không ai hỏi tôi bất cứ điều gì. Tôi nhớ cô bé trên thuyền đánh cá nói với tôi: *"Chân của bạn đau, tại sao bạn không ngồi ở một nơi, bạn đi bộ quá nhiều?"* Tôi không thể nói với cô ấy lý do, tôi chỉ mỉm cười và tiếp tục bước đi.

Ngày hôm đó, một lần nữa em trai tôi và Q đến gặp tôi. Anh ta hỏi tôi về 1000 rupiah. Tôi phải nói dối anh ta một lần nữa. Tôi nói: *"Mày sẽ có tiền để mua thuốc lá và trứng gà tối nay."* Hiển thất vọng và nói một vài lời không lịch sự, bởi anh ta và bạn thèm hút thuốc lá. Họ rời bỏ tôi và tôi cảm thấy có tội nhân gấp đôi.

Khi buổi chiều đến gần, tôi trở nên lo lắng hơn khi gặp lại em trai tôi. Tôi lẩm bẩm một vài lời cầu nguyện. Đột nhiên, tôi nhớ một khu vực mà tôi đã đi đến ngày hôm trước. Tôi đã đến để có thể ngắm hoàng hôn từ phía sau doanh trại của những người lính. Thuyền nhân Việt Nam đã không dám đến đó vì họ sợ, không muốn gặp rắc rối với những người lính.

Vài ngày trước kia tôi đã đi một mình đến bãi biển gần trại của những người lính. Bầu trời rất đẹp vào lúc hoàng hôn và ngồi một mình trên bờ đá, tôi có thể nghe thấy tiếng gió biển thổi và những con sóng rơi trên bờ đá. Bởi vì tôi cần ở một mình trong khu vực, tôi có thể ngắm hoàng hôn, tôi có thể cười và khóc mà không cần phải che giấu cảm xúc của mình...

Tôi đang đi bộ xem từng chiếc lá nằm trên cát hoặc bất cứ thứ gì gần giống với một tờ giấy. Không một ai đến đây, không một dấu chân lạ, chỉ có dấu chân của tôi vẫn được in trên bãi cát này. Tôi đã cố gắng đặt chân trở lại vào dấu chân cũ của mình, cảm thấy một niềm vui nhỏ bé. Tôi bước về phía trước từng bước, tôi không thể tin vào mắt mình mặc dù tôi đã dụi mắt, đó là một ảo ảnh? Không! Đó là sự thật! Tôi tìm thấy nó, 1000 rupiah. Tôi giữ nó thật chặt trong lòng bàn tay, sau đó, nước mắt rơi xuống và tôi khóc vì vui

between the sea and the sky. Some sunlit orange clouds were still wandering in the sky. They seemed to be smiling and sharing my joy. In the wider world, just a small thing; but it was really big in my heart.

mừng.

    Tôi trở lại khu trại khi mặt trời ở giữa biển và bầu trời. Một vài đám mây màu cam của nắng vẫn đang lang thang trên bầu trời. Chúng nó dường như đang mỉm cười và chia sẻ niềm vui với tôi, trong thế giới rộng lớn chỉ là một điều nhỏ nhặt, nhưng nó thực sự lớn lao trong trái tim tôi lúc này.

Chapter 12
The rules for refugees

The breakfast was delicious because there was a chicken egg with salt. Hien was happier because of his cigarette rolls. After that I walked to the beach, perhaps it was because of the good breakfast, but suddenly, I found myself remembering my time in the art school and my friends and the gentle and serene environment that allowed me to learn the arts of drawing and discover the beauty of nature as I drew scenery and figures showing the inner beauty of people. But that was in the safety of the art school, outside of class people had to come to terms with another world – the paranoid communist society that was now Vietnam.

On this island, I felt lonely because I did not have friends with whom I could share worries and homesickness. I am trying to be friends with nature but hunger and craving for eating and drinking always haunt me. The people I encounter every day on the island are still strangers. Even with my younger brother, we do not have a close relationship. I've come to understand how closely all things are connected. How important it is to have a close friend who understands you and can share joy and sorrows and even the threat of real survival, but here, there is no one.

A man ◦- I will call him uncle ◦- saw my wounds, and was worried and advised me to be careful not to let them become infected, but that was very difficult in the current living environment. I said to him: 'I believe the injury has not been infected, because I wash my wounds in seawater every day'. He said to me that because there are no toilets, flies carry human disease and cause wounds to be infected. Mr P invited me to visit people at Barack F that had a clinic specifically used for patients needing treatment. He said to me that from the end of March 1989, Vietnamese boat people were entitled to help from the UNHCR (The United Nations High Commissioner for Refugees).

Chương 12
Các quy luật cho người tị nạn

Bữa ăn sáng rất ngon miệng vì có một quả trứng gà với muối. Hiển vui vẻ hơn vì có cuộn thuốc lá. Sau đó tôi đi bộ đến bãi biển, có lẽ là bữa ăn sáng tốt, nhưng tự nhiên tôi nhớ lại thời gian ở trường mỹ thuật, cùng đám bè bạn của tôi trong một môi trường nhẹ nhàng và thanh bình cho phép tôi học vẽ và khám phá về vẻ đẹp của thiên nhiên và con người của cái đẹp nội tâm. Nhưng đó là sự an toàn của trường nghệ thuật, bên ngoài lớp học là một thế giới khác biệt - xã hội Cộng sản hoang tưởng đang hiện diện ở Việt Nam.

Trên hòn đảo này, tôi cảm thấy cô đơn vì tôi không có một người bạn nào để có thể chia sẻ những lo lắng và nỗi nhớ nhà. Tôi đang cố gắng làm bạn với thiên nhiên nhưng đói và thèm ăn luôn ám ảnh tôi. Những người tôi gặp hàng ngày trên đảo vẫn còn xa lạ. Ngay cả với em trai tôi, chúng tôi không có mối quan hệ thân thiết. Tôi đã hiểu được mọi thứ phải được kết nối chặt chẽ như thế nào. Điều quan trọng là có một người bạn thân có thể chia sẻ niềm vui, nỗi buồn và thậm chí là mối đe dọa của sự sống... Tôi không có một ai, trong lúc này.

Một người đàn ông, tôi gọi anh ta là chú, nhìn thấy vết thương của tôi, và lo lắng khuyên tôi nên cẩn thận không để chúng bị nhiễm trùng, nhưng điều đó rất khó khăn trong môi trường sống hiện tại. Tôi nói với anh ấy: "Tôi tin rằng vết thương đã không bị nhiễm trùng, vì tôi rửa vết thương trong nước biển mỗi ngày." Anh ta nói với tôi rằng vì không có nhà vệ sinh, ruồi mang theo bệnh ở người và khiến vết thương bị nhiễm trùng. Ông P đã mời tôi đến thăm mọi người tại Barack F, có một phòng khám được sử dụng đặc biệt cho bệnh nhân cần điều trị...

Ông nói với tôi rằng từ cuối tháng 3 năm 1989, người Việt Nam đã bị hạn chế quyền được giúp đỡ từ UNHCR. (Cao ủy Liên hợp quốc về người tị nạn).

Ông P giải thích rằng vào đầu tháng 3 năm 1989, đại diện của 29

Mr P explained that in early March 1989, representatives of 29 countries met in Kuala Lumpur, Malaysia, to find solutions for the boat people problem. The ASEAN countries then decided that the boat people coming to the camps after 14 March 1989 will have to prove their status as refugees and be entitled to settle in a third country. There are no rules for refugees. Indeed, people crossing the border, crossing the sea without such proof will be returned to their native country.

We entered barrack F. The stench was very unpleasant, so I quickly opened the door. A few damaged electric light bulbs had not been replaced with new ones which made the scene even more gloomy. There were about 17 people there. Many were moaning and suffering from malaria. One could only feel pity for them in this hopeless place. Faces emaciated from lack of food and a long time without care were like dry corpses needing burial — a sad end to the long days of crossing the sea and now forgotten on this wild island. They were lying on old iron beds, with old and dirty blankets because there was no one to wash them.

Their circumstances are really miserable, a pitiful scene. The information from the Indonesian soldiers is that they are waiting for a navy ship to bring medical help and equipment. After a while, when we felt we could do nothing more than look, we walked out of the dispensary. On the way back to the camp, the two of us did not talk one word together but I thought to myself: What can I do for those who are suffering? Did they make a reckless decision and now have to suffer all this? What is the reason the boat people have to escape their homeland to find freedom? What is the reason the UNHCR clinic on Kuku Island is without operating funds? In such a miserable situation, what can I do, having only enough rice for ourselves? What can we do with only our broken hearts?

The sun rises and sets, the waves are still rising and falling, the wind is still blowing, and the sea water is still undulating with the natural rhythm of the waves. All that never changes, with every day and with every hour that passes.

Here were unfortunate Vietnamese boat people dying for lack of

quốc gia đã gặp nhau ở Kuala Lumpur, Malaysia để tìm giải pháp cho vấn đề người dân. Các nước ASEAN sau đó đã quyết định rằng những người đi thuyền đến các sau ngày 14 tháng 3 năm 1989 sẽ phải chứng minh tình trạng của họ là người tị nạn và được quyền định cư ở một quốc gia thứ ba. Không có quy tắc cho người tị nạn. Những người băng qua biên giới, băng qua biển mà không có bằng chứng như vậy sẽ bị trả về quê hương của họ.

Chúng tôi bước vào Barrack F. Mùi hôi thối rất khó chịu, vì vậy tôi nhanh chóng mở cửa. Một vài bóng đèn điện bị hư hỏng đã không được thay thế bằng những bóng đèn mới khiến khung cảnh ở đó trở nên ảm đạm hơn. Có khoảng 17 người ở đó. Nhiều người đang rên rỉ vì bị sốt rét. Người ta chỉ có thể cảm thấy thương hại cho họ ở nơi vô vọng này. Khuôn mặt hốc hác vì đã thiếu thức ăn một thời gian dài mà không được đáp ứng, giống như xác chết cần chôn cất - một kết thúc buồn cho những ngày dài băng qua biển và giờ bị lãng quên trên mảnh đất hoang dã này. Họ đang nằm trên những chiếc giường sắt cũ, với chăn cũ bẩn vì không có ai để giặt sạch chúng. Hoàn cảnh của họ thực sự đau khổ, một cảnh tượng đáng thương. Thông tin từ những người lính Indonesia là họ đang chờ một con tàu hải quân đến, sẽ có thuốc và chăm sóc y tế.

Sau một thời gian, khi chúng tôi cảm thấy không thể làm gì hơn là nhìn, chúng tôi bước ra khỏi trạm y tế. Trên đường trở về trại, hai chúng tôi đã không nói chuyện với nhau, nhưng tôi tự nghĩ: Tôi có thể làm gì cho những người đang đau khổ? Có phải họ đã đưa ra một quyết định liều lĩnh và bây giờ phải chịu đựng tất cả những điều này? Lý do thuyền nhân phải lìa bỏ quê hương là gì? Tại sao phòng khám bệnh của cao ủy Tị nạn UNHCR trên đảo Kuku không còn hoạt động và tài trợ? Trong một tình huống khốn khổ như vậy, tôi có thể chỉ có đủ gạo cho chúng tôi? Chúng tôi có thể làm gì hơn với những trái tim bị đau buồn?

Mặt trời mọc và lặn, những con sóng vẫn đang dâng lên và rơi xuống, gió vẫn đang thổi, nước biển vẫn nhấp nhô với nhịp điệu tự nhiên của sóng. Tất cả những thứ không bao giờ thay đổi, với mỗi ngày và mỗi giờ trôi qua.

Ở đây là những thuyền nhân Việt Nam đáng thương phải chết vì

medical care, while there were other Vietnamese boat people who still go to the store to buy food, and still swim like summer vacationers at a coastal place for tourists.

An Indonesian soldier came carrying a box on his shoulder. He opened the box and offered us cakes. He spoke in English: *'They are old and expired. We are not responsible if anyone is poisoned by eating cakes'*. Some hungry boat people scramble for a few cakes to eat. Hien and Q came and shared the cakes with me. Although the cake was old, it was still delicious in my mouth so I tried eating slowly to enjoy it. And we shared a cigarette together.

My younger brother then spoke to me: *'I tried asking someone who sells medicine in the camp for antibiotics for you. I said we would pay money when we arrived at the Galang camp. They did not agree but, if we have no money, they will exchange 1 tablet for 1 kg of rice. Would you like to do that?'* I said to him *'Never! I have been soaking my wounds in seawater for a few days. It will heal. Soon there will be an Indonesian Navy ship with medical doctors arriving on the island.'*

It was at night and I was still awake because my wound was getting worse day by day. It was so painful that I could not sleep.

One more day had arrived but my wound was getting worse and more painful. Although the wound hurt me, I still tried to act normally without complaining, hoping my positive attitude will greatly affect Hien's spirit. I had to encourage him. *'Don't worry too much. We will have a better future when we get to the refugee camp! My wounds will recover!'* Hien was not happy. He yelled at me: *'A few days ago people died from malaria on this damn island. You need to get real!'*

After dinner, I went to bed earlier than usual. In the hot air, I had to use the cardboard box of instant noodles as a fan. I was letting my mind wander when a middle-aged man walked up the steps and looked at me and said to me: *'I need to talk to you!'* I was also a bit worried that something had happened. He and I walked outside. He told me: This morning your younger brother and his friend were trying to get things from my wife's medicine bag. I let you know so that you can warn your brother.

thiếu chăm sóc y tế, trong khi đó những thuyền nhân Việt Nam khác vẫn đến cửa hàng để mua thức ăn, và vẫn bơi lội như những người đi nghỉ hè ở một nơi ven biển dành cho khách du lịch.

Một người lính Indonesia đến mang một cái hộp trên vai. Anh ta mở hộp và mời chúng tôi bánh. Anh ấy nói bằng tiếng Anh: *"Bánh đã cũ và hết hạn. Chúng tôi không chịu trách nhiệm nếu có ai bị ngộ độc vì ăn bánh đã hết hạn."* Nhiều người tranh giành một vài chiếc bánh để ăn. Hiển và Q đã đến bên tôi và chia sẻ bánh với tôi. Mặc dù chiếc bánh đã cũ, nhưng nó vẫn còn rất ngon trong miệng tôi nên tôi đã cố gắng ăn chậm để thưởng thức nó, và chia sẻ một điếu thuốc cùng nhau.

Em trai tôi và bạn của anh ta đã đến gặp tôi. Hiển nói: *"Tôi đã thử hỏi ai đó bán thuốc trong trại để lấy thuốc kháng sinh cho anh, chúng ta sẽ trả tiền sau khi chúng tôi đến trại Galang. Họ không đồng ý, nhưng nếu chúng ta không có tiền, họ sẽ trao đổi 1 viên với giá 1 kg gạo. Anh có muốn làm điều đó không?"* Tôi đã nói với em tôi: *"Không bao giờ! Tôi sẽ ngâm vết thương trong nước biển vài ngày nó sẽ lành, chẳng bao lâu nữa sẽ có một con tàu Hải quân Indonesia với các bác sĩ y tá đến đảo."*

Lúc này đã là vào ban đêm và tôi vẫn còn tỉnh táo vì vết thương của tôi ngày càng tồi tệ hơn. Thật đau đớn đến nỗi tôi không thể ngủ được.

Thêm một ngày nữa cũng đến nhưng mà vết thương càng làm tôi đau nhức hơn, tôi vẫn cố gắng tỏ vẻ bình thường không phàn nàn, hy vọng thái độ tích cực của tôi sẽ ảnh hưởng rất lớn đến tinh thần của Hiển. Tôi đã phải khuyến khích anh ta: *"Đừng lo lắng quá nhiều. Chúng ta sẽ có một tương lai tốt đẹp hơn khi chúng ta đến trại tị nạn! Vết thương của tôi sẽ hồi phục!"* Anh ta không vui. Anh ta hét vào mặt tôi: *"Một vài ngày trước, có người đã chết vì sốt rét trên hòn đảo chết tiệt này, anh cần phải hiểu sự thật!"*

Sau bữa ăn tối, tôi đi ngủ sớm hơn bình thường. Không khí nóng, tôi phải sử dụng hộp rỗng của mì tôm làm quạt. Tôi đang để tâm trí của tôi lang thang, ngay lúc đó một người đàn ông trung niên bước lên các bậc thang và nhìn tôi, anh ta nói với tôi: *"Tôi cần phải nói chuyện với em!"* Người đàn ông làm cho tôi lo lắng là có điều gì đó đã xảy ra. Tôi bước theo anh ta ra ngoài. Anh ta nói với tôi: "Sáng

I was not happy and so I asked him: *'Did you see what my younger brother did or is it just hearsay?'* I left him, and did not say any more. I went back to my bed and was thinking about it. I understood why my younger brother must take such action. It reminded me of something that happened two years ago at our family house in Tan Thuan, Nha Be, SaiGon, VietNam...

I had just come back home from school. There was a noisy dispute going on. I heard my mother saying in a loud voice that someone has taken her money – a roll of Vietnamese Dong. Hien was sitting on the bed crying, and saying: *'I never took the money, so it is not fair to blame me!'* My father was holding a long bamboo stick that he used as punishment for us if we made trouble. He was preparing to beat him.

There were brothers standing around. Actually, it was reasonable for all of the family to think Hien was the one stealing money because he was the one who plays card games to win money from some neighbour.

He looked at me and cried: *'I didn't do it, please... I never steal money from my mother.'* He seemed to look innocent. I said to my father: *'Please let me talk to him before you punish him'*.

I took him outside to talk together and we went back to the house. Mom and Dad were still angry and shouting at me: *'You still cover for him! Who else in our family would do it? No one steals money, it doesn't just take wings and fly away?'* I asked Mom again: *'Are you sure that you put the money in the cabinet?'* She raised her voice and insisted on it. She hasn't changed this practice for years.

My father asserted: *'If he didn't gamble, he wouldn't need to steal.'* I suggested opening the cabinet. I took some things out of the cabinet and pulled out the drawers one by one starting at the top but I still could not find the pile of money anywhere.

I looked inside the cupboard, which was already empty. The inside of the corner of the cabinet was a bit dark. I tried to look in the corner and saw what looked like a bird's nest. I didn't dare to touch it because I was afraid. I asked my brother to bring it out for me, and he did it without fear.

nay, em trai của em và bạn của anh ta đã lấy thuốc trong túi xách thuốc của vợ tôi. Tôi cho em biết để cảnh báo em trai."

Tôi không vui và đã hỏi lại anh ta: *"Anh có thấy em trai tôi đã làm hay chỉ là nghe không?"* Tôi rời khỏi anh ta, và không nói thêm nữa. Tôi trở lại giường và đang suy nghĩ về điều đó. Tôi hiểu tại sao em trai tôi phải có hành động như vậy. Nó làm tôi nhớ đến một sự việc đã xảy ra hai năm trước tại nhà gia đình của chúng tôi ở Tân Thuận, Nhà Bè, Sài gòn, Việt Nam.

Tôi vừa mới đi học về. Có sự việc ồn ào đang diễn ra. Tôi nghe mẹ tôi nói bằng một giọng nói lớn, ai đó đã lấy tiền của tôi. Hiển đang ngồi trên giường khóc và nói: *"Con không bao giờ lấy tiền, vì vậy thật không công bằng khi đổ lỗi cho con!"* Cha tôi đang cầm một cây tre dài mà ông đã sử dụng làm hình phạt cho chúng tôi nếu chúng tôi gây ra rắc rối. Cha tôi đang chuẩn bị đánh đòn anh ta...

Các anh em đứng xung quanh. Sự thật vẫn hợp lý cho tất cả gia đình khi suy nghĩ Hiển là người ăn cắp tiền vì anh ta là người thỉnh thoảng chơi cờ bạc với mấy người hàng xóm.

Anh ta nhìn tôi và khóc: *"Em đã không làm điều đó, xin vui lòng...Em không bao giờ lấy tiền của mẹ".* Tôi nhìn anh ta có vẻ vô tội. Tôi nói với cha tôi: *"Làm ơn cho con nói chuyện với Hiển trước khi ba trừng phạt anh ta về tội này."*

Tôi đưa anh ta ra ngoài để nói chuyện chốc lát rồi trở vào nhà. Mẹ và Cha vẫn tức giận và hét vào mặt tôi to hơn: *"Con vẫn còn bao che cho nó! Ai khác trong gia đình chúng ta sẽ làm điều này? Không ai ăn cắp tiền, không lẽ tiền mọc cánh và bay đi mất?"* Tôi lại hỏi mẹ một lần nữa: *"Mẹ có chắc rằng mẹ đã đặt tiền trong tủ không?"* Mẹ tôi đã lớn tiếng và khăng khăng nói rõ là cô ấy đã không bao giờ thay đổi thói quen này trong nhiều năm.

Cha tôi khẳng định: *"Nếu nó không liên quan đến cờ bạc thì việc gì phải ăn cắp?"* Tôi đề nghị mở tủ. Tôi đã đem một vài thứ ra khỏi tủ và kéo từng ngăn kéo. Từ trên xuống, tôi vẫn không thể tìm thấy đồng tiền ở bất cứ đâu.

Tôi nhìn vào bên trong tủ, đã trống rỗng. Bên trong góc của tủ là một gốc hơi tối. Tôi đã cố gắng nhìn vào góc tủ và thấy những gì trông giống như một tổ chim. Tôi đã không dám chạm vào nó vì tôi

The light in the house showed us little baby mice that were moving and lying on the nest made from my mother's pile of money notes. They had torn some of the notes of money!

That was my memory. It happened two years ago. I don't know if Hien still remembers this story. Happy and sad stories are part of my family. Some we relive with sadness. They are like a memory book and such memories are the luggage that I carry with me.

The next morning at breakfast, I did not ask Hien why he tried to steal medicine. He did tell me that someone asked for 1 kg of rice in exchange for a medicated tablet. I said to him: *'Never talk about it to me again'*. We did not know what to talk about other than worrying about how to get enough food for the next few days.

I went to the beach and sat in the same place. I sat and looked towards the horizon hoping for a ship to arrive. It was now nineteen days of suffering and worries and sadness for people who have no home, no homeland, and nowhere to live.

The wound made it hard for me to walk. I was so sad most of the time that I did not know what to do. There were a lot of people sitting around the beach who were seeking freedom and finding only anxiety and hopelessness.

Occasionally, I saw my brother's friend S sitting alone on the beach, grieving for the young wife buried on the hill behind the barracks. Another young man was wandering on the beach, crying and mourning for his sister, the victim of the Thai pirates! There were many other unfortunate boat people whose stories no one knows.

The evening still passed slowly, the painful wound making me unable to sleep. I was sobbing in my heart and it echoed in the lonely night. I wish only my mother was by my side at this time.

I miss her so much. She was very gentle and cared for each person when they were sick. I remember the Lunar New Year 4 years ago; it was 1986 and my mother had an accident. The atmosphere of Tet was so depressing that our family was not celebrating the Lunar New Year. The medical clinic was closed for the holidays and our family was still poor, so she could not afford to see a doctor. She

sợ, tôi đã yêu cầu Hiển mang nó ra ngoài cho tôi, anh ta đã làm điều đó mà không sợ hãi.

Ánh sáng trong nhà cho chúng ta thấy những con chuột nhỏ đang di chuyển và nằm trên tổ được làm từ những tờ tiền giấy của mẹ tôi. Chúng đã cắn xé một vài tờ tiền giấy!

Đó là ký ức của tôi. Nó đã xảy ra hai năm trước. Tôi không biết nếu Hiển còn nhớ câu chuyện này không? Những câu chuyện vui buồn là một phần của gia đình tôi. Một số chuyện giúp cho tôi giải tỏa với nỗi buồn. Chúng giống như một cuốn sách ký ức và những ký ức đó như là hành lý mà tôi mang theo bên mình.

Sáng hôm sau vào bữa sáng, tôi không hỏi Hiển tại sao anh ta cố gắng ăn cắp thuốc cho tôi. Anh ta đã từng nói với tôi rằng ai đó đã yêu cầu 1 kg gạo để đổi lấy một viên thuốc. Tôi nói với em trai tôi: "Đừng bao giờ nói về điều đó với tôi nữa". Chúng tôi không biết phải nói gì ngoài việc lo lắng về cách có đủ thức ăn trong vài ngày tới.

Tôi đi đến bãi biển và ngồi ở cùng một nơi thường ngồi. Tôi ngồi và nhìn về phía chân trời với hy vọng một con tàu đến. Bây giờ là mười chín ngày đau khổ, lo lắng và buồn bã cho những người không có nhà, không có quê hương, và không nơi nào để sống.

Vết thương khiến tôi khó đi bộ hơn. Tôi đã rất buồn hầu hết thời gian mà tôi không biết phải làm gì. Có rất nhiều người ngồi quanh bãi biển đang tìm kiếm tự do và chỉ tìm thấy sự lo lắng và vô vọng.

Thỉnh thoảng tôi thấy em trai tôi cùng người bạn S ngồi một mình trên bãi biển, đau buồn cho người vợ trẻ chôn trên ngọn đồi phía sau doanh trại. Một chàng trai trẻ khác đang lang thang trên bãi biển, khóc và thương tiếc cho em gái mình, nạn nhân của cướp biển Thái Lan! Có nhiều thuyền nhân khác không bày tỏ không ai biết nỗi lòng của họ.

Buổi tối vẫn trôi qua chậm, vết thương làm cho tôi đau đớn hơn khiến tôi không thể ngủ được. Tôi đã khóc nức nở trong trái tim mình và nó vang vọng trong đêm vắng cô đơn.

Tôi chỉ có một ước mơ là có mẹ tôi ở bên cạnh tôi lúc này. Tôi nhớ mẹ rất nhiều. Mẹ tôi rất dịu dàng và chăm sóc cho mỗi người con

had to stay home and endure the pain. My mother groaned because it was very painful. I massaged her with oil and salt and took care of her every day until she could walk.

The more I understood my mother, the more the good things I learned from her. Especially to show mercy when a person is injured, especially when the wound and scar are in the soul. I whisper to my mother from this faraway place for I believe she still hears me. *"Mom ... your son is injured and hungry.'* I just lie down in the attic and try to remember the happy times in the past and try to forget all that is happening in the present.

My younger brother called me for breakfast but I could not get up. Last night, I did not sleep and I was lying sobbing from the constant pain. It was like being bitten by the parasites inside of my body, causing it to be disturbed either with chills, or burning heat. The wound made me so distressed that I could not stand the pain. I tried not to scream as I did not want my younger brother to know about my pain.

Blood was oozing from the wound. I asked my younger brother to give me some drinking water. I sat up and took a big drink because I was so thirsty. After a while, sweat was dripping down my shirt and I lay down again because of dizziness. My brother looked at me, worried but didn't know what to do for me.

I had lost all connection with space and time, the past and the present, nothing was more important to me than my wound. It disturbed me in body and soul. My tensions, fears, anxieties, and insecurities all filled my mind.

The fever left me half-sleeping, half-awake; then all my siblings appeared in my mind. My mother sat next to me, took care of me, and asked me: *'How are you, Son? You look feverish! You need to see a doctor.'* I remember my childhood when I was sick, my mother always took care of me.

I don't know why but long-lost memories come to me. I'm back at age six and at home in Tan Thuan, Nha Be, Sai Gon, Việt Nam...

My first older brother was afraid he would be punished by my parents and did not dare to admit it was his fault. He said to my

khi họ bị bệnh. Tôi nhớ năm mới, 4 năm trước, đó là năm 1986, mẹ tôi đã gặp tai nạn. Bầu không khí của ngày TẾT cổ truyền rất buồn đến nỗi gia đình chúng tôi không tổ chức mừng Xuân Tết Nguyên đán. Phòng khám y tế đã đóng cửa vào ngày lễ và gia đình chúng tôi vẫn còn nghèo, vì vậy bà ấy không đủ khả năng để gặp bác sĩ. Mẹ tôi phải ở nhà để chịu đựng nỗi đau. Mẹ tôi rên rỉ vì nó rất đau đớn. Tôi xoa bóp cho cô ấy bằng dầu, muối và chăm sóc cô ấy mỗi ngày cho đến khi cô ấy có thể đi bộ.

Càng hiểu mẹ tôi, tôi càng học được nhiều điều tốt đẹp từ bà. Đặc biệt là bà thể hiện lòng thương xót khi một người bị thương, thậm chí là vết thương trong tâm hồn. Tôi thì thầm với mẹ tôi từ nơi xa xôi này vì tôi tin rằng bà vẫn nghe được lời của tôi: "Mẹ! Mẹ! Con trai của mẹ bị thương và đói." Tôi lại nằm xuống căn gác để cố gắng nhớ những khoảng thời gian hạnh phúc trong quá khứ và cố gắng quên tất cả những gì đang xảy ra trong hiện tại.

Em trai tôi gọi tôi dậy và đi ăn sáng. Tôi đã cố gắng đứng dậy, nhưng đêm qua tôi không thể ngủ được. Tôi đã nằm trằn trọc vì nỗi đau liên tục. Giống như nó bị cắn bởi các ký sinh trùng bên trong cơ thể tôi, khiến nó bị xáo trộn, lúc ớn lạnh, lúc bị đốt nóng. Vết thương khiến tôi đau khổ đến nỗi không thể chịu được. Tôi đã cố gắng không hét lên vì tôi không muốn em trai tôi biết về nỗi đau của mình.

Máu chảy ra từ vết thương. Tôi yêu cầu em trai tôi cho tôi một ít nước uống. Tôi ngồi dậy và uống thật nhiều nước vì tôi quá khát. Sau một thời gian, mồ hôi đã nhỏ giọt xuống áo của tôi và tôi lại nằm xuống vì chóng mặt. Em trai nhìn tôi lo lắng mà không biết phải làm gì cho tôi.

Tôi đã mất tất cả kết nối với không gian và thời gian, quá khứ và hiện tại, không có gì quan trọng với tôi hơn vết thương của tôi, nó khiến tôi bị xáo trộn trong cơ thể và tâm hồn. Nỗi sợ hãi, căng thẳng, lo lắng và bất an như phủ đầy tâm trí tôi.

Cơn sốt khiến tôi nửa tỉnh, nửa mê và sau đó, tất cả anh chị em của tôi xuất hiện trong tâm trí tôi. Mẹ tôi ngồi cạnh tôi, chăm sóc tôi và hỏi tôi: *"Con trai, con có khỏe không? Con đã bị sốt rồi! Tốt nhất là con cần gặp bác sĩ."* Tôi nhớ thời thơ ấu khi tôi bị ốm, mẹ tôi luôn

parents it was my fault! He was racing with friends when I sat behind on his bicycle on the road from school to home when the accident happened. My legs were scratched and skinned and bleeding and the bike was damaged. My brother blamed me for it all. My body's wound was healed, but the lies of my brother, though more than sixteen years ago, still give me sadness when I recalled these old memories. It was in the past; so why did I not forget it? I have long since forgiven him.

I did not know how many times I was woken up by my younger brother holding a cup of porridge and begging me to eat. *'Please! You have to eat, it has been two days and you haven't eaten anything'*. I lay down again wanting to cry but tears would not run from my eyes.

Heart wound

The big worry – and the cause of much misery – for me and the Vietnamese boat people was the lack of any medical care. The wound on my foot became much worse and helped me better understand the suffering that touched so many on the island.

After a long night tortured by the infected wound, I tried to open my eyes and looked at my younger brother who is also fearful because of my health. His face and physique have changed so much since leaving Vietnam. He is too thin, his eyes look bleary, and his lips are dried by the sun. Hien's chin still had a scar caused by me.

I remember the incident well. A few years ago, our parents were not at home. The three of us had lunch together. Hien and sister H were arguing with each other, He spoke crude words to his older sister. I tried to dissuade them but I could not stop the argument. I got so angry that I raised my hands and the bowl of rice flew and hit the bottom of Hien's chin.

He went out to the back garden and cried. I went out to look and saw his chin was scratched and bleeding. I explained to him that I didn't mean it because I just waved my hand while holding the bowl of rice I was eating. Hien still said I used the bowl to throw it at him. He did not let our parents know about what happened. Sometimes I still see the scar under Hien's chin. In fact, the scar has

chăm sóc tôi. Tôi không biết tại sao nhưng những ký ức đã mất từ lâu nay lại ùa về. Tôi đã trở lại năm sáu tuổi và ở nhà ở Tân Thuận, Nhà Bè, Sài Gòn, Việt Nam.

Anh trai thứ nhất của tôi có lẽ sợ sự trừng phạt của cha mẹ tôi, anh ta không dám thừa nhận đó là lỗi của anh ta. Anh ta nói với cha mẹ tôi đó là lỗi của tôi! Anh ta đã chạy đua xe với bạn bè khi tôi ngồi sau xe đạp trên đường từ trường về nhà khi vụ tai nạn xảy ra. Chân tôi bị trầy xước da và chảy máu, chiếc xe đạp bị hư hại. Anh trai tôi đổ lỗi tất cả cho tôi. Vết thương của cơ thể đã được chữa lành, những lời nói dối của anh trai tôi, mặc dù hơn mười sáu năm trước, vẫn cho tôi nỗi buồn khi tôi nhớ lại những ký ức cũ này. Đó là trong quá khứ. Vậy tại sao tôi không quên nó. Tôi đã tha thứ từ lâu.

Tôi không biết tôi đã thức dậy bao nhiêu lần bởi em trai mình cầm một ca cháo và cầu xin tôi ăn. *"Làm ơn! Anh phải ăn, hai ngày rồi anh đã không ăn bất cứ thứ gì."* Tôi lại nằm xuống muốn khóc nhưng nước mắt đã không chảy ra khỏi mắt tôi.

Vết thương Lòng

Sự lo lắng lớn đến từ nguyên nhân của nhiều sự khốn khổ, đối với tôi và những thuyền nhân Việt Nam là không có bất kỳ sự chăm sóc y tế nào. Vết thương trên bàn chân của tôi trở nên tồi tệ hơn nhiều, nó giúp tôi đồng cảm nhiều hơn với nỗi đau khổ của nhiều người trên hòn đảo này.

Sau một đêm dài bị tra tấn bởi vết thương bị nhiễm trùng, tôi cố gắng mở mắt và nhìn em trai tôi, người cũng lo sợ vì sức khỏe của tôi. Khuôn mặt và vóc dáng của anh ta đã thay đổi rất nhiều kể từ khi rời Việt Nam. Anh ta quá gầy, đôi mắt anh ta sâu hoắm, và đôi môi bị sấy khô bởi mặt trời. dưới cằm vẫn còn dấu một vết sẹo do tôi gây ra.

Tôi nhớ rất rõ sự cố. Một vài năm trước, cha mẹ chúng tôi không ở nhà. Cả ba chúng tôi đã ăn trưa cùng nhau. Hiến và H đang cãi nhau, anh ta nói những lời nói thô thiển với người chị gái. Tôi đã cố gắng can ngăn họ nhưng không thể ngăn chặn cuộc cãi vã. Tôi đã tức giận đến mức, vung tay và chén cơm bay đã chạm vào đáy cằm

always reminded me, and I promised never to hit my younger brothers and sisters again.

Hien prepared breakfast, but I could not eat it. How can I tell him, because he is so worried about me? I need to say to him: *'You eat for me! I just want to drink water. If I eat, I will vomit'.*

My younger brother said to me: *'You know a lot of people die on this Island. If you do not eat, you are going to die'.* Hien said and cried: *'I tried to cook a cup of porridge for you. I never had to cook when I was at home in Vietnam'.*

I thought to myself that I followed him to take care of him; now I know who takes care of whom! I felt so sorry for him. and said to him: *'if I have done something bad to you, please forgive me!'* Hien cried and said: *'Why do you say that?',* then he wiped his tears and went downstairs.

I called him back, and I asked him: *'Please find a long rope.'* He was very worried and asked me: *'What would you do with a rope?'* I said to him: *'I need to raise my feet'.*

Summer makes the attic become hotter and makes me itchy and uncomfortable. Flies settle on my infected and bleeding wounds.

Hien and Ph returned with a rope. They threw it over the crossbar of the wooden piece above the column and dropped it to raise my injured foot. I felt better than before. Hien said: *'I went to the forest to cut some vines, and then make them into a rope for you'.*

It has been more than four days since my wound became so infected that it caused me to have a fever. I was in constant pain with my leg hurting and swollen. My trouser leg was wet with pus from the wound and dried in layers, making the fabric of the pants thicker. The flies are a real problem. They landed on my trousers, but I ignored them because I am too weak and not strong enough to ward them off.

I live in suffering and pain from the wound oozing with pus and, every time I turn, the pain increases. I was hot and the fever has given me a bad headache so I am no longer able to distinguish the current time from past events.

của Hiển.

Anh đi ra vườn sau và khóc. Tôi đi ra ngoài nhìn, thấy cằm anh ta bị trầy xước và chảy máu. Tôi đã giải thích với anh ta rằng tôi đã không cố ý là vì tôi chỉ vung tay trong khi cầm chén cơm tôi đang ăn. Hiển vẫn nói là tôi đã sử dụng chén cơm để ném vào anh ta. Anh ta đã không cho cha mẹ chúng tôi biết về những gì đã xảy ra. Đôi khi tôi vẫn nhìn thấy vết sẹo dưới cằm Hiển. Sự thật là vết sẹo luôn nhắc nhở cho tôi, và tôi hứa sẽ không bao giờ đánh các anh em của tôi nữa.

Hiển chuẩn bị bữa ăn sáng, nhưng tôi không thể ăn. Làm thế nào tôi có thể nói với anh ta, bởi vì anh ta rất lo lắng cho tôi? Tôi cần phải nói: *"Hiển ăn dùm cho anh! Tôi chỉ muốn uống nước. Nếu ăn, anh sẽ nôn mửa ra."*

Em trai tôi nói với tôi: *"Anh đã biết rất nhiều người chết trên hòn đảo như vậy. Nếu anh không ăn, anh sẽ chết"*. Hiển vừa nói vừa khóc: *"Em đã cố gắng nấu một ít cháo cho anh và chưa bao giờ làm điều đó cho ai trước đây ở Việt Nam."*

Tôi tự nghĩ rằng tôi đã theo anh ta để chăm sóc anh ta, bây giờ tôi biết ai là người chăm sóc ai! Tôi cảm thấy rất áy ngại về điều đó và nói với anh ấy: *"Nếu tôi đã làm điều gì đó tồi tệ với em. Xin hãy tha thứ cho tôi!"* Hiển đã khóc và nói: *"Tại sao anh lại nói như vậy?"* Sau đó anh ta lau nước mắt và đi xuống cầu thang. Tôi gọi anh ta trở lại, và nói: *"Hãy tìm một sợi dây dài.* Anh ta rất lo lắng và hỏi tôi: *"Anh sẽ làm gì với một sợi dây?"* Tôi đã nói với thằng em: *"Tôi cần phải treo chân lên cho đỡ đau nhức."*

Mùa hè làm cho gác mái trở nên nóng hơn, khiến tôi ngứa ngáy và không thoải mái. Những con ruồi đậu trên vết thương bị nhiễm trùng và chảy máu của tôi.

Hiển và Ph trở lại với một sợi dây, họ đã ném nó lên xà ngang phía trên cột và kéo nó lên để nâng bàn chân bị thương của tôi. Tôi cảm thấy tốt hơn trước. Hiển nói: *"Em đã đi vào rừng để cắt một số dây leo, và sau đó nối chúng thành một sợi dây này cho anh"*.

Đã hơn bốn ngày kể từ khi vết thương của tôi bị nhiễm trùng khiến tôi bị sốt, bị đau chân và sưng lên. Ống quần dài bị ướt với mủ từ vết thương đã khô theo từng lớp, làm cho vải của quần dày

245

...There are times when the loving faces of my family surround me, but then I wake up realising it was just an illusion. I feel sad about myself for doing some things that are not good. If possible, I will apologise and do better in the relationship with my siblings.

Even though we were born with the same parents, the different personalities and the difficult living situation affected the fabric of our lives. Through no fault of their own, my parents did not have time to guide their children.

I regret the mistakes in the past that hurt my brothers. I have three older brothers, a younger brother, and three younger sisters. I have many memories, both bad and good.

hơn. Những con ruồi thường gây rắc rối, chúng đáp xuống quần của tôi, nhưng tôi đã phớt lờ đi vì tôi quá yếu và không đủ sức để xua đuổi chúng.

Tôi sống trong đau khổ và buồn chán, mũ thường chảy ra từ vết thương, mỗi lần tôi chạm vào nó, càng đau nhức hơn. Cơ thể tôi đã nóng lên và cơn sốt đã khiến tôi đau đầu và tôi không còn có thể phân biệt thời gian hiện tại, với các sự kiện trong quá khứ.

... Có lúc những khuôn mặt yêu thương của gia đình tôi bao quanh tôi, nhưng sau đó tôi thức dậy nhận ra đó chỉ là một ảo ảnh. Tôi cảm thấy buồn về bản thân tôi vì đã làm một số điều không tốt. Nếu có thể, tôi sẽ xin lỗi và làm tốt hơn trong mối quan hệ với anh chị em của tôi.

Mặc dù chúng tôi được sinh ra với cùng một cha mẹ, nhưng tính cách khác nhau và hoàn cảnh sống khó khăn đã ảnh hưởng đến tính cách của chúng tôi. Không có lỗi của riêng họ, cha mẹ tôi không có đủ thời gian để hướng dẫn con cái của họ.

Tôi hối hận về những sai lầm trong quá khứ đã làm tổn thương anh em tôi. Tôi có ba anh trai, một em trai và ba em gái. Tôi có nhiều kỷ niệm vui và buồn.

There are times when the loving faces of my family surround me, but then I wake up realizing it was just an illusion. I feel sad about myself for doing some things that were not good.

I have captured here the complexity of life, of my life! The white background is made up of two faces! I am looking into my life from both sides! Hence, the many faces filling the painting. The white face and hands are those of my mother! Her comforting hands embrace my head and shoulder. But that's only the outer me. I have drawn the many other faces within me, at least five and one of my faces is looking down at the ground. The three faces under the white hand speak to me of body mind and spirit! If I were to look above there is only the cold barrack blocks and even these have the shape of coffins!

Có những khuôn mặt yêu thương của gia đình tôi bao quanh tôi, nhưng sau đó tôi thức dậy nhận ra đó chỉ là một ảo ảnh. Tôi cảm thấy buồn về bản thân vì đã làm một số điều không tốt.

Tôi đã nắm bắt ở đây sự phức tạp của cuộc sống, cuộc sống của tôi! Bối cảnh trắng được tạo thành từ hai mặt! Tôi đang nhìn vào cuộc sống của tôi từ cả hai phía! Do đó nhiều khuôn mặt của tôi lấp đầy bức tranh. Khuôn mặt và bàn tay trắng là của mẹ tôi! Bàn tay an ủi của cô ấy ôm lấy đầu và vai tôi. Nhưng điều đó chỉ có tôi bên ngoài. Tôi đã vẽ nhiều khuôn mặt khác trong tôi, ít nhất là năm và một trong những khuôn mặt của tôi đang nhìn xuống mặt đất. Ba khuôn mặt dưới bàn tay trắng nói với tôi về tâm trí và tinh thần cơ thể! Nếu tôi nhìn ở trên, chỉ có các khu doanh trại lạnh và thậm chí chúng có hình dạng của quan tài!

Hành Trình Không Hành Trang

I recall an incident four years ago in 1986. I had trouble with my second older brother. Because I didn't know how to behave, I actually made matters worse.

I heard my younger sister yelling and saw her fall on the floor. I stopped my older brother, saying to him: *'There's no need to use muscles, she is a young girl'*. My older brother turned, intending to beat me, but I told him: *'I will never fight back'*. This was like pouring more oil on the flames and he became angry and beat me. Unfortunately, I lost my balance and fell to the floor.

After it was all over, I went to work and did not come home. My parents did not know what happened between us. My older brother did not see me come home for two weeks, he went to where I worked to find me in the evening and apologised to me.

After that happened, he changed. I did not see him beat his brothers and sister again.

I recalled another battle six years ago in my hometown with another brother – he was the third brother. I was seriously injured, my left eye was bruised and swollen because of his punch.

That was the last fight between me and him. Because of the serious injury, every day he had to see my left eye swollen and bruised, making him regret his action. After a few months, my right eye recovered but the scar remained. Even today, in the daylight every time I closed my eyes the scar appeared inside my eye. It reminds me of what happened but it also makes me miss him too.

Another nightmare

I was woken up by my younger brother. I drank water and lay down again, Hien took away the porridge because he knew I wouldn't eat it. Hien and I did not say anything to each other.

I was in a state of weightlessness and timelessness...

Suddenly, I was standing in front of a burning fire! I was surrounded by burning flames. I'm thinking: I've just got a bad case of the jitters; but then I saw my father standing on the other side of the fire. he was helpless and cried because he couldn't do anything

Tôi nhớ lại một sự cố bốn năm trước vào năm 1986. Tôi gặp rắc rối với anh trai thứ hai của mình. Bởi vì tôi đã không biết cách cư xử, tôi thực sự làm cho vấn đề tồi tệ hơn.

Tôi nghe được em gái tôi gào khóc và thấy cô ấy ngã xuống đất. Tôi đã ngăn anh trai tôi, nói với anh ta: "Không cần phải sử dụng cơ bắp với một cô gái trẻ". Anh trai tôi quay lại định đánh tôi nhưng tôi đã nói với anh ấy: "Tôi sẽ không bao giờ đánh trả lại." Điều này giống như rót thêm dầu vào lửa, đã làm cho anh ta thêm tức giận và đánh tôi. Thật không may, tôi mất thăng bằng và ngã xuống nền nhà.

Sau khi tất cả đã kết thúc, tôi đã đi làm và không về nhà. Cha mẹ tôi không biết chuyện gì đã xảy ra giữa chúng tôi. Anh trai tôi không thấy tôi về nhà trong hai tuần, anh ta đã đến nơi tôi làm việc để tìm tôi vào buổi tối và xin lỗi tôi.

Sau khi điều đó xảy ra, anh ta thay đổi, tôi đã không thấy anh ta đánh các em nữa.

Tôi lại nhớ lại một cuộc đánh nhau khác sáu năm trước ở quê tôi với một người anh em khác là anh trai thứ ba. Tôi bị thương nặng, mắt trái bị bầm tím và sưng lên vì cú đấm của anh ta.

Thật là tốt đó là lần cuối cùng đánh nhau giữa tôi và anh ấy. Vì chấn thương nghiêm trọng, mỗi ngày anh phải nhìn thấy mắt trái của tôi sưng lên và bầm tím, khiến anh hối hận vì hành động của mình. Sau một vài tháng, mắt phải của tôi đã hồi phục mà vết sẹo vẫn còn.

Ngay cả hôm nay, vào ban ngày mỗi khi tôi nhắm mắt lại, vết sẹo xuất hiện trong mắt tôi. Nó làm tôi nhớ đến những gì đã xảy ra nhưng nó cũng khiến tôi thương nhớ anh ta.

Cơn ác mộng khác

Tôi đã bị đánh thức bởi em trai tôi. Tôi uống nước và nằm xuống một lần nữa, Hiển đem cháo đi vì anh ta biết tôi sẽ không ăn nó. Hiển và tôi đã không nói bất cứ điều gì với nhau. Tôi đã ở trong tình trạng không trọng lượng và vượt thời gian.

Đột nhiên, tôi đang đứng trước một ngọn lửa đang cháy! Tôi được

about the fire. I tried to find ways from my side to come to my father but I was blocked by a force pulling back from behind not allowing me to move forward.

The distance between us seemed to disappear in the huge flames. I was calling to him when I was startled by my injured legs falling from the rope, causing me to realise where I was! I was soaked in sweat, I felt broken, crying and breathing hard, tears were still running down my face.

I tried to calm down after such terrible delirium. I felt like I had been in a place where the soul is ready to leave the world. I have never thought of a place between reality and eternity but it seems I had been in such a place. What happened? Was it a dream? I could not describe it! Still afraid, I wonder if it was a message from the sixth sense that my father sent me?

The pain in my soul makes me determined to cling to life. I cannot die, my parents will be hurt. Such a spiritual wound and the pain will follow my parents for a lifetime.

The shock of my leg falling from the rope and waking me from a delirium only made the pain come like waves as I returned to the present life. The image of my father in the nightmare where we were surrounded by fire, touched a childhood memory about my father making my tears flow freely. I was about 14 years old and with all the impulsiveness of a boy.

That day I had a fight with a kid in the neighborhood. When my father heard about it – it did not matter whether it was right or wrong. I was beaten with bamboo 20 times by my father. I wanted to know why my father did not ask for the reason I fought with the boy. I was really hurt and angry. He kept training his children to follow the traditional Vietnamese culture. I had many punishments from my father when I was a boy. Using bamboo to beat children without trying to find the truth really hurts the heart. The scar continues to follow them in their future life.

I promised myself to never cry even if I was beaten again.

I was lying down in the bed without shorts and my father started to hit me. He counted from 1 beat to 11 beats but he did not hear me

bao quanh bởi ngọn lửa cháy. Tôi đang suy nghĩ: "Tôi trong trường hợp xấu tận cùng bế tắc; nhưng sau đó tôi thấy cha tôi đứng ở phía bên kia của ngọn lửa. Cha tôi bất lực và khóc vì ông ấy không thể làm bất cứ điều gì về phía đám cháy. Tôi đã cố gắng tìm cách đến với cha tôi nhưng đã bị chặn bởi một lực kéo trở lại từ phía sau, không cho phép tôi tiến về phía trước.

Khoảng cách giữa chúng tôi dường như biến mất trong ngọn lửa khổng lồ. Tôi đang gọi cho ông ta trong khi đó tôi giật mình vì đôi chân bị thương rơi xuống từ sợi dây, khiến tôi nhận ra mình đang ở đâu! Tôi ướt đẫm mồ hôi, cảm thấy tan vỡ, khóc và thở mạnh, nước mắt vẫn chảy xuống mặt tôi.

Tôi đã cố gắng lấy lại bình tĩnh sau cơn mê sảng khủng khiếp như vậy. Tôi cảm thấy như mình đã ở một nơi mà linh hồn sẵn sàng rời khỏi thế giới. Tôi chưa bao giờ nghĩ đến một nơi giữa thực tại và vĩnh cửu nhưng có vẻ như tôi đã ở một nơi như vậy. Chuyện gì đã xảy ra thế? Nó chỉ là một giấc mơ? Tôi không thể mô tả nó! Vẫn sợ, tôi tự hỏi liệu đó có phải là một thông điệp từ giác quan thứ sáu mà cha tôi đã gửi cho tôi?

Nỗi đau trong tâm hồn khiến tôi quyết tâm bám vào thực tại cuộc sống. Tôi không thể chết, vì điều đó sẽ làm cha mẹ tôi bị tổn thương. Một vết thương tâm hồn như vậy sẽ là nỗi đau lớn theo cha mẹ tôi suốt đời.

Cú rơi của đôi chân tôi rơi xuống từ sợi dây nó đánh thức tôi khỏi một cơn mê sảng, chỉ làm cho cơn đau đến như dậy sóng khi tôi trở lại cuộc sống hiện tại. Hình ảnh của cha tôi trong cơn ác mộng nơi chúng tôi bị bao vây bởi lửa, chạm vào một ký ức thời thơ ấu về cha tôi khiến nước mắt tôi chảy ra cách tự nhiên. Khi tôi khoảng 14 tuổi và, với tất cả sự bốc đồng của một cậu bé.

Hôm đó tôi đã có một cuộc đánh nhau với một đứa trẻ trong khu phố. Khi cha tôi nghe điều đó - không quan trọng đó là đúng hay sai, tôi đã bị cha tôi đánh bằng roi tre 20 lần. Tôi muốn biết tại sao cha tôi không hỏi tôi lý do nào mà tôi đánh nhau với thằng nhỏ hàng xóm. Tôi thực sự bị tổn thương và tức giận. Ông tiếp tục dạy dỗ con cái của mình theo văn hóa truyền thống của Việt Nam. Tôi đã bị nhiều hình phạt của cha tôi khi tôi còn là một cậu bé. Sử dụng

cry. He tried harder and beat harder. I still gritted my teeth to endure and did not cry.

roi tre để đánh trẻ em mà không cố gắng tìm ra sự thật thực sự làm tổn thương tâm trí chúng tôi. Vết sẹo tiếp tục đi theo trong cuộc sống tương lai của chúng.

Tôi tự hứa với mình sẽ không bao giờ khóc ngay cả khi tôi bị đánh một lần nữa.

Tôi đang nằm trên giường mà không có quần ngắn và cha tôi bắt đầu đánh tôi. Ông ta đếm từ 1 nhịp đến 11 nhịp nhưng ông ấy không nghe thấy tôi khóc. Ông ta càng cố đánh mạnh hơn. Tôi vẫn nghiến răng để chịu đựng và không khóc.

I felt like I had been in a place where the soul is ready to leave the world. I have never thought of a place between reality and eternity but it seems I had been in such a place. What happened? Was it a dream?

I was in a state of weightlessness and timelessness... Suddenly, I was standing in front of a burning fire! I was surrounded by burning flames. I'm thinking: I've just got a bad case of the jitters; but then I saw my father standing on the other side of the fire.

I find it difficult to speak to this painting but I felt the need to draw it - to give it shape. I have filled the left of the white background with the face of evil. Hopefully, the triumph of good over evil! ***The Nightmare! is still very much in my memory and carries a big message for me about the journey to discover the end of every human life! (Darkness and light. Heaven and Hell.)***

Tôi cảm thấy như mình đã ở một nơi mà linh hồn sẵn sàng rời khỏi thế giới. Tôi chưa bao giờ nghĩ đến một nơi giữa thực tế và vĩnh cửu nhưng có vẻ như tôi đã ở một nơi như vậy. Chuyện gì đã xảy ra thế? Nó chỉ là một giấc mơ? Tôi đang ở trong tình trạng không trọng lượng và vượt thời gian, đột nhiên, tôi đang đứng trước một ngọn lửa đang cháy! Tôi được bao quanh bởi đám cháy.

Tôi đang nghĩ: Tôi đã rơi vào tình trạng tồi tệ của người hốt hoảng; nhưng sau đó tôi thấy cha tôi đứng ở phía bên kia của ngọn lửa. Tôi thấy khó diễn tả về bức tranh này nhưng tôi nghĩ cần phải vẽ nó - để diễn tả tâm trạng. Tôi đã lấp đầy bên trái của nền trắng với khuôn mặt của cái ác. Hy vọng rằng, sự thiện sẽ chiến thắng cái ác!

Ác mộng! Vẫn còn trong ký ức của tôi là một thông điệp lớn cho tôi trên hành trình khám phá ra thân phận cuối đời của mỗi con người! (Bóng tối và Ánh sáng, Thiên đàng và Hỏa ngục.)

My mother was so heartbroken that she intervened. He was so angry that he shouted and said: *'That boy was rebellious'*. I looked straight at my father as though nothing had happened just to irritate him. I promised myself that I would never cry if I was beaten again in the future.

After that, I went to the kitchen and saw him crying after spanking me. I understood why my father cried, and from that moment I was moved by the incident that made me try to change my view. I tried not to do anything wrong so that my dad wouldn't have to punish me and hoped it was the last time in my life.

I am a son under a distant sky, recalling memories of his father.

I whispered a prayer: 'Lord, I'm sorry, and offered an apology to my biological father, please give me more time to redo what I have not completed in my life until now'.

Inside the attic, everyone was fast asleep. Still in fever and being delirious for more than 5 days, It seemed the waves and winds were bringing a message to me from the souls buried on the hill behind the camp.

Can I die and lie down on this land that is not my hometown? The thought scared me, and made me sweat. I don't know why but I remembered the statue of Mary located near the edge of the forest on the path to the cemetery.

Suddenly, the idea came into my head, I must go there to pray. But how do I get there? The distance from the camp to there was quite long. My brother was fast asleep. I thought of waking him to help me, but changed my mind in case he might try to stop me. I gently sat up, not making a sound. If anyone sees me, they will wake him up.

I used my uninjured leg to push myself closer to the stairs that were not far from where I was lying. I then turned around using my hands to grip the stairs, I dropped my injured leg to the next step. Sometimes, the wound hit the wooden step causing me sharp pain, but I continued to go down the stairs one step at a time until I hit the ground.

Mẹ tôi rất đau lòng đến nỗi bà đã phải can thiệp, cha tôi rất tức giận đến nỗi ông ta đã hét lên và nói: *"Thằng con đã nổi loạn"*. Tôi nhìn thẳng vào cha tôi như thể không có gì đã xảy ra chỉ để thách thức ông. Tôi tự hứa với mình rằng tôi sẽ không bao giờ khóc nếu tôi bị đánh một lần nữa trong tương lai.

Sau đó, tôi đi vào bếp và thấy cha tôi đang khóc sau khi đánh tôi. Tôi đã hiểu tại sao cha tôi khóc, và từ lúc đó, tôi đã khắc sâu trong lòng tôi và đã cố gắng thay đổi quan điểm của mình. Tôi tự hứa sẽ không làm gì sai để cha tôi khỏi buồn lòng và hy vọng đó là lần cuối cùng trong cuộc đời tôi.

Tôi là một đứa con đang lưu lạc dưới bầu trời xa xôi nhớ lại những ký ức về cha mình.

Tôi thì thầm một lời cầu nguyện: "Chúa ơi, con xin lỗi và xin Ngài đem lời xin lỗi của con đến cha của con. Xin vui lòng cho con thêm thời gian để làm lại những gì con chưa hoàn thành trong cuộc sống cho tới lúc này."

Bên trong gác mái, mọi người đều ngủ say. Tôi vẫn còn trong cơn sốt và đã mê sảng trong hơn 5 ngày, dường như sóng và gió đã mang đến một thông điệp cho tôi từ các linh hồn được chôn trên ngọn đồi phía sau trại.

Tôi có thể chết và nằm xuống vùng đất này, đây có phải là quê hương của tôi không? Ý nghĩ làm tôi khiếp sợ và khiến tôi toát mồ hôi. Không biết tại sao tự nhiên tôi nhớ tới bức tượng của Đức Mẹ Maria nằm gần bìa rừng trên con đường đến nghĩa trang.

Đột nhiên, ý tưởng xuất hiện trong đầu tôi, tôi phải đến đó để cầu nguyện. Nhưng làm thế nào để tôi đến đó? Khoảng cách từ trại đến đó khá xa. Em trai tôi đang ngủ rất ngon. Tôi nghĩ đến việc đánh thức anh ta để giúp tôi, nhưng đã thay đổi suy nghĩ, trong trường hợp này có thể anh ta sẽ ngăn cản tôi. Tôi nhẹ nhàng ngồi dậy, không phát ra tiếng động. Nếu có ai nhìn thấy tôi, họ sẽ đánh thức anh ta.

Tôi đã sử dụng chân không bị thương của tôi để đẩy thân mình đến gần cầu thang không xa nơi tôi nằm. Sau đó tôi quay lại bằng tay để nắm lấy cầu thang, tôi thả chân bị thương xuống bước tiếp theo. Đôi khi, vết thương đâm vào thang gỗ khiến tôi đau đớn, nhưng tôi tiếp tục đi xuống cầu thang từng bước một cho đến khi tôi chạm đất.

Looking around, everything was very quiet, no one moved. Yellow electric light is enough for me to see the way out of the camp.

The night sky and the moonlight were enough to help me see the trail. The only sound in the silence came from the waves crashing on the shore, and the insects buzzing around me. The ground was sand and soil, so it did not hurt too much when I moved my arms to push me along. However, the wounded leg was aching each time I moved. I stopped to relieve the pain and then continued.

I followed the trail, but I was tired and sweaty and I could hear my breathing as I needed to exhale rapidly. My poor clothes were now dirty from my having to crawl in this way.

I could see the statue of Mary in the distance. Then, ever so slowly, the distance gradually shortened and I was in front of the statue! All around me, the scene was so quiet. I inched closer, looking up at the statue of Our Lady in the dim night light. Then it was my tears that flowed rather than any supplication.

I was overwhelmed with all sorts of emotions. It felt like my whole body was crying. I had never cried with my whole body vibrating in this strange way. It was then that I fell into a deep sleep. When I woke up, the sky was still dark, and there was still no one around, only the sounds of insects whispering to me.

I followed the same way back to the camp. When, once again, I reached the steps, I managed to sit first on each step and push myself to the next and so move up the stairs. Once upstairs, I pulled myself up with both hands and was back in bed. Sadly, there was not much I could do about the dust and dirt I left on each step of the stairs.

I looked at my younger brother; he and everyone else were still sleeping. Then I let myself lie down. I closed my eyes, but my heart was awake. Somehow, I had just met myself again. A feeling of lightness and peace flooded my heart.

Nhìn xung quanh, mọi thứ rất yên tĩnh, không một tiếng động. Ánh sáng điện màu vàng vừa đủ để tôi nhìn thấy đường ra khỏi trại.

Bầu trời đêm và ánh trăng đủ để giúp tôi nhìn thấy hướng đi. Âm thanh duy nhất trong sự im lặng đến từ những con sóng biển đánh vào bờ, và những con côn trùng ù ù xung quanh tôi. Mặt đất là cát và đất, vì vậy nó không làm cho tôi bị đau nhức nhiều, khi tôi di chuyển cánh tay để đẩy tôi theo. Tuy nhiên, chân bị thương đang đau mỗi lần tôi di chuyển. Tôi dừng lại để giảm bớt nỗi đau và sau đó tiếp tục.

Tôi trườn theo con đường mòn, nhưng tôi mệt mỏi và đổ mồ hôi. Tôi có thể nghe được tiếng hít thở của tôi, hơi thở nhanh và dồn dập. Quần áo tội nghiệp của tôi bây giờ bị dơ bẩn từ việc tôi phải bò bằng cách này.

Tôi đã có thể nhìn thấy bức tượng Đức Mẹ Maria ở phía đằng xa. Sau đó, từ từ lớn dần, khoảng cách dần dần rút ngắn và tôi đã ở phía trước bức tượng! Xung quanh tôi, cảnh tượng rất yên tĩnh. Tôi nhích lại gần hơn, nhìn lên bức tượng của Đức Mẹ trong ánh sáng đêm mờ. Sau đó, chính những giọt nước mắt của tôi chảy chứ không phải bất kỳ sự cầu xin nào.

Tôi đã bị choáng ngợp với tất cả các loại cảm xúc. Cảm giác như toàn bộ cơ thể tôi đang khóc. Tôi chưa bao giờ khóc với toàn bộ cơ thể tôi rung động theo cách kỳ lạ này.

Đó là lúc tôi rơi vào một giấc ngủ sâu. Khi tôi thức dậy, bầu trời vẫn còn tối, và vẫn không có ai xung quanh, chỉ có âm thanh của côn trùng thì thầm với tôi.

Tôi theo cùng một cách trở lại trại. Khi một lần nữa, tôi lê lết bước, tôi đã ngồi thở sau mỗi bước và đẩy mình sang bước tiếp theo và cố gắng di chuyển lên cầu thang. Một lần trên lầu, tôi kéo mình lên bằng cả hai tay và trở lại giường. Đáng buồn thay, tôi không thể lau vết bụi bẩn mà tôi để lại trên mỗi bước của cầu thang.

Tôi nhìn em trai tôi, anh ta và những người khác vẫn đang ngủ. Sau đó, tôi để mình nằm xuống. Tôi nhắm mắt lại, nhưng trái tim tôi như vẫn còn thức. Bằng cách nào đó, tôi trấn tĩnh lại. Một cảm giác nhẹ nhàng và bình an tràn ngập trái tim tôi.

I could see the statue of Mary in the distance. Then, ever so slowly, the distance gradually shortened and I was in front of the Statue! All around me, the scene was so quiet. I inched closer, looking up at the statue of Our Lady in the dim night light. Then it was my tears that flowed rather than any supplication.

I have made a tear central to this painting. It flows from one of my many faces. Also the prominence of the healing leaves of the tree near her shrine.

I have painted this image of Mary with a great sense of wonder, joy, healing and peace. It is for me a deep expression of my faith. Perhaps, I might entitle it: *There stood by the Cross of Jesus. Mary, his mother. That Night, I felt her standing by me.*

Tôi đã có thể nhìn thấy bức tượng Đức Mẹ Mary ở phía xa. Sau đó, từ từ rất chậm, khoảng cách dần dần rút ngắn và tôi đã ở phía trước bức tượng! Xung quanh tôi, cảnh tượng rất yên tĩnh. Tôi nhích lại gần hơn, nhìn lên bức tượng của Đức Mẹ trong ánh sáng đêm mờ. Sau đó, chính những giọt nước mắt của tôi chảy chứ không phải bất kỳ sự cầu xin nào.

Tôi đã phác họa một giọt nước mắt trung tâm với bức tranh này. Nó chảy từ một trong nhiều khuôn mặt của tôi. Ngoài ra, sự nổi bật của những chiếc lá chữa bệnh của cây gần đền thờ của mẹ Maria. Tôi đã vẽ hình ảnh này của Đức Mẹ với một cảm giác tuyệt vời, niềm vui, sự chữa lành và bình an. Sự việc đã mang đến cho tôi một dấu ấn đậm về đức tin của tôi. Có lẽ sự linh cảm cho tôi nhận biết được Thánh giá của Chúa Giêsu và Mẹ Ngài. Trong đêm tối đó, Mẹ đã bên cạnh tôi.

Hành Trình Không Hành Trang

Next morning, it was my younger brother who woke me up. I felt refreshed and at peace in my heart even though the wound was still painful. Last night, I overcame my fear and I found my faith again. I hope to continue to face the difficulties and challenges that still lie ahead. The experience of last night was still with me, renewing my faith in God and filling me with gratitude to God and my fellow companions.

The rays of the sun enter the attic illuminating a few places. I feel that a light of faith and hope is shining in my heart. I know I will not die and that I will leave this island.

Hien complained and wondered about the dust and dirt that was scattered on the floor and on my clothes as well as my hands and feet.

He brought a cup of porridge to me. I hurriedly sat up, even though sitting made the wound more painful. My young brother was happy to see me eating again. He suggested cooking more porridge for me. I shook my head: *'We need to save until we know when we can leave this island!'*

A miracle

I had fallen asleep when suddenly, I heard a woman's voice: *'Excuse me, I am a nurse. Let me wash the wound for you'*.

I opened my eyes to see a woman and a girl sitting next to me and my younger brother. I was surprised and scared looking at her, but I saw compassion in her eyes. I did not answer and remained silent. She added: *'Is it okay? I want to help you, do not be shy!'* She touched my forehead: *'You still have a fever'*.

My younger brother chased away the flies around the wound and said to her: *'My older brother had a fever and has not eaten. He just ate only this morning'*. She said: *'Now perhaps I might have a look at the injury'*.

She had water and a rag and said: I must first wash your wound. She said I had a severe infection and the wound needs to be shaved to remove the rotting flesh. I'm sorry. I have no medical anesthetic

Sáng hôm sau, chính em trai tôi đã đánh thức tôi dậy. Tôi cảm thấy sảng khoái và bình yên trong lòng, mặc dù vết thương vẫn còn đau. Đêm qua tôi đã vượt qua nỗi sợ hãi của mình và tôi lại tìm thấy niềm tin của tôi. Tôi được tiếp thêm hy vọng để tiếp tục đối mặt với những khó khăn và thử thách vẫn còn ở phía trước. Kinh nghiệm của đêm qua vẫn còn ở với tôi, đã làm mới niềm tin của tôi vào Chúa và lấp đầy tim tôi bằng lòng biết ơn đến Chúa và những người bạn đồng hành của tôi.

Những tia nắng bình minh đi xuyên qua gác chiếu sáng một vài nơi. Tôi cảm thấy một ánh sáng của niềm tin và hy vọng đang tỏa sáng trong trái tim tôi. Tôi biết tôi sẽ không chết và tôi sẽ rời khỏi hòn đảo này.

Hiển phàn nàn và tự hỏi về đất cát bụi rải rác trên sàn và trên quần áo cũng như tay và chân của tôi.

Anh ta mang đến một ca cháo cho tôi. Tôi vội vã ngồi dậy, mặc dù việc ngồi dậy ngồi làm cho vết thương đau hơn. Em trai tôi rất vui khi thấy tôi ăn đã chịu ăn. Anh ta đề nghị nấu thêm cháo cho tôi. Tôi lắc đầu: *"Chúng ta cần tiết kiệm cho đến khi chúng ta biết khi nào chúng ta có thể rời khỏi hòn đảo này!"*

Một Phép Lạ

Tôi đã ngủ quên bỗng nhiên nghe thấy giọng nói của một người phụ nữ: *"Xin lỗi, tôi là một y tá, hãy để tôi rửa vết thương cho em."* Tôi mở mắt ra thì thấy một người phụ nữ và một cô bé ngồi cạnh tôi và em trai tôi.

Tôi đã ngạc nhiên và ái ngại nhìn cô ta, nhưng tôi thấy lòng trắc ẩn trong mắt cô ấy. Tôi không trả lời và giữ im lặng, cô ta nói thêm: *"Có ổn không? Tôi muốn giúp em, đừng ngại!"* Cô ấy chạm vào trán tôi: *"Em vẫn bị sốt."*

Em trai tôi xuôi đuổi những con ruồi xung quanh vết thương và nói với cô ta: *"Anh trai tôi bị sốt và đã không ăn, anh ta chỉ ăn sáng hôm nay."* Cô ta nói: *"Hãy để tôi xem vết thương."*

Cô ta thấm nước vào một miếng giẻ và nói: *"Trước tiên tôi phải rửa vết thương"*. Cô ta nói: *"Em bị nhiễm trùng nặng và vết thương cần phải được cạo để loại bỏ thịt thối rữa. Tôi xin lỗi, tôi không có thuốc gây mê để làm giảm bớt cơn đau."*

to ease the pain.

She asked my younger brother to find two men to hold my hand. I told her: *'No need to help me, I was able to endure the pain when you washed the wound'*.

The child asked her mother: *'Why did you tear my shirt?'* The woman said: *'You are a good girl; so let me help this poor man. When we go to Galang camp, I will buy a new one for you'*. The conversation between mother and daughter and her kindness touched me deeply in my heart. Suddenly, I felt the pain. I screamed. She reassured me: *'You must endure! The wound is infected'*. Although I did not see what she was doing, I still felt it through the pain shooting through my body. Hien asked: *'Why is there so much blood and pus?'* She said: *'Fortunately, the bone is intact. if it goes into the bone, it is dangerous'*.

I heard my younger brother ask, *'Why not cut more away; so it will look cleaner!'* She said: *'No! It is the main vascular vein. If cut, it will be dangerous!'*

Sweat poured down on my body. She reassured me: *'It's almost done. Just wash it with salt water to disinfect the wound'*. My wound was so throbbing that I had to lean forward, take a deep breath and withdraw my stomach. After a while, the pain settled down, and I felt more comfortable. I heard her tell Hien: *'You need to use these leaves to disinfect the remaining toxins and prevent bleeding. These leaves I picked under the statue of Our Lady at the edge of the forest this morning'*.

Suddenly, I have a feeling in my heart: this is a miracle! The tears naturally flowed out and my heart was filled with gratitude! The leaves were picked at the statue of Our Lady where I went last night and cried and prayed – truly a coincidence. No, surely a miracle.

My wound was bandaged with the material from her daughter's shirt, I looked up at her, filled with gratitude even though I didn't say thank you. She touched my forehead, and said: *'You still have a fever, so no standing up. The wound must be kept motionless'*.

I heard her say to my brother: *'You must help your brother to change his clothes; they are already too dirty. It's pitiful to see it!'* Hien lent me a pair of shorts and took my clothes to the laundry. I lay alone in the

Cô ta yêu cầu em trai tôi tìm hai người đàn ông nắm tay tôi. Tôi nói với cô ta: *"Không sao đâu! Em có thể chịu đựng nỗi đau khi Chị rửa vết thương."*

Đứa trẻ hỏi mẹ: *"Tại sao mẹ lại xé áo của con?"* Người phụ nữ nói: *"Con là một cô bé tốt, để cho mẹ giúp người thanh niên tội nghiệp này. Khi chúng ta đến trại Galang, mẹ sẽ mua một cái áo mới cho con."* Cuộc trò chuyện giữa hai mẹ con và lòng tốt của cô ta đã chạm sâu vào cõi lòng của tôi.

Đột nhiên, tôi cảm thấy đau đớn. Tôi hét lên. Cô ấy trấn an tôi: *"Em phải chịu đựng! Vết thương bị nhiễm trùng!"* Mặc dù tôi không thấy những gì cô ấy đang làm, tôi vẫn cảm thấy nó qua cơn đau như bắn qua cơ thể tôi... Hiển hỏi: *"Tại sao lại có nhiều máu và mủ?"* Cô ấy nói: *"May mắn thay, xương vẫn còn nguyên vẹn. Nếu nó đi vào xương, là nguy hiểm."*

Tôi nghe em trai tôi hỏi, *"Tại sao không cắt bỏ nhiều hơn; như vậy nó sẽ trông sạch hơn!"* Cô ta đã nói: *"Không!, Đó là tĩnh mạch mạch máu chính, nếu cắt nó sẽ nguy hiểm!"*

Mồ hôi đổ xuống cơ thể tôi. Cô ta trấn an tôi: *"Sắp hoàn tất! gần như đã sắp xong, chỉ cần rửa nó bằng nước muối để khử trùng vết thương"*. Vết thương của tôi đau nhói đến nỗi tôi phải nghiêng người về phía trước, hít một hơi thật sâu và thắt bụng lại. Sau một thời gian, cơn đau lắng xuống và tôi cảm thấy thoải mái hơn. Tôi nghe cô ta nói với Hiển: *"Anh ta cần sử dụng những lá này để khử trùng, các độc tố còn lại và ngăn ngừa chảy máu. Những chiếc lá tôi hái chúng dưới bức tượng của Đức Mẹ ở bìa rừng sáng nay."*

Đột nhiên tôi có một cảm giác bất ngờ trong lòng: *"Đây là một phép lạ!"* Những giọt nước mắt tự nhiên chảy ra và trái tim tôi tràn ngập lòng biết ơn! Những chiếc lá được hái tại bức tượng của Đức Mẹ, nơi tôi đã đi đêm qua, đã khóc và cầu nguyện, thực sự là một sự trùng hợp. Không, chắc chắn là một phép lạ.

Vết thương của tôi được băng bó với băng vải từ chiếc áo của con gái cô ấy. Tôi nhìn lên cô ấy đầy lòng biết ơn mặc dù tôi không nói lời cảm ơn. Cô ta chạm vào trán tôi và nói: *"Em vẫn còn bị sốt, vì vậy em không nên đứng dậy. Vết thương phải được giữ bất động."*

Tôi nghe cô ta nói với em trai tôi: *"Em phải giúp anh trai của em thay quần áo, chúng đã quá dơ bẩn. Trong rất tội nghiệp!"* Hiển cho tôi mượn lại chiếc quần đùi và đưa quần áo của tôi đi giặt. Tôi nằm một mình

hot attic during the day, sweating as my thoughts and emotions flowed out. In my soul, peace and hope have returned because of this amazing incident. My wound helped me discover an inner journey – the journey of my soul.

I was in a state of sleep and woke up to feel a soft hand placed on my forehead. It was the woman who had cleaned the infected wound yesterday. She did not say anything to me and left the attic with her little daughter.

Although this incident happened a long time ago, in my heart it is like yesterday! Now, as I write these memoirs, I carry a deep gratitude to a sister, a Vietnamese refugee who, like myself, was escaping to find freedom and was able to also save my life.

A new day has come to Kuku Island. After porridge for breakfast, my younger brother wanted to cook more porridge for me. He said: *'The nursing woman told me you need to eat more'*. It was hard to explain to him why we needed to save the rice.

I know myself. I need to eat more, because I am very weak after five days of infection. I was almost exhausted and the radiating aroma of food makes my craving worse. Last night, I had a dream where I was having dinner with my family. My mother gave me lots of rice with steamed fish. I still remembered it when I woke up this morning.

My present hunger reminds me of a time when I was a boy in Vietnam after 30 April 1975. There was widespread hunger and my parents had to take care of all my brothers and sisters. My dad said to someone: *'Without God's providence, we could not afford to nurture ten children'*.

I looked at my brother and felt pity for him. Why do Vietnamese boat people have to suffer and be abandoned despite arriving on an island called freedom?

I was no longer afraid to die. When I was a boy, I saw those who died in the neighborhood and the burial rituals that followed. I remember my grandmother's death and burial and when my cousin died in the war, they brought the coffin to our home. It seems strange that after days of escaping death on the sea, we are

trên gác mái nóng vào ban ngày đẫm mồ hôi, khi suy nghĩ cảm xúc của tôi như cùng chảy ra theo những giọt mồ hôi. Trong tâm hồn tôi đã bình an và hy vọng trở lại vì sự cố đáng kinh ngạc này. Vết thương của tôi đã giúp tôi khám phá một hành trình bên trong - hành trình của tâm hồn tôi.

Tôi đang ở trong tình trạng ngủ và tỉnh dậy khi cảm nhận một bàn tay mềm mại đặt trên trán tôi. Đó là người phụ nữ đã làm sạch vết thương bị nhiễm trùng ngày hôm qua. Cô ta không nói gì với tôi và rời khỏi căn gác cùng với cô con gái nhỏ.

Mặc dù sự cố này đã xảy ra từ lâu, nhưng trong trái tim tôi, nó giống như ngày hôm qua! Bây giờ, khi tôi viết những dòng chữ trong cuốn hồi ký này, tôi mang nặng một lòng biết ơn sâu sắc đến một người chị, một người tị nạn Việt Nam, những người giống như tôi đã trốn thoát để kiếm tìm tự do và cũng đã có thể cứu mạng tôi.

Một ngày mới đã đến đảo Kuku. Sau bữa sáng, em trai tôi muốn nấu thêm cháo cho tôi. Anh ta nói: *"Người phụ nữ rửa vết thương nói với tôi, anh cần ăn nhiều hơn."* Thật khó cho tôi để giải thích cho anh ta tại sao chúng tôi cần phải tiết kiệm gạo.

Tôi biết bản thân mình, tôi cần ăn nhiều hơn, vì tôi rất yếu sau năm ngày bị nhiễm trùng. Tôi gần như kiệt sức và mùi thơm tỏa ra từ thực phẩm làm cho sự thèm ăn của tôi tồi tệ hơn. Đêm qua, tôi đã có một giấc mơ tôi đang ăn tối với gia đình. Mẹ tôi đã cho tôi rất nhiều cơm với cá hấp. Tôi vẫn nhớ nó khi tôi thức dậy sáng nay.

Sự đói khát hiện tại của tôi làm tôi nhớ đến một thời gian tôi còn là một cậu bé ở Việt Nam sau ngày 30 tháng 4 năm 1975. Nạn đói lan tràn rộng khắp và ba mẹ tôi phải chăm sóc tất cả các anh chị em của tôi. Cha tôi nói với ai đó: *"Nếu không có sự quan phòng của Chúa, chúng tôi không đủ khả năng để nuôi dưỡng mười đứa con."*

Tôi nhìn em trai tôi và cảm thấy tội nghiệp cho anh ta. Tại sao thuyền nhân Việt Nam phải chịu đựng và bị bỏ rơi mặc dù đến một hòn đảo tên là Tự do?

Tôi không còn sợ chết. Khi tôi còn là một cậu bé, tôi đã thấy những người chết trong khu phố và các nghi lễ chôn cất. Tôi còn nhớ cái chết việc chôn cất của bà tôi, và khi anh họ của tôi chết trong chiến tranh, họ đã mang quan tài đến đi ngang qua nhà của chúng tôi. Có vẻ kỳ lạ là sau những ngày thoát chết trên biển, chúng tôi bị đe dọa bởi cái chết trên hòn đảo hoang dã này. Ở đây chúng

surrounded by death on this wild island. Here we have a cemetery for Vietnamese boat people. The truth is I no longer wanted to live. In that dark night, a healing hand reached out to me. It took a miracle, by an unknown woman, to restore not only my health but my faith.

My heart is filled with gratitude! Although my life is still miserable, that outstretched hand and family love helped me find faith in God and in the power of prayer.

In the afternoon, I was still in the attic, unable to walk, when Hien and that good woman and her daughter brought what looked like a gift from heaven. Hien placed near me a white rice cooker and a cup of soy sauce. Also, a chicken egg and four small mugs filled with steamed rice. They cut the egg into four pieces and added the soy sauce. It looked more than delicious. I put a piece of egg inside my mouth and enjoyed a taste that had escaped me for thirty-six days!

An unexpected lunch! I did not ask my younger brother about such a luxurious and expensive lunch! I just feel human love and a lovely meal ❦ so delicious and heartwarming ❦ like a family!

I had not been outside for seven days. Hien took my hands to help me walk to the beach. The sky and the morning sun sent rays of warmth into my body and the fresh air filled me with hope. I felt the sheer joy of breathing a deep breath!

I was delighted to see again the woman who washed the wound and made my healing possible. She and her little girl came and we had a good conversation. They shared their smiles and their hope for a better way of life. It is very difficult to meet a person with kindness in the miserable circumstances on this island.

Today, the little girl came and looked at me with gentle and friendly eyes. I came to her and helped make a sand castle. It was a wonderful time spent with new friends. After that, her mother came to thank me. It was I who should thank her. She spoke about her family. When her child was three years old, her husband escaped from Vietnam to find freedom. She whispered that until now they did not know his whereabouts.

tôi có một nghĩa trang cho người Việt Nam. Sự thật là tôi đã không còn muốn sống nữa. Nhưng may thay, trong đêm tối đó, một bàn tay chữa lành đã vươn tới tôi. Phải là một phép lạ, bởi một người phụ nữ vô danh, để khôi phục không chỉ sức khỏe mà cả đức tin của tôi.

Trái tim tôi tràn ngập lòng biết ơn! Mặc dù cuộc sống của tôi vẫn còn khốn khổ, nhưng tình yêu từ đôi bàn tay ấy và gia đình đã giúp tôi tìm thấy niềm tin vào Chúa và vào sức mạnh của lời cầu nguyện.

Vào buổi chiều, tôi vẫn còn ở trên gác mái, không thể đi bộ, khi Hiền và người phụ nữ tốt bụng và con gái của cô ta mang theo thứ gì trông giống như một món quà từ thiên đường. Hiền đặt gần tôi một nồi nấu cơm màu trắng và một cốc nước tương, cùng một quả trứng gà và bốn cốc nhỏ chứa đầy cơm. Họ cắt trứng thành bốn miếng và thêm nước tương. Nó trông thật là ngon. Tôi đặt một miếng trứng vào trong miệng và thưởng thức một hương vị đã rời xa tôi trong ba mươi sáu ngày!

Một bữa trưa bất ngờ! Tôi đã không hỏi em trai tôi về một bữa trưa sang trọng và đắt tiền như vậy! Tôi chỉ cảm thấy tình yêu của con người và một bữa ăn đáng yêu - rất ngon và ấm lòng, như một gia đình!

Tôi đã không được ra ngoài trong bảy ngày. Hiền nắm lấy tay tôi để giúp tôi đi bộ đến bãi biển. Bầu trời và mặt trời buổi sáng gửi những tia sáng ấm áp vào cơ thể tôi và không khí trong lành tràn ngập hy vọng. Tôi cảm thấy niềm vui tuyệt đối khi hít thở sâu!

Tôi rất vui khi gặp lại người phụ nữ rửa vết thương và làm cho tôi thêm tin tưởng vào lòng nhân ái của con người. Cô ta và con gái của cô ấy đã đến và chúng tôi đã có một cuộc trò chuyện vui vẻ. Họ chia sẻ nụ cười và hy vọng của họ cho tôi một cách sống tốt hơn. Rất khó để gặp một người có lòng tốt trong hoàn cảnh khốn khó trên hòn đảo này.

Hôm nay, cô bé đang nhìn tôi với đôi mắt dịu dàng và thân thiện. Tôi đến với cô bé và chơi trò xây cát cùng nhau. Tôi đã có rất nhiều thời gian tốt đẹp với một người bạn mới vào lúc này. Sau đó, mẹ cô bé đến cảm ơn tôi. Cô ấy là người phụ nữ trẻ nhân hậu đã giúp tôi săn sóc vết thương. Cô ta nói về gia đình, khi đứa con vừa tròn ba tuổi, cha cô đã trốn thoát khỏi Việt Nam và họ không có bất kỳ tin tức nào từ anh ta.

My conscience was touched by the situation of the mother and daughter and my compatriots. Why do a young woman and her daughter dare so recklessly to trade their life to escape to find husband and father or freedom?

How many people are missing relatives and how many people were abducted by the Thai pirates, but today the family does not know whether to mourn their children or continue to hope to find them?

How many families have relatives dying in the sea or who died in a refugee camp? I was a boat refugee. My history is associated with the history of Vietnamese boat refugees; the wound is still in me, the wound of the Vietnamese boat people never heals.

There are many stories that Vietnamese boat people have not had the opportunity to tell. Each story is about tragedy and trauma and explains why Vietnamese people leave their homeland. These stories about the tragedy of refugee Vietnamese often wake up in my heart.

I dropped back onto the sand under a tree where I had not come for eight days and closed my eyes and listened to the sounds of the waves on the shore, going in and out, making music for the soul.

Cõ lòng của tôi đã bị xúc động bởi hoàn cảnh của hai mẹ con cô ấy và đồng bào của tôi. Tại sao một phụ nữ trẻ và con gái của cô ấy dám đánh đổi mọi thứ một cách liều lĩnh để trốn thoát tìm chồng và cha hoặc tìm tự do?

Có bao nhiêu người đã mất tích, bị bắt cóc bởi cướp biển Thái Lan, ngày nay vẫn còn có những gia đình không biết được thông tin của họ. Họ có tiếp tục hy vọng tìm kiếm được không?

Có bao nhiêu gia đình có người thân chết trên biển hoặc chết trong trại tị nạn? Tôi là một thuyền nhân tị nạn. Lịch sử của tôi có liên quan đến lịch sử của những thuyền nhân Việt Nam tị nạn, vết thương của tôi đã được chữa lành, nhưng vẫn còn trong tôi, vết thương của người Việt Nam không bao giờ được chữa lành.

Có rất nhiều câu chuyện mà người dân Việt Nam không có cơ hội kể. Mỗi câu chuyện thường nói về bi kịch đau thương và giải thích lý do tại sao người Việt Nam rời khỏi quê hương của họ. Những câu chuyện về thảm kịch của người Việt Nam tị nạn thường chỗi dậy trong trái tim tôi.

Sóng biển đánh vào bờ, phát ra âm thanh tự nhiên của âm nhạc.

Tôi thả mình xuống bãi cát dưới một tán cây xanh nơi tôi đã không đến trong tám ngày vừa qua, nhắm mắt lại và lắng nghe những âm thanh của những con sóng biển tràn vào bờ, rồi dạt ra và tạo ra âm nhạc của linh hồn.

Chapter 13
'Blue Angels'. The light of freedom

Hope came with the arrival of a navy ship that had just docked. Navy doctors in blue uniforms had come to Kuku island. My younger brother took me to a clinic nearby. Through an interpreter, the doctor told me that, because I was malnourished, he could not inject antibiotics, and gave me some tablets as a temporary medicine to be taken three times a day.

I took hold of the antibiotic package with joy and gratitude to the doctor and nurses of the Indonesian navy who treated and distributed medicine to the Vietnamese boat people in the Kuku island. I was touched by the attitude and gestures of these 'blue angels'.

I began to think about all that had happened since our escape from Vietnam right up to this present moment. I was in God's care. My life is in God's hands. I had found joy and peace after so many trials.

The light of freedom

The morning light shining through the wooden planks in the barrack resembled a candle giving light to my belief in God's providence. The medical care of the Indonesian Navy doctors made me confident that kindness still exists.

After breakfast, I limped out of the camp, the gentle breeze making me feel more comfortable after days buried in the heat inside the attic. The wound – after I took antibiotics – was less painful and last night I slept well.

The kindness of the Indonesian doctors brought a smile to so many even though they live in miserable circumstances. They still hope one day to come to the Galang refugee camp. All Vietnamese boat people share this same desire – to come to a democratic country and to true freedom.

Chương 13
"Thiên thần xanh". Ánh sáng của tự do

Hy vọng đã đến với sự xuất hiện của một con tàu hải quân vừa mới cập bến cảng. Các bác sĩ hải quân trong đồng phục màu xanh đã đến đảo Kuku. Vì vậy, em trai tôi đã đưa tôi đến một phòng khám gần đó. Thông qua một thông dịch viên, bác sĩ nói với tôi rằng, vì tôi bị suy dinh dưỡng, anh ta không thể tiêm kháng sinh, rồi cho tôi một vài viên thuốc như một loại thuốc tạm thời được uống ba lần một ngày.

Tôi đã nhận lấy gói kháng sinh trong lòng bàn tay, với niềm vui và lòng biết ơn đến bác sĩ và y tá của Hải quân Indonesia, những người đã điều trị và phân phát thuốc cho người Việt Nam ở đảo Kuku. Tôi đã cảm động bởi thái độ và cử chỉ của họ, của những "thiên thần xanh" này.

Tôi bắt đầu nghĩ về tất cả những gì đã xảy ra kể từ khi chúng tôi trốn thoát khỏi Việt Nam cho đến thời điểm hiện tại này. Tôi đã được Chúa chăm sóc. Cuộc sống của tôi nằm trong tay Chúa. Tôi đã tìm thấy niềm vui và bình an sau rất nhiều trải nghiệm.

Ánh sáng của tự do

Ánh sáng của buổi chiều qua những tấm ván gỗ trong doanh trại, trông giống như ánh sáng chiếu vào cõi lòng tôi, cho tôi thêm niềm tin vào tình yêu và sự quan phòng của Thiên Chúa - qua sự chăm sóc y tế của các bác sĩ Hải quân Indonesia khiến tôi tin rằng lòng tốt vẫn tồn tại.

Sau khi ăn sáng, tôi khập khiễng ra khỏi trại, làn gió nhẹ nhàng khiến tôi cảm thấy thoải mái hơn sau nhiều ngày bị chôn vùi trong cái nóng bên trong gác mái. Vết thương, sau khi tôi dùng thuốc kháng sinh, ít đau đớn hơn và đêm qua tôi đã ngủ ngon.

Trên khuôn mặt của mọi người xuất hiện một nụ cười, mặc dù họ sống trong hoàn cảnh khốn khổ. Một ngày nào đó tất cả thuyền nhân người Việt Nam đều chia sẻ mong muốn tương tự này, họ vẫn hy vọng đến được trại tị nạn Galang - đến một quốc gia dân chủ và tự do.

A silent prayer

Today will be thirty-nine days away from our home. Sometimes, I sleep and I still have dreams of being at home in Vietnam and feeling the protection of my parents and my family but when I wake up, such joy suddenly disappears, yet reminding me of the blessings of belonging to family.

From the challenges of the journey to cross the seas, I have gained faith and a deeper love for my family. The journey has shown me the importance of trusting in God's loving providence and awaken my understanding of the place of prayer in my life.

Those among us who are Catholic boat people gather to pray the rosary. The sound of this prayer now echoes in my heart because, four days ago, I had a miracle when tears were my only prayer. It reminds me of my childhood when my parents and all children prayed the rosary together in the evening before going to bed. And naturally, my tears flowed again in silent prayer.

I was awakened by laughter coming from all sides of the camp. The Galang ship was approaching. Vietnamese boat people, who arrived at Kuku two months before us, were very happy to be allowed to leave the island today. All of the Vietnamese boat people were standing on the beach to look at the Galang ship. I saw S, my younger brother's friend who had a young wife die in Kuku last month and the young man, my neighbour whose sister was caught by Thai pirates. They were gathering in front of the island's bridge to see the Galang ship slowly approaching.

The Galang ship, the type of ship used to transport people, was not large. It had two small flags, one Indonesian and the other the symbolic flag of the High Commissioner for Refugees. The whistle seemed to respond to everyone's joy; a few women were crying with joy and many people gathered around the side of the parked ship.

Một lời cầu nguyện thầm lặng

Hôm nay sẽ là ba mươi chín ngày xa nhà của chúng tôi. Thỉnh thoảng tôi ngủ và tôi vẫn có những giấc mơ đang còn ở nhà tại Việt Nam và cảm giác sống trong sự bảo vệ của cha mẹ tôi và tình cảm của gia đình. Nhưng khi tôi thức dậy, đột nhiên biến mất, làm cho tôi cảm thấy bị hụt hẫng và chợt nhận ra những gì thuộc về nguồn gốc của một con người là gia đình. Từ những trải nghiệm qua thử thách của hành trình vượt biển, tôi đã có được niềm tin và sự xác tính tình yêu thương từ nền tảng gia đình được thể hiện với tình yêu và sự quan phòng của Thiên Chúa qua lời kinh nguyện.

Những người trong nhóm thuyền nhân là những người theo đạo Công giáo, mọi người tụ tập để cầu nguyện với kinh Mân Côi. Âm thanh của lời cầu nguyện này chạm đến trái tim tôi, bởi vì bốn ngày trước tôi đã nhận được một phép lạ, khi nước mắt là lời cầu nguyện duy nhất của tôi. Nó làm tôi nhớ đến thời thơ ấu của tôi khi cha mẹ và tất cả anh em của tôi cùng nhau cầu nguyện bằng chuỗi tràng hạt vào buổi tối trước khi đi ngủ. Và một cách tự nhiên, nước mắt của tôi lại trào ra trong lời cầu nguyện thinh lặng.

Tôi đã bị đánh thức bởi tiếng cười từ mọi phía của trại. Con tàu Galang đang đến gần. Những thuyền nhân Việt Nam, những người đến Kuku hai tháng trước chúng tôi, rất vui khi được phép rời đảo ngày hôm nay. Tất cả những thuyền nhân Việt Nam đang đứng trên bãi biển để nhìn vào con tàu Galang. Tôi đã thấy S, người bạn của em trai tôi là người thanh niên có một người vợ trẻ chết ở Kuku vào tháng trước và chàng trai trẻ người hàng xóm của tôi có em gái bị cướp biển Thái Lan bắt cóc. Họ đang tụ tập trước cây cầu của hòn đảo để nhìn ngắm chiếc tàu Galang đang từ từ tiến dần vào.

Con tàu Galang không lớn, một loại tàu được sử dụng để vận chuyển người với hai lá cờ nhỏ Indonesia và lá cờ tượng trưng của Cao ủy cho người tị nạn. Tiếng còi dường như đáp lại tất cả mọi người với niềm vui. Một vài người phụ nữ đang khóc với niềm vui và nhiều người tập trung bên cạnh con tàu đang đỗ.

As part of the white background, I have painted my own face looking at my self. I can see three faces. My first face reveals my emotion of anxiety with my hand placed near my chin. The hand holds the Rosary. Its beads are the tears of all our boat people. It makes me remember the prayers of my childhood especially the family rosary.

The second face is my soul struggling with faith. It is the small hand of a child resting also on the forehead. It represents our fragile struggle against the dangers of the sea. A child like faith that prays: "Thank you God for saving me and our fragile boat!"

The third face appears above my firm hand. If you look closely you will see a dark mask-like face turned towards the boat. It is the face of fear, of evil, a symbol of death! The fear I could drown in this endless sea. The shape of the boat is like a coffin!

In this final painting the tears become the beads of the rosary. The strong hand close to my face and mouth holds the beads/tears and speaks of the triumph of faith over doubt and adversity.

Trong nền trắng của bức tranh, tôi đã vẽ khuôn mặt của tôi nhìn vào chính mình. Tôi có thể thấy ba khuôn mặt, Khuôn mặt đầu tiên của tôi cho thấy cảm xúc lo lắng của tôi với bàn tay được đặt dưới cằm. Bàn tay giữ chuỗi tràng hạt. Hạt của nó là những giọt nước mắt của tất cả những thuyền nhân của chúng tôi. Nó làm cho tôi nhớ những lời cầu nguyện của gia đình tôi trong thời thơ ấu.

Khuôn mặt thứ hai là tâm hồn tôi đang vật lộn với đức tin. Đó là bàn tay nhỏ của một đứa trẻ cũng nằm trên trán. Nó đại diện cho cuộc đấu tranh mong manh của chúng ta chống lại sự nguy hiểm của biển. Đức tin như một đứa trẻ cầu nguyện: Cảm ơn Chúa vì đã cứu tôi và chiếc thuyền mong manh của chúng tôi!

Khuôn mặt thứ ba xuất hiện trên bàn tay vững chắc của tôi. Nếu bạn nhìn kỹ, bạn sẽ thấy một khuôn mặt giống như mặt nạ tối. Đó là khuôn mặt của sự sợ hãi, một biểu tượng của cái chết! Nỗi sợ hãi tôi có thể chết đuối ở vùng biển vô tận này. Hình dạng của thuyền giống như một quan tài!

Trong bức tranh cuối cùng này, những giọt nước mắt trở thành hạt của chuỗi tràng hạt.

Bàn tay mạnh mẽ gần mặt và miệng tôi giữ các hạt nước mắt nói lên sự chiến thắng của đức tin vượt qua sự ghi ngờ và nghịch cảnh.

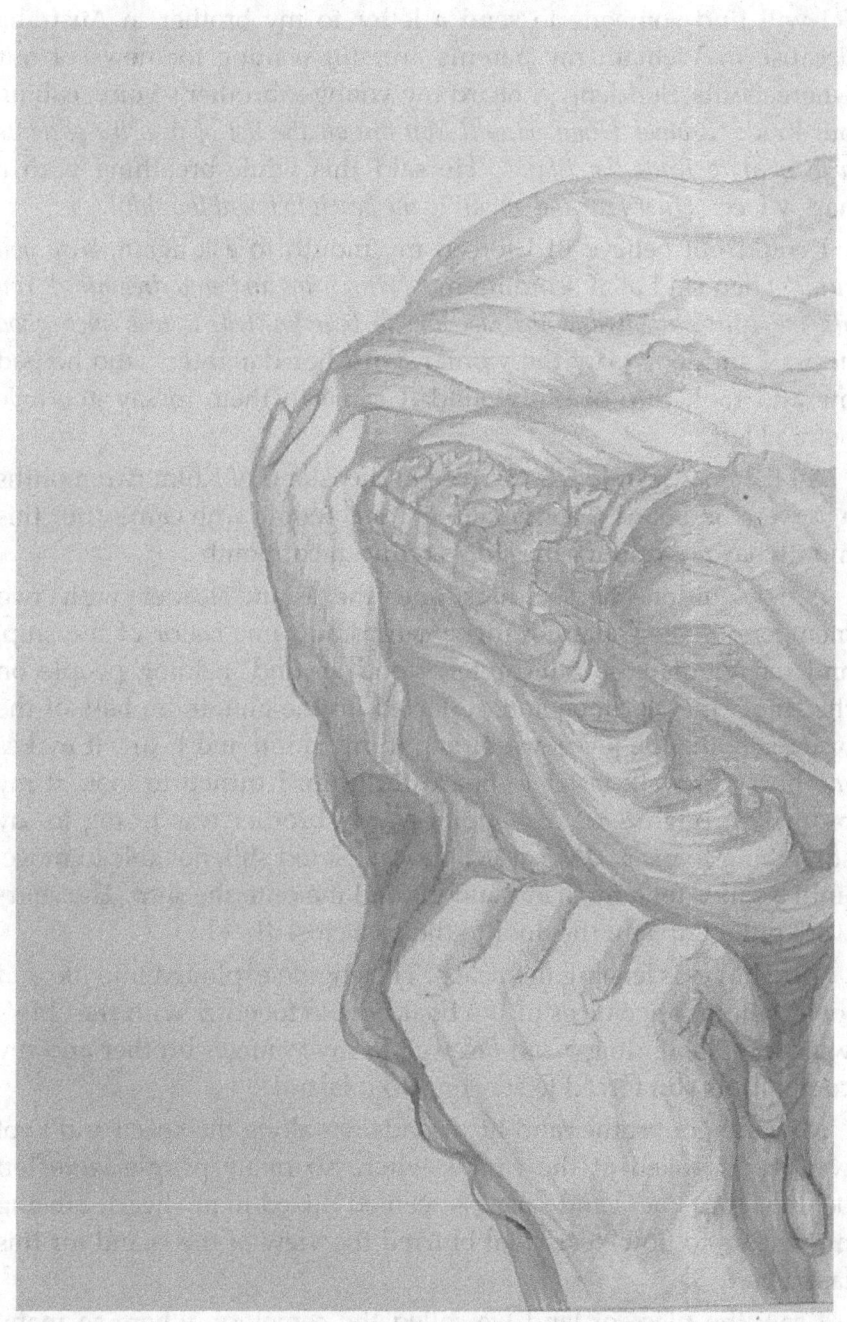

I will find someone to send a letter to my brother in Australia because in Vietnam my parents are still waiting for news of our whereabouts. Suddenly, I heard my younger brother's voice, calling out loud: *'Brother Huan, Huan! You are on the list of priority patients who need to leave the island'*. He said this while breathing with a happy face: *'Hurry up and go out to the beach to board the ship!'*

I could not believe it! I forced my mouth to ask again: *'Are you sure?'* Hien said as if scolding me: *'Hurry up and stop dreaming! You are the 13th patient and the last one to be admitted. It was such good news'*. I suddenly saw the woman with her daughter, who helped me and took care of my wound. I came to them to say goodbye before I left.

All the boat people who arrived at the island of Kuku two months ago were on board. The remaining boat people who came after this month have to wait for the ship's return next month.

A few Indonesian soldiers and the island leader with two members of the Galang refugee camps and one sailor of the ship, and the Vietnamese interpreter, stood around, helping people on the ship. The afternoon sun, reflected on the aluminum bars of the bridge, is like the joy now shining in my mind and heart. It makes me hurry to walk faster to board the ship. I turned to look at my brother through tears of happiness. My brother was trying to say something to me and waved goodbye. I stood still, not able to move, until a sailor took my hand and guided me onto the ship. The stairs were pulled up and the door to the past closed!

The ship was leaving the beach. The engine exploded into life and joined the happy voices of the boat people together with the ship's whistle, all sounding a sad farewell to my younger brother and my compatriots still forced to stay on Kuku Island.

My younger brother and his friends ran along the beach and kept waving. I looked at the camps where so many people were left behind. Happiness and sadness seemed mixed in my heart, causing more tears to flow, tears that blurred the view of the island for this last time.

I saw the piece of land we called the cemetery, where so many

Tôi đang tìm một người có thể giúp tôi gửi thư cho anh trai tôi ở Úc, vì ở Việt Nam cha mẹ tôi vẫn đang chờ tin tức về nơi ở của chúng tôi. Đột nhiên, tôi nghe thấy giọng nói của em trai tôi, gọi to ra: *"Anh Huân, Huân! Anh nằm trong danh sách các bệnh nhân ưu tiên cần rời khỏi đảo."* Anh ta nói điều này trong khi thở gấp, trên khuôn mặt hạnh phúc: *"Hãy nhanh lên và đi ra bãi biển để lên tàu!"*

Tôi không thể tin được! Tôi buộc miệng tôi phải hỏi lại: *"Em có chắc không?"* Hiền nói như thể trách tôi: *"Nhanh lên và ngừng mộng mơ! Anh là bệnh nhân thứ 13 và là người cuối cùng được cho phép rời trại. Đó là một tin tốt."* Tôi đột nhiên nhìn thấy người phụ nữ với con gái của cô ta, người đã giúp tôi chăm sóc vết thương. Tôi đến bên họ để nói lời tạm biệt trước khi tôi rời đi.

Tất cả những thuyền nhân đã đến đảo Kuku hai tháng trước đều ở trên tàu. Những người thuyền nhân còn lại đến sau tháng này phải đợi con tàu trở lại vào tháng tới. Một vài binh sĩ Indonesia và lãnh đạo đảo với hai thành viên của các trại tị nạn Galang và một thủy thủ của con tàu, người phiên dịch Việt Nam, đứng xung quanh giúp đỡ mọi người trên tàu. Mặt trời buổi chiều phản chiếu trên các thanh nhôm của cây cầu trông giống như niềm vui tỏa sáng trong tâm trí tôi khiến tôi vội vã đi nhanh hơn. Mặc dù bước chân của tôi vẫn khập khiễng đi lên tàu để rời khỏi đảo, như một linh cảm, tôi quay lại nhìn đứa em trai trong một ánh mắt vui mừng với những giọt nước mắt hạnh phúc. Dường như em tôi cần nói điều gì đó với tôi và vẫy tay tạm biệt. Tôi đứng lặng yên và không thể tiếp tục bước đi được. Cho đến khi một thủy thủ nắm lấy tay dắt tôi lên tàu và cầu thang được kéo lên và cửa đóng lại.

Con tàu đã rời khỏi bãi biển. Động cơ phát nổ vào cuộc sống như tham gia vào những giọng nói hạnh phúc của những thuyền nhân, cùng với tiếng còi tàu, tất cả đều phát ra lời chia tay buồn bã với em trai tôi và đồng bào của tôi vẫn phải ở lại hòn đảo Kuku.

Em trai tôi và bạn bè của anh ta chạy dọc theo bãi biển và tiếp tục vẫy tay. Tôi nhìn vào các trại nơi rất nhiều người bị bỏ lại phía sau. Niềm vui và nỗi buồn dường như hòa trộn trong trái tim tôi, khiến nước mắt chảy ra, những giọt nước mắt làm mờ tầm nhìn của hòn đảo lần cuối cùng.

Tôi nhìn thấy mảnh đất mà chúng tôi gọi là nghĩa trang, nơi có rất nhiều thuyền nhân chết vì sốt rét, bởi họ không được chăm sóc y tế

boat people were buried because of malaria; because they had no medical care and not enough food. The green island of Kuku is fading into the blue of the endless sea and sky. A moving emotion in my heart as I face still an unknown future in another refugee camp.

The atmosphere on the ship is still noisy with the conversation of the boat people. There is a big bottle of drinking water with paper cups, located near the central areas, and this makes me feel safe since I no longer have to worry about the availability of water to quench my thirst.

I was looking for a place to sit. Indeed, the boat looked like a makeship hospital with sad faces attached to sick bodies wearing dirty clothes and faces pale from lack of food. The smell from the people I pass makes me feel uncomfortable. It was reassuring to see life-buoys hanging along the wall inside the ship. A smiling girl showed two of her missing teeth and there was a woman wearing an old leaf hat that was so much part of our Vietnamese tradition.

I became aware of a quarrel and insulting words between a young man and woman. I recognised them. She cried angrily. The young man said he would never see her again and left her alone on the ship. This was the couple who made the head of the island angry and soldiers using AK guns shooting above our heads and forcing us to take refuge and hide in the forest.

The island chief ended the love tangle by allowing the two of them to leave Kuku island early, even though they were not patients. Her fiance was still unforgiving and hurt her with vulgar words after he was allowed to board the ship. The whole affair left in my heart a great sadness.

My heart feels sorry for the Vietnamese girl because she had to leave her homeland and was pushed by fate into a sad love story. Love and peace are the greatest aspirations of humankind but humanity still does not know where to find peace because of the ambitions and hatred that create conflicts and wars worldwide and in my homeland.

I was now on my way to the refugee camp, no longer afraid of

và không đủ thực phẩm. Hòn đảo xanh của Kuku đang khuất dần vào màu xanh của biển và bầu trời vô tận. Một cảm xúc lay động trong lòng tôi khi phía trước vẫn là một tương lai không rõ trong một trại tị nạn khác.

Bầu không khí trên tàu vẫn còn ồn ào với cuộc trò chuyện của những thuyền nhân Việt Nam. Có một thùng nước uống lớn với cốc giấy nằm gần các khu vực trung tâm, và điều này khiến tôi cảm thấy an toàn vì tôi không còn phải lo lắng về những cơn khát nước.

Tôi đang tìm một nơi để ngồi. Thật vậy, chiếc thuyền trông giống như một bệnh viện bằng tàu với những khuôn mặt buồn bã gắn liền với những cơ thể bệnh hoạn mặc quần áo dơ bẩn và khuôn mặt nhợt nhạt vì thiếu thức ăn. Mùi của những người tôi đi qua khiến tôi cảm thấy không thoải mái. Thật yên tâm khi thấy những chiếc phao cứu hộ treo dọc theo bức tường bên trong con tàu. Một cô bé gái mỉm cười cho thấy hai chiếc răng bị sún của cô bé và một người phụ nữ đội một chiếc nón lá là một phần trong truyền thống Việt Nam của chúng tôi.

Tôi đã chứng kiến một cuộc cãi vã và những lời nói xúc phạm giữa chàng trai và người phụ nữ trẻ. Tôi nhận ra họ. Cô đã khóc một cách giận dữ. Chàng trai nói rằng anh ta sẽ không bao giờ gặp lại cô nữa và để cô ta ngồi một mình trên tàu. Đây là cặp vợ chồng đã khiến người đứng đầu hòn đảo tức giận, cùng với những người lính sử dụng súng AK bắn trên đầu và buộc chúng tôi phải lánh nạn và trốn trong rừng.

Người đứng đầu đảo đã chấm dứt tình yêu mới bằng cách cho phép hai người họ rời đảo Kuku sớm, mặc dù họ không phải là bệnh nhân. Vị hôn phu của cô vẫn không thể tha thứ và làm tổn thương cô bằng những lời nói thô tục sau khi anh được phép lên tàu. Toàn bộ sự việc để lại trong trái tim tôi là một nỗi buồn lớn.

Trái tim tôi cảm thấy tiếc cho cô gái Việt Nam vì cô ấy phải rời khỏi quê hương và bị định mệnh đẩy vào một câu chuyện tình buồn. Tình yêu và hòa bình là khát vọng lớn nhất của nhân loại, mà nhân loại vẫn không biết tìm sự bình yên ở đâu vì tham vọng và sự căm thù tạo ra xung đột và chiến tranh trên toàn thế giới và ở quê hương tôi.

Bây giờ tôi đang trên đường đến trại tị nạn, không còn sợ khát và tôi đã được các nhân viên làm việc trên tàu tị nạn đưa cho bọc bánh.

being thirsty and I was given a small bag by the staff working on the refugee ship. It contained a cake! I held the bag in my hand, but my heart was sad as I thought about my younger brother. If only all this was like a fairy tale, I would be able to send it to him. The cake was so delicious and I could eat all of it. When I looked in the bag there was nothing left, not even a tiny piece; however, I collected the remaining crumbs.

Not far from where I sat were patients lying on the floor of the ship; they did not have a relative or friend to help them when they needed to drink water and go to the bathroom. I heard some patients asking me to fetch water for them. I became their helper during their time on the ship.

We are assured that we will reach the island tomorrow. I notice some children are asleep in their mother's arms and are still holding their cake.

I was so happy thinking about tomorrow and our arrival at the Galang island camp. I will be able to send a letter to my brother in Australia, and, hopefully, in a few days my mom and dad will receive good news from the first brother in Australia.

The golden rays of sunlight

23 July 1989

Looking at the wall clock, the night has already greeted a new day.

What was happening seemed like a dream. The sound of the ship engine was still running steadily. I could see an expanse of sky and water, the wind blowing so hard I had to pull the door shut. Looking at the glass door, I saw seawater droplets remaining on the glass that reminded me of the tears of my younger brother yesterday.

Evening has come, the ship is still steady, the sound of waves escaping from the ship's path speak to me of my long journey. I stayed awake and could not sleep, always thinking about my younger brother. Hopefully, there was enough rice for him to eat

Giữ bọc bánh trong tay, lòng tôi rất buồn khi nghĩ về em trai tôi. Nếu điều này giống như một câu chuyện cổ tích, tôi sẽ gửi nó cho anh ta. Bánh rất ngon và tôi có thể ăn tất cả. Khi tôi nhìn vào túi, không còn gì nữa, thậm chí không còn một mảnh nhỏ nào. Tuy nhiên, tôi đã thu thập được các mảnh vụn còn lại.

Không xa nơi tôi ngồi là những bệnh nhân nằm trên sàn tàu, họ không có người thân hoặc bạn bè để giúp họ khi họ cần uống nước và đi vệ sinh. Tôi đã nghe một số bệnh nhân yêu nhờ tôi lấy nước cho họ. Tôi trở thành người trợ giúp của họ trong thời gian ở lại trên tàu.

Chúng tôi yên tâm rằng chúng tôi sẽ đến đảo vào ngày mai.

Tôi nhận thấy một số trẻ con đang ngủ trong vòng tay mẹ của chúng và vẫn đang cầm bánh trên tay. Tôi đã rất hạnh phúc khi nghĩ về ngày mai khi chúng tôi đến trại Đảo Galang. Tôi sẽ có thể gửi một lá thư cho anh trai tôi ở Úc, và hy vọng trong một vài ngày, mẹ và cha tôi sẽ nhận được tin tốt từ người anh thứ nhất ở Úc.

Những tia Nắng Vàng

Ngày 23 tháng 7 – 1989

Nhìn vào đồng hồ treo tường, đêm đã chuẩn bị chào đón một ngày mới.

Những gì đang xảy ra như một giấc mơ. Âm thanh của động cơ tàu vẫn đang chạy đều đặn. Tôi có thể thấy một bầu trời và nước mở rộng, gió thổi mạnh đến mức tôi phải đóng cửa lại.

Nhìn qua khung cửa những giọt nước biển còn đọng lại trên cửa kiếng làm tôi nhớ lại những giọt nước mắt mừng vui của đứa em chiều ngày hôm qua.

Buổi tối đã đến, con tàu vẫn ổn định, âm thanh của những con sóng thoát ra khỏi đường lướt sóng con tàu làm tôi nhớ đến hành trình dài của tôi. Tôi tỉnh thức và không thể ngủ, luôn nghĩ về em trai tôi. Hy vọng rằng, có đủ gạo để anh ta ăn vì anh ta không phải chia sẻ thức ăn với tôi.

Con tàu di chuyển suôn sẻ suốt đêm khi mọi người đang ngủ, nhưng tôi vẫn tỉnh táo tràn ngập cảm giác vui buồn lẫn lộn. Tôi không muốn đi ngủ. Tôi trông giống như người đàn ông trong câu

now that he does not have to share food with me.

The ship moved smoothly through the night with everyone sleeping, but I was still awake filled with feelings of joy and sadness. I did not want to go to sleep. I looked like the man in the Bible story who was awake and waiting for his master's return.

I felt a man's hand holding my hand. I looked up at him and he pulled me to my feet, motioning for me to follow him. I was a little nervous but followed him into the kitchen area, where he pointed to a chair and motioned for me to sit down. I did not speak his language and he did not speak my language yet we could understand each other.

I was so surprised when he put a plate of rice and a huge piece of fish in my hand. I looked at him and nodded my thanks. I spontaneously made the Sign of the Cross! It was the first time in my life that making the Sign of the Cross meant so much to me.

chuyện Kinh Thánh đã tỉnh thức khi chờ đợi ông chủ trở về.

Một người đàn ông nắm tay tôi, tôi ngước nhìn anh ta và anh ta kéo tôi đứng lên, ra hiệu cho tôi đi theo anh ta. Tôi hơi lo lắng khi đi theo anh ta vào khu vực nhà bếp, nơi anh ta chỉ vào một chiếc ghế và ra hiệu cho tôi ngồi xuống. Tôi đã không nói ngôn ngữ của anh ấy và anh ấy không nói ngôn ngữ của tôi mà chúng tôi có thể hiểu nhau.

Tôi đã rất ngạc nhiên khi anh ấy đặt một đĩa cơm trắng và một miếng cá thật to vào tay tôi. Tôi nhìn anh và gật đầu cảm ơn. Tôi tự nhiên làm dấu Thánh Giá! Đó là lần đầu tiên trong cuộc đời, tôi làm dấu thánh giá một cách ý nghĩa nhất.

The ship moved smoothly through the night with everyone sleeping, but I was still awake filled with feelings of joy and compassion.

This is my final painting. I would really like it to have been painted in colour! and then the small heart (I have drwan it close to the hand of God) would be a bright red! And the rejoicing hands in shades of gold! I have given it the title *Happy Ending*.

I see a womb and rebirth. The gentle hands of God have become the welcoming arms of the UNHCR. God's hands gently hold this whole saga.

My three faces bow towards the hand of God. The least visible face has just my wide-open mouth and expresses the beginning of this journey. The mouth in the next face is still open but finding a way to live with all that is happening. In the final face, the lips are lips of prayer.

My first painting was of my younger brother and of me as we left home. Much changed by our ordeal, we are like the people of Israel, we have reached the other side- we have reached the promised land. Deo Gratias! *Thank God, free at last, free at last! Amen.*

Con tàu di chuyển suôn sẻ suốt đêm trong lúc mọi người đang ngủ, nhưng tôi vẫn tỉnh thức, tràn ngập cảm xúc vui mừng và lòng trắc ẩn.

Đây là bức tranh cuối cùng của tôi. Tôi thực sự muốn nó được sơn màu! Và sau đó trái tim nhỏ sẽ là một màu đỏ tươi! Và những bàn tay hân hoan mừng vui trong các sắc thái của ánh vàng! Tôi đã cho nó tiêu đề *kết thúc hạnh phúc.*

Tôi đã vẽ ở đây những cánh tay của Thiên Chúa đã trở thành bàn tay chào đón của UNHCR. Bàn tay giữ nhẹ nhàng toàn bộ câu chuyện này.

Ba khuôn mặt của tôi cúi đầu về phía bàn tay của Chúa. Khuôn mặt ít nhìn thấy nhất chỉ có cái miệng rộng mở của tôi và thể hiện sự khởi đầu của hành trình này. Miệng trong khuôn mặt tiếp theo vẫn mở nhưng tìm cách sống với tất cả những gì đang xảy ra. Trong khuôn mặt cuối cùng, đôi môi là đôi môi cầu nguyện.

  Bức tranh đầu tiên của tôi là của em trai tôi và của tôi khi chúng tôi rời khỏi nhà. Thay đổi nhiều bởi thử thách của chúng tôi, chúng tôi giống như người dân Do Thái, chúng tôi đã đến phía bên kia- chúng tôi đã đến được vùng đất hứa. Deo Gratias! *Tạ ơn Thiên Chúa, cuối cùng chúng con đã được tự do! Amen.*

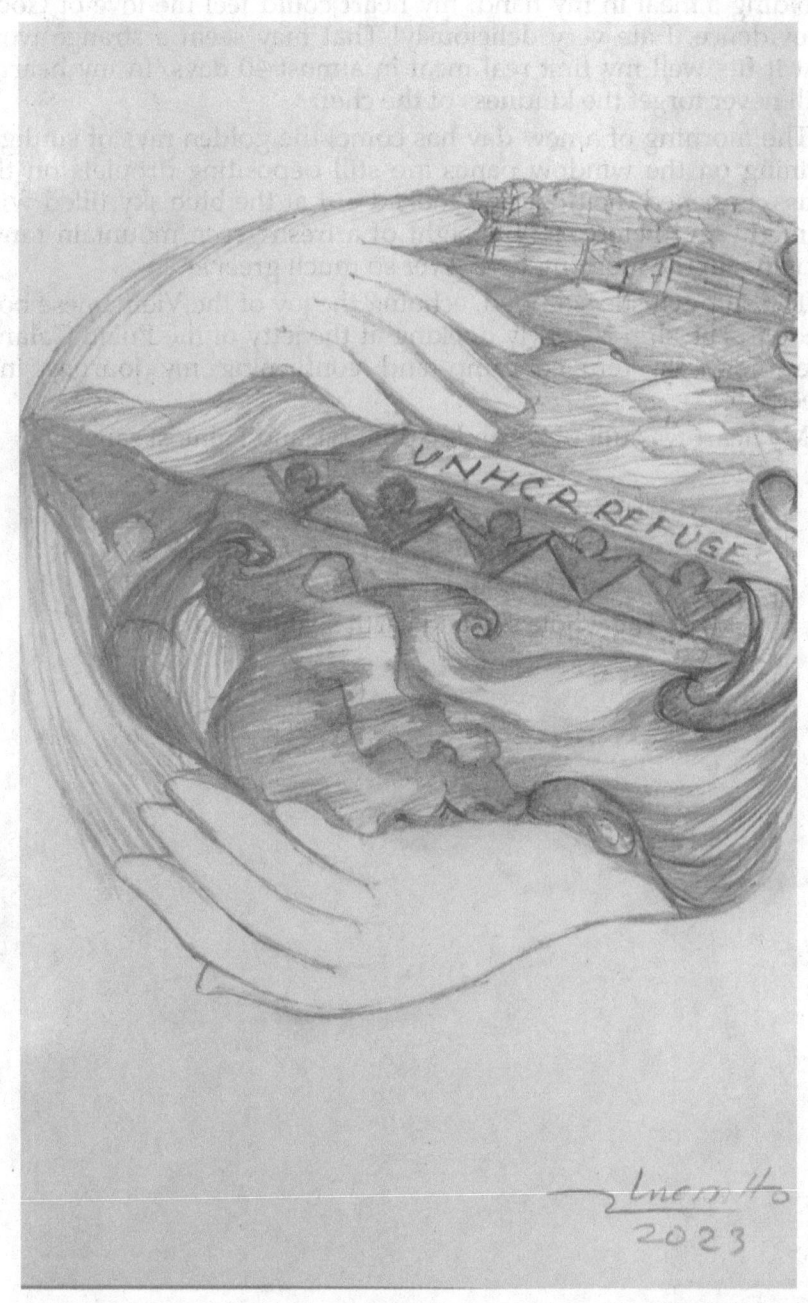

Holding a meal in my hand, my heart could feel the love of God's providence. I ate very deliciously! That may seem a strange word but it fits well my first real meal in almost 40 days. In my heart, I will never forget the kindness of the chef.

The morning of a new day has come, the golden rays of sunlight shining on the window panes are still depositing droplets on the glass. I opened the door and looked out at the blue sky filled with sunlight and before me the sight of a fresh green mountain range looking, in the morning light, ever so much greener.

The ship whistle sounded, echoing the joy of the Vietnamese boat people. The ship is slowly docking at the jetty of the Pulau Galang, the Indonesia refugee camp and confirming my journey into freedom.

My heart was full of joy and happiness, and I almost sang.

>The sky opens my heart to God's beauty.
>Its golden rays point the way ahead.
>My heart expands to embrace a new world
>The whole sky and earth shaking with joy.

Cầm chặt một bữa ăn trong tay, trái tim tôi có thể cảm nhận được tình yêu và sự quan phòng của Thiên Chúa. Tôi đã ăn rất ngon miệng và đây là lần đầu tiên sau 40 ngày! Tôi đã không có được một bữa ăn đầy đủ. Trong trái tim tôi, tôi sẽ không bao giờ quên lòng tốt của người đầu bếp.

Buổi sáng của một ngày mới đã đến, những tia nắng vàng chiếu sáng trên các tấm cửa sổ vẫn đang đọng những giọt nước trên kính. Tôi mở cửa và nhìn ra bầu trời xanh tràn ngập ánh sáng mặt trời, và trước khi tôi nhìn thấy một dãy núi xanh tươi, trong ánh bình minh, ngày càng xanh hơn nhiều.

Còi tàu vang lên, vang vọng niềm vui của những thuyền nhân Việt Nam. Con tàu đang tiến dần vào cầu cảng của trại tị nạn Pulau Galang Indonesia và tôi đã xác định hành trình tự do nội tâm.

Lòng tôi tràn đầy niềm vui hạnh phúc, miệng tôi hoan ca:

> Trời trong sáng như lòng ai mong đợi,
> tia nắng vàng soi rọi bước chân đi.
> Lòng vui nhộn sự sống đang vẫy gọi,
> cả đất Trời rung cảm một niềm vui...

www.ingramcontent.com/pod-product-compliance
Lightning Source LLC
Chambersburg PA
CBHW011951090526
44591CB00020B/2725